AF759444

ഇന്ത്യൻ സിനിമയുടെ വർത്തമാനം

indian cinemayude varthamanam

•

dr. rajesh m r

•

first edition
july 2012

•

published
chintha publishers, thiruvananthapuram

•

typesetting
minerva graphotechs, attukal

•

•

cover
veecee abhilash

•

വിതരണം

ദേശാഭിമാനി ബുക്ക് ഹൗസ്

H O തിരുവനന്തപുരം–695 035
www.chinthapublishers.com
chinthapublishers@gmail.com

ബ്രാഞ്ചുകൾ

ഹെഡ്ഡാഫീസ് കുന്നുകുഴി • ഓവർബ്രിഡ്ജ് തിരുവനന്തപുരം • കെ എസ് ആർ ടി സി ബസ് സ്റ്റേഷൻ ആലപ്പുഴ • കെ എസ് ആർ ടി സി ബസ് സ്റ്റേഷൻ എറണാകുളം • മച്ചിങ്ങൽ ലെയ്ൻ തൃശൂർ • ഐ ജി റോഡ് കോഴിക്കോട് • കെ എസ് ആർ ടി സി ബസ് സ്റ്റേഷൻ കോഴിക്കോട് • എൻ ജി ഒ യൂണിയൻ ബിൽഡിങ് കണ്ണൂർ • സെൻട്രൽ ബസ് ടെർമിനൽ കോംപ്ലക്സ് താവക്കര കണ്ണൂർ

CO - 1779 / 2959

ഇന്ത്യൻ സിനിമയുടെ വർത്തമാനം

ഡോ. രാജേഷ് എം ആർ

ചിന്ത പബ്ലിഷേഴ്സ്
തിരുവനന്തപുരം-695 035

ഡോ. രാജേഷ് എം ആർ

1977 ൽ എറണാകുളം ജില്ലയിലെ കുറുമശ്ശേരിയിൽ ജനനം. അച്ഛൻ: എം കെ രാജൻ, അമ്മ: ലളിത പി എസ്. ശ്രീ ശങ്കരാചാര്യാ സംസ്കൃത സർവകലാശാലയിൽനിന്ന് മലയാളം എം എ റാങ്കോടുകൂടി ജയിച്ചു. മഹാത്മാഗാന്ധി സർവകലാശാല സ്കൂൾ ഓഫ് ലെറ്റേഴ്സിൽനിന്ന് എം ഫിലും (2005), ശ്രീ ശങ്കരാചാര്യ സംസ്കൃത സർവകലാശാലയിൽനിന്ന് *മലയാള സിനിമയും സാഹിത്യവും - അനുവർത്തനത്തിന്റെ പ്രശ്നങ്ങൾ* എന്ന വിഷയത്തിൽ പി എച്ച് ഡിയും (2009) നേടി. താരതമ്യ പഠന സംഘത്തിന്റെ ഗവേഷണപ്രബന്ധത്തിനുള്ള എൽ വി രാമസ്വാമി അയ്യർ പുരസ്കാരം (2005), കേരള ഭാഷാ ഇൻസ്റ്റിറ്റ്യൂട്ടിന്റെ യുവ എഴുത്തുകാർക്കുള്ള എൻ വി കൃഷ്ണവാരിയർ അവാർഡ് (2008), കേരള ലളിതകലാ അക്കാദമിയുടെ ഗ്രന്ഥരചനയ്ക്കുള്ള ഫെലോഷിപ്പ് (2010), സിനിമാ ലേഖനത്തിനുള്ള അറ്റ്ലസ് ഫിലിം ക്രിട്ടിക്സ് അവാർഡ് (2010), ന്യൂഡൽഹിയിലെ ഗായത്രി കലാസംഘടനയുടെ മലയാളഭാഷാ സാഹിത്യത്തിനുള്ള ഡോ. അകവൂർ നാരായണൻ പുരസ്കാരം (2011) എന്നിവ നേടിയിട്ടുണ്ട്. *വിമർശനത്തിന്റെ വഴികൾ, മലയാള സിനിമാ പോസ്റ്റർ: സൗന്ദര്യവും രാഷ്ട്രീയവും* എന്നിവ മറ്റു കൃതികൾ. കേരള സർവകലാശാല വിദൂരവിദ്യാഭ്യാസ പഠനകേന്ദ്രത്തിൽ കോൺട്രാക്റ്റ് ലക്ചററായി ജോലിചെയ്തിരുന്നു. ഇപ്പോൾ കൊച്ചിൻ ദേവസ്വം ബോർഡിന്റെ കുന്നംകുളം ശ്രീ വിവേകാനന്ദ കോളേജിൽ മലയാളം അസിസ്റ്റന്റ് പ്രൊഫസർ.

ഭാര്യ : ദിവ്യ

വിലാസം : മാളിയേക്കൽ, കുറുമശ്ശേരി പി ഒ
എറണാകുളം 683579

ഇ–മെയിൽ : rajeshmr6@gmail.com

ഫോൺ : 9605733752

ഉള്ളടക്കം

ഭാഗം III

ആമുഖം

ഇന്ത്യൻ സിനിമ രാഷ്ട്രത്തിന്റെ അതിർത്തികൾ മറികടന്നുകൊണ്ട് ലോകസിനിമയുടെ ഭൂപടത്തിൽ മുഖ്യമായ സ്ഥാനം ഉറപ്പിച്ചിരിക്കുകയാണ്. ഹിന്ദി സിനിമകളോടൊപ്പം തമിഴ്, മലയാളം, തെലുങ്ക്, കന്നട, മറാത്തി, ബംഗാളി, അസാമി, ഗുജറാത്തി എന്നിങ്ങനെ നിരവധി പ്രാദേശിക ഭാഷാസിനിമകളും ഇന്ത്യൻ സിനിമയുടെ പേരിൽ ലോകത്ത് അറിയപ്പെടുന്നു. പ്രമേയത്തിലും അവതരണത്തിലുമെല്ലാം ഇന്ത്യൻ സിനിമ കൈക്കൊള്ളുന്ന പുതുമകൾ ശ്രദ്ധേയങ്ങളാണ്. ആദിമധ്യാന്ത പൊരുത്ത ഘടനയും മെലോഡ്രാമാറ്റിക് സ്വഭാവവും ഗാനരംഗങ്ങളും ഇന്ത്യൻ സിനിമകളുടെ പ്രത്യേകതകളുമാണ്. എന്നാൽ ഇത്തരം രീതികളിൽനിന്ന് മാറി നടക്കുന്ന സിനിമകളും ഇന്ത്യൻ സിനിമകളിൽ കാണാം. ഈ ഗ്രന്ഥത്തിൽ ഹിന്ദി, തമിഴ്, മലയാളം എന്നീ ഭാഷകളിലുള്ള സിനിമകളെ മാത്രമാണ് വിശകലനം ചെയ്യുന്നത്.

ആഗോളവൽക്കരണഫലമായി ലോകത്തെല്ലായിടത്തും സിനിമകൾ റിലീസ് ചെയ്യാമെന്ന അവസ്ഥയുണ്ടായിട്ടുണ്ട്. തൊണ്ണൂറുകൾക്കുശേഷം ഹിന്ദി, തമിഴ് പോലെയുള്ള ഭാഷകളിലെ സിനിമകൾ യൂറോപ്പിലും ആഫ്രിക്കയിലുമെല്ലാം റിലീസ് ചെയ്തു തുടങ്ങി. ലോക വിപണിയിൽ ഇന്ത്യൻ സിനിമ പിടിമുറുക്കിയതിന്റെ ഫലമായിട്ടാണ് 'ബോളിവുഡ്' എന്ന പേരുണ്ടായത്. ഹിന്ദി സിനിമകളെ മാത്രം ഇന്ത്യൻ സിനിമയുടെ പ്രതിനിധാനമായി കാണുന്ന അവസ്ഥയെ ചലച്ചിത്ര സൈദ്ധാന്തികർ വിമർശിച്ചിരുന്നു. 'ബോളിവുഡ്' ഹിന്ദി സിനിമകളെ മാത്രം സൂചിപ്പിക്കുന്ന പേരായി മാറിയിരിക്കുകയാണ്. ടോളിവുഡ്, കോളിവുഡ്, മോളിവുഡ് എന്നിങ്ങനെയുള്ള പേരുകളും ചില പ്രാദേശികഭാഷാ സിനിമകൾക്കും കേൾക്കുന്നുണ്ട്. വാസ്തവത്തിൽ ഹോളിവുഡിന്റെ സിനിമാവിപണിയു

മായി മത്സരിക്കുന്ന വിധത്തിൽ ഇന്ത്യൻ സിനിമകൾ ചെന്നെത്തിയിരിക്കുന്നുവെന്നാണ് വിദേശ മാർക്കറ്റിങ് കണക്കുകൾ കാണിക്കുന്നത്. ആഗോളകുത്തകകൾ ഇന്ത്യൻ സിനിമാവിപണിയിൽ കടന്നുവരുന്നതും ഇക്കാരണംകൊണ്ടാണ്.

വിദേശ ഫിലിംഫെസ്റ്റിവലുകളിൽ മലയാള സിനിമ എഴുപതുകൾ മുതൽ അതിന്റെ സ്ഥാനം ഉറപ്പിച്ചുകൊണ്ടിരിക്കുന്നു. കേരളത്തിലെ തിയറ്ററുകളിൽ റിലീസ് ചെയ്യാത്തതും പരാജയപ്പെട്ടതുമായ നിരവധി സിനിമകൾ ലോകശ്രദ്ധയാകർഷിക്കുന്നു. ഫെസ്റ്റിവലുകളിൽ കാണിക്കാൻ തക്കവിധത്തിലുള്ള സിനിമകളും ഇന്ത്യയിൽ നിർമിക്കുന്നുണ്ട്. മലയാള സിനിമാചരിത്രം പരിശോധിക്കുമ്പോൾ തെളിഞ്ഞുവരുന്നത് നിരവധി പ്രതിലോമ ആശയങ്ങളാണ്. സ്ത്രീവിരുദ്ധവും കീഴാളവിരുദ്ധവുമായ ദൃശ്യപാഠങ്ങളാണ് മലയാളസിനിമയുടെ ചരിത്രത്തിലുടനീളം കാണാനാകുന്നത്. ആദ്യകാല മലയാള സിനിമകളിൽ സ്ത്രീ പ്രാതിനിധ്യം കാണാമെങ്കിലും ആധുനിക കുടുംബവ്യവസ്ഥയുടെ മൂല്യങ്ങൾക്കനുസരിച്ച് ചലിക്കുന്ന വാർപ്പു മാതൃകകളായിരുന്നു അവ. സ്ത്രീ സ്വത്വങ്ങൾ കാലത്തിനനുസരിച്ച് മാറിക്കൊണ്ടിരിക്കുകയാണെന്നുള്ള തിരിച്ചറിവ് ജനകീയ സിനിമകൾക്കില്ലായെന്നു കാണാം. സ്ത്രീസ്വത്വത്തിന്റെ വൈവിധ്യങ്ങളെ തമസ്കരിക്കുന്ന പുരുഷാധിപത്യ പ്രവണതകളെ തുറന്നു കാണിക്കേണ്ടത് അത്യാവശ്യമാണ്.

കലാലയങ്ങളെ മലയാള സിനിമ എങ്ങനെയാണ് നോക്കിക്കണ്ടത് എന്നത് വളരെ കൗതുകകരമായ ഒന്നാണ്. വിദ്യാഭ്യാസ രംഗങ്ങളിലും സാമൂഹിക പ്രശ്നങ്ങളിലും ഇടപെട്ടുകൊണ്ടിരിക്കുന്ന വിദ്യാർഥികളെ അരാഷ്ട്രീയ വാദികളായി ചിത്രീകരിക്കുന്നത് എന്തുകൊണ്ടാണ്? ഇങ്ങനെ ചിത്രീകരിക്കുമ്പോൾ സംഭവിക്കുന്ന പ്രശ്നങ്ങൾ എന്തൊക്കെ? ബഹുരാഷ്ട്ര മുതലാളിത്ത താൽപ്പര്യങ്ങൾക്കും സ്വകാര്യവൽക്കരണത്തിനും മൗനസമ്മതമേകുന്ന വിധത്തിലുള്ള ക്യാമ്പസിനെയും യുവത്വത്തേയുമാണ് വർത്തമാനക്യാമ്പസ് സിനിമകൾ ആവിഷ്കരിക്കുന്നത്. ഇത്തരം ദൃശ്യപാഠങ്ങളെ വിശകലനം ചെയ്യേണ്ടതാണ്.

താരപദവി എന്നത് ഒരു നിർമിതിയാണ്. ഇതിനെ പ്രേക്ഷകരും സിനിമാവ്യവസായവും മറ്റു കോർപ്പറേറ്റ് കമ്പനികളുമെല്ലാം സൃഷ്ടിച്ചെടുക്കുന്നതാണ്. താരപദവിയെന്ന മായികവലയത്തിൽപ്പെട്ട പ്രേക്ഷകർ കേരളീയ സമൂഹത്തിന്റെ പുരുഷബിംബങ്ങളെ നിരന്തരം സ്വാധീനിക്കുകയും പുതുക്കിപ്പണിയുകയും ചെയ്യുന്നുണ്ട്. മമ്മൂട്ടി എന്ന താരം ഈ അർഥത്തിൽ മലയാളികളുടെ പുരുഷ–സ്ത്രീ കാമനകളെ എങ്ങനെയാണ് തൃപ്തിപ്പെടുത്തിയതെന്ന് അന്വേഷണ വിധേയമാക്കേണ്ടതാണ്. സിനിമയുടെ വിപണനത്തിന് താരപദവി ഒരു അത്യാവശ്യഘടകമായി മാറിക്കൊണ്ടിരിക്കുന്ന കാലഘട്ടം കൂടിയാണിത്. വിപണിയുടെ രാഷ്ട്രീയം ഇത്തരത്തിലുള്ള ബിംബങ്ങളെ നിരന്തരം നിർമിച്ചുകൊണ്ടിരിക്കുക തന്നെ ചെയ്യും.

ആധുനിക കുടുംബമൂല്യങ്ങൾക്കും വ്യവസ്ഥകൾക്കും അനുസരിച്ചാണ് മിത്തുകളെയും പുരാണങ്ങളെയും ദൃശ്യമാധ്യമങ്ങൾ അനുകൽപ്പനം നടത്തുന്നത്. ഭൂതകാലത്തെ വർത്തമാനകാലഘട്ടത്തിനനുസരിച്ച് പാകപ്പെടുത്തുന്ന ഒരു രാഷ്ട്രീയ പ്രക്രിയയാണ് പുനർരചനകൾ എന്ന് പറയാം. ചിലപ്പോൾ വർത്തമാനകാലം ആവശ്യപ്പെടുന്ന കാഴ്ചകൾ മാത്രമാണ് ഭൂതകാല കൃതികളിൽ തിരയേണ്ടത്. ഭൂതകാലം ചിലപ്പോൾ പുതിയ വേഷഭൂഷാദികളോടെ വന്നെന്നും കാണേണ്ടതുണ്ട്. നവഫ്യൂഡലിസത്തിന്റെ ദൃശ്യപാഠങ്ങൾ ഇത്തരത്തിൽ നമ്മുടെ സമൂഹത്തിൽ പടർന്നുപിടിച്ചിരിക്കുകയാണ്.

സിനിമയുടെ പ്രമേയത്തിനും അവതരണത്തിനും അനുസരിച്ച് പല പ്രസ്ഥാനങ്ങളും ചരിത്രത്തിൽ രൂപപ്പെടാറുണ്ട്. റോഡ് മൂവി എന്നു പറയുന്ന പ്രസ്ഥാനം ഇത്തരത്തിലൊന്നാണ്. വാഹനങ്ങളിലൂടെ ചലനാത്മകമായ സമൂഹത്തിന്റെയും വ്യക്തിബന്ധങ്ങളുടെയും കഥ പറയാൻ ഇവയ്ക്ക് സാധിക്കുന്നു. ഇന്ത്യൻ സിനിമയുടെ അവിഭാജ്യഘടകമായി പറയാറുള്ളത് ഗാനങ്ങളും ഗാനരംഗങ്ങളുമാണ്. ജനകീയ സിനിമയിൽ മാറിമാറി വരുന്ന വിപണിയുടെ രാഷ്ട്രീയമാണ് സിനിമാഗാന രംഗങ്ങളെ വൈവിധ്യമാക്കുന്നത്. ഗാനരംഗങ്ങളുടെ പഠനം മലയാള സിനിമയുടെ സാമൂഹ്യ മനഃശാസ്ത്രത്തെക്കുറിച്ചറിയാൻകൂടി സഹായകമാകുന്നു.

ദക്ഷിണേന്ത്യൻ സിനിമകളിൽ പ്രമേയത്തിലും അവതരണത്തിലുമെല്ലാം വളരെയധികം പുതുപരീക്ഷണങ്ങൾ നടക്കുന്നത് തമിഴ്സിനിമകളിലാണ്. ഏഷ്യൻ രാജ്യങ്ങളിൽ തമിഴ് സിനിമയ്ക്ക് വലിയൊരു വിപണി ഇന്നുകാണാനാകും. അതിനാൽ ആഗോള ദൃശ്യവിപണിയുടെ രാഷ്ട്രീയം പേറുന്ന നിരവധി സിനിമകൾ തമിഴിൽ പുറത്തിറങ്ങുന്നുണ്ട്. തമിഴ് ദേശീയതയോടൊപ്പം സാങ്കേതികവിദ്യകളുടെ അതിസമർഥമായ വിന്യാസവും അത്തരം സിനിമകളിൽ ദർശിക്കാം. അതോടൊപ്പം തമിഴ് ദേശത്തിന്റെ സ്വത്വത്തെ വിളിച്ചറിയിക്കുന്ന നിരവധി സിനിമകളും ഇവിടെ കാണാവുന്നതാണ്. ദ്രാവിഡരാഷ്ട്രീയത്തിന്റെ കീഴാള വിമോചന മുദ്രാവാക്യത്തെ മറന്നുകൊണ്ടുള്ള സിനിമകളും ഇന്നു കാണാം. സവർണഹൈന്ദവ മുഖംമൂടിയണിഞ്ഞ പ്രാദേശികസ്വത്വ പ്രതിനിധാനങ്ങളും ഇന്നു തമിഴ് സിനിമയുടെ വിപണിയെ കീഴടക്കുന്നുണ്ട്. ഇന്ത്യൻ ദേശീയതയിൽ ഇടംനേടാൻ തമിഴ് സ്വത്വം നടത്തുന്ന പോരാട്ടങ്ങളും വിശകലന വിധേയമാക്കേണ്ടതുണ്ട്. താരപദവിയെ സമർഥമായി ഉപയോഗിച്ച് കീഴാളവിരുദ്ധവും സ്ത്രീവിരുദ്ധവുമായ ആശയങ്ങൾ പ്രകടിപ്പിക്കുന്ന നിരവധി തമിഴ് സിനിമകളും ഇപ്പോൾ പുറത്തുവന്നുകൊണ്ടിരിക്കുന്നുണ്ട്. അതിനാൽ തമിഴ് സിനിമയെ സൗന്ദര്യാത്മകമായി കാണുന്നതോടൊപ്പം അവ മുന്നോട്ടു വയ്ക്കുന്ന രാഷ്ട്രീയത്തെയും സൂക്ഷ്മമായി വിശകലനം ചെയ്യേണ്ടതാണ്.

ബോളിവുഡ് എന്നറിയപ്പെടുന്ന ഹിന്ദി സിനിമകൾ രാഷ്ട്രത്തിന്റെ അതിർത്തികൾ കടന്നുകൊണ്ട് മുന്നേറുകയാണ്. തൊണ്ണൂറുകൾക്കു

ശേഷം വന്ന നിരവധി സിനിമകളിൽ ആഗോളവൽക്കരണം, ഉപഭോഗ സംസ്കാരം, ആഗോളപൗരത്വം എന്നിവയൊക്കെ കടന്നുവരുന്നുണ്ട്. പാരമ്പര്യവും ആധുനിക കുടുംബ മൂല്യവും പേറുന്ന ആഗോള പൗരമാതൃകകൾ അക്കാലത്തെ സിനിമകളിൽ ആവിഷ്കരിച്ചിരുന്നു. എന്നാൽ ആധുനിക കുടുംബ മൂല്യങ്ങളെയും വ്യവസ്ഥകളെയുമെല്ലാം ലംഘിച്ചുകൊണ്ടുള്ള പുതിയ സിനിമകളും വന്നെത്തിയിരിക്കുന്നു. ഒരു വശത്ത് അതിർത്തികൾ ലംഘിച്ചുകൊണ്ടുള്ള ആവിഷ്കരണങ്ങൾ നടക്കുമ്പോൾ തന്നെ ദേശീയത ഒരു വികാരമാകുന്ന പ്രമേയങ്ങളും കടന്നുവരുന്നുണ്ട്. ദേശീയതാപ്രശ്നം, ക്രിമിനൽ രാഷ്ട്രീയ കൂട്ടുകെട്ട്, പ്രവാസി ഗൃഹാതുരത്വവും സ്വത്വപ്രതിസന്ധിയും എന്നിവയെല്ലാം ചർച്ചാവിഷയമാകുന്ന നിരവധി സിനിമകളും രണ്ടായിരത്തിനുശേഷം ബോളിവുഡിൽ സജീവമാകുന്നു. സ്വവർഗരതി, ലൈംഗികത, ഫാഷൻ, വിവാഹപൂർവബന്ധങ്ങൾ എന്നിവയൊക്കെ മാറുന്ന ഇന്ത്യൻ സംസ്കാരത്തിന്റെ പ്രതിനിധാനങ്ങളായി സിനിമകളിൽ വന്നുകൊണ്ടിരിക്കുകയാണ്. ആഗോളകുത്തക കമ്പനികൾ നിർമാണരംഗങ്ങളിൽ കടന്നുവന്നതോടെ കലുഷിതവും വൈവിധ്യവുമാർന്ന നിരവധി പ്രമേയങ്ങളെ ദൃശ്യവൽക്കരിച്ചുകൊണ്ടിരിക്കുകയാണ് ബോളിവുഡ്.

ഇന്ത്യൻ സിനിമയുടെ വർത്തമാനം ഇത്തരത്തിൽ വൈവിധ്യാത്മകമായ നിരവധി പ്രശ്നങ്ങളിലൂടെ കടന്നുപോകുകയാണ്. വിപണിയുടെ രാഷ്ട്രീയവും സമൂഹത്തിലെ അധികാര വ്യവസ്ഥയുമെല്ലാം സിനിമയുടെ നിർമിതിയിലും രാഷ്ട്രീയത്തിലും ഇടപെടുന്നുണ്ട്. അതിനാൽ ഇന്ത്യൻ സിനിമയുടെ ചരിത്രവിശകലനത്തിലൂടെ സംസ്കാരത്തിനകത്ത് ഇന്നും നിലനിൽക്കുന്ന അധീശ പ്രത്യയശാസ്ത്രങ്ങളെ തിരിച്ചറിയാനാകും. ഇത്തരമൊരു കാഴ്ചപ്പാടോടെ ഇന്ത്യൻ സിനിമയുടെ വർത്തമാനത്തെ വിശകലനം ചെയ്യാനുള്ള ശ്രമമാണ് ഈ പഠനം. ഇതിലെ ലേഖനങ്ങൾ/പ്രബന്ധങ്ങൾ പലപ്പോഴായി പ്രസിദ്ധീകരിച്ച *മാധ്യമം ആഴ്ചപ്പതിപ്പ്, മലയാളം വാരിക* എന്നിവയ്ക്ക് നന്ദി. തിരുത്തലുകൾ നടത്തിയത് ദിവ്യയാണ്. പലപ്പോഴായി നടന്ന അവതരണങ്ങളിലും ചർച്ചകളിലും എനിയ്ക്കുവേണ്ട മാർഗനിർദേശങ്ങൾ നൽകിയത് വിനോദ് ബി, ആദർശ് സി, ഹരിദാസ് കെ, ദേവദാസ് കെ, ആത്മൻ എ വി, ശ്രീകുമാർ എ ജി എന്നിവരാണ്. സുഹൃത്തുക്കൾക്കെല്ലാം നന്ദി.

കുറുമശ്ശേരി **രാജേഷ് എം ആർ**

ഭാഗം I

ജനപ്രിയ മലയാള സിനിമ ചരിത്രവും വർത്തമാനവും

മലയാള സിനിമയുടെ വർത്തമാനം പരിശോധിക്കുമ്പോൾ കഴിഞ്ഞ അമ്പതുവർഷത്തിൽ മലയാള സിനിമയിൽ ആവിഷ്കരിക്കപ്പെട്ട ദൃശ്യ രാഷ്ട്രീയത്തെയും പ്രമേയത്തെയും സാങ്കേതികവികാസത്തെയും പുനർവായിക്കേണ്ടതായി വരും. സാങ്കേതികബദ്ധമായ സിനിമയെന്ന കലാരൂപം അതിന്റെ ആദ്യകാല അവസ്ഥയിൽനിന്ന്, സാങ്കേതിക വികാസംകൊണ്ട് അത് ബഹുദൂരം മുന്നോട്ടു പോയിക്കൊണ്ടിരിക്കുന്നു. സാങ്കേതിക വിദ്യയിലുണ്ടായ വിപ്ലവം സിനിമയെ ഇന്ന് പ്രതിലോമപര മായും പുരോഗമനപരമായും സ്വാധീനിച്ചു കഴിഞ്ഞിരിക്കുന്നു. ആദ്യകാല സിനിമയിൽ ചിത്രീകരിച്ചിരുന്ന നവോത്ഥാന ആശയങ്ങളും, രാഷ്ട്രനിർമാ ണവും ജനാധിപത്യസ്വഭാവവുമെല്ലാം ഇന്നത്തെ സിനിമകളിൽ കാണാ തിരിക്കുന്നത് സാമൂഹിക മാറ്റത്തിന്റെ സൂചനയാണോ അതോ മധ്യവർഗ വരേണ്യ സാംസ്കാരിക അഭിരുചികളാൽ നിർമിക്കപ്പെടുന്ന സിനിമയുടെ സൗന്ദര്യശാസ്ത്രത്തിന് ഇത് തീണ്ടാപ്പാടകലെയാണോ? മാറിവരുന്ന സമൂഹത്തിന്റെയും സംസ്കാരത്തിന്റെയും ദൃശ്യങ്ങളാണോ വർത്തമാന സിനിമയിൽ ചിത്രീകരിക്കപ്പെടുന്നത്? വർത്തമാന മലയാള സിനിമയുടെ ദൃശ്യതലങ്ങളിലേക്ക്, അത് സൃഷ്ടിക്കുന്ന ആശയമണ്ഡലത്തെക്കുറി ച്ചുള്ള വിശകലനമാണ് ഈ ലേഖനം.

കൊളോണിയൽ ആധുനികതയുടെ കലാരൂപമായ മലയാള സിനി മയിൽ ആദ്യകാലം മുതൽ വരേണ്യ സൗന്ദര്യശാസ്ത്രത്തിൽ ക്യാൻവാസ് ചെയ്യപ്പെട്ട ജീവിതമാണ് ചിത്രീകരിച്ചിരുന്നത്. ജന്മി–മുത ലാളിമാരാലും, സവർണ നായകനാൽ സംരക്ഷിക്കപ്പെടേണ്ടവരാലും പിന്നോക്കവിഭാഗക്കാർ ചിത്രീകരിക്കപ്പെട്ടു. ഭൂമിശാസ്ത്രപരമായി സ്ഥല

മേതെന്ന് കാര്യമായി തെളിയിക്കാൻ പറ്റാത്തവിധത്തിൽ സ്ഥലചിത്രീകരണങ്ങൾ ആദ്യകാല സിനിമയിൽ കാണാവുന്നതാണ്. ക്രിസ്ത്യാനി, മുസ്ലീം, ഹിന്ദു, ദളിത് വിഭാഗങ്ങൾ എന്നിങ്ങനെ നിരവധി വിഭാഗങ്ങൾ ഈ സിനിമകളിൽ പ്രത്യക്ഷപ്പെടാറുണ്ടായിരുന്നു. പല മലയാളങ്ങൾ സംസാരിക്കുന്ന കഥാപാത്രങ്ങൾ ഇതിൽ കാണുന്നതുവഴി മതേതരത്വത്തിന്റെ ഒരു പ്രച്ഛന്ന രൂപം ആദ്യകാല മലയാളസിനിമയിൽ ആവിഷ്കരിക്കപ്പെട്ടിരുന്നു. കീഴാള സമൂഹത്തിന്റെ ജീവിതത്തെ കേന്ദ്രമാക്കി അവതരിപ്പിക്കുവാൻ കച്ചവടലാഭം പ്രതീക്ഷിക്കുന്ന സിനിമാപ്രവർത്തകർ തയാറായിരുന്നില്ല. ആനന്ദിപ്പിക്കുന്നതും, സ്വപ്നങ്ങൾ കാണിക്കുന്നതുമായതും ആഡംബരജീവിതം നയിക്കുന്നവരുടേതുമായ ജീവിതം കാണുവാൻ ആഗ്രഹിക്കുന്ന ഭൂരിഭാഗം ജനതയുടെയും ആഗ്രഹപൂർത്തിയായി മലയാള സിനിമ മാറുകയാണുണ്ടായത്. കൂടാതെ സംസ്കാരം എന്നതുതന്നെ സവർണപാരമ്പര്യവുമായി ബന്ധപ്പെട്ടാണ് ഇവിടെ പൊതുവിൽ വ്യവഹരിച്ചിരുന്നത്. ആധുനികതയുടെ വരേണ്യ സാംസ്കാരിക യുക്തിക്ക് ബദലായി വികസിച്ചു വന്നുകൊണ്ടിരിക്കുന്ന കീഴാള ആധുനികതയെ വേണ്ടവിധം സ്വീകരിക്കുവാൻ മൂലധനം ഏറെ ആവശ്യമുള്ള കലാരൂപമായ സിനിമ ശ്രമിച്ചിരുന്നില്ല. അതുകൊണ്ട് തന്നെ പാർശ്വവൽക്കരിക്കപ്പെട്ട ഇവരുടെ ജീവിതത്തെ സിനിമയിലും അതേപോലെ കാഴ്ചവയ്ക്കപ്പെട്ടു. മലയാള സിനിമയെ ദേശീയതലത്തിൽ കൊണ്ടുവന്ന രാമുകാര്യാട്ടിന്റെ *നീലക്കുയിൽ* നായർ യുവാവിനാൽ തിരസ്കൃതയായ പുലയസ്ത്രീയുടെ ജീവിതത്തെ ചിത്രീകരിക്കുന്നതാണ്. രാഷ്ട്രവികസനത്തിന് ദളിതനും പങ്കെടുക്കണമെന്നും എന്നാൽ അധികാരം പങ്കിട്ടെടുക്കുമ്പോൾ അവന് പ്രാധാന്യമില്ലെന്ന ദേശീയ സവർണ യുക്തിയുടെ മറ്റൊരു മുഖമാണ് ഇത്തരം മലയാള സിനിമകളും പിന്തുടർന്നിരുന്നത്. പുലയസ്ത്രീയിലുണ്ടായ തന്റെ മകനെ 'ദത്തെടുക്കുന്ന' (ശ്രീധരൻനായരുടെ ഭാര്യയിൽ അവർക്ക് മക്കളില്ല എന്നത് ശ്രദ്ധിക്കുക) അവസാനരംഗം ദളിത് വിഭാഗങ്ങളോടുള്ള സവർണമേധാവിത്വ

ത്തിന്റെ ദയാവായ്പാണ്'. ഇവനെ മനുഷ്യനായി വളർത്തൂ' എന്നുപറഞ്ഞു പോകുന്ന പോസ്റ്റ്മാൻ സവർണ സാംസ്കാരിക യുക്തിയിൽ മനുഷ്യനാകേണ്ട ഹിന്ദുത്വമെന്ന അധികാരത്തിന്റെ യുക്തിയെ സാധൂകരിക്കുകയും ചെയ്യുന്നു. സവർണ ദേശരാഷ്ട്രത്തിൽ പിന്തള്ളപ്പെടുന്ന ദളിത് ജീവിതത്തിന്റെ സൂചനയാണ് തീവണ്ടിപ്പാളത്തിൽ മരണമടയുന്ന നായികയിലൂടെ ചിത്രീകരിക്കപ്പെടുന്നത്.

മലയാള സിനിമ അറുപതുകളിൽ സാഹിത്യത്തിൽനിന്ന് ധാരാളം കഥാഖ്യാനകൃതികൾ (മുഖ്യമായും നാടകം, നോവൽ, ചെറുകഥ) കടംകൊണ്ടിരുന്നു. നാടുവാഴിത്ത ജന്മിവ്യവസ്ഥയ്ക്കെതിരെയും മുതലാളിത്ത ചൂഷണത്തിനെതിരെയും, വർണവിവേചനത്തിനെതിരെയും ശബ്ദിച്ചിരുന്ന അക്കാലത്തെ സാഹിത്യകൃതികൾ അനുവർത്തനം ചെയ്യപ്പെട്ടതോടെ സിനിമയുടെ രംഗത്തും സാംസ്കാരികമായ ഒരു പൊളിച്ചെഴുത്തു നടക്കുകയുണ്ടായി. എന്നാൽ സാഹിത്യവുമായുള്ള സിനിമയുടെ ബന്ധം സംഭാഷണപ്രധാനമായ ആഖ്യാനങ്ങളിലേക്കാണ് കൂടുതലും സഞ്ചരിച്ചിരുന്നത്. സിനിമയുടെ ദൃശ്യപരതയ്ക്ക് പ്രാധാന്യം നൽകുന്ന സിനിമകൾ അപൂർവമായേ നിർമിക്കപ്പെട്ടിരുന്നുള്ളൂ. *ചെമ്മീൻ, ഭാർഗവീ നിലയം, ഓളവും തീരവും* തുടങ്ങിയ ചില സിനിമകൾ മേൽപ്പറഞ്ഞ രീതിയിൽ സാഹിത്യവുമായി ബന്ധംപുലർത്തുമ്പോൾ തന്നെ ദൃശ്യപരമായ ആവിഷ്കാരങ്ങൾക്ക് ശ്രമിച്ചവയാണ്. വർത്തമാന സിനിമയിൽ സാഹിത്യകൃതികളെ ഉപജീവിച്ചുകൊണ്ടുള്ള സൃഷ്ടി നടത്തുവാൻ ആരും മുതിരുന്നില്ല. അമ്പതുവർഷത്തെ മലയാള സിനിമയുടെ വളർച്ചയിൽ അത് പുതിയ വ്യാകരണരീതികൾ പരീക്ഷിച്ചുകൊണ്ടിരിക്കുകയാണ്.

നാലുകെട്ടും, ഓട്ടുവിളക്കും, സെറ്റും മുണ്ടും, വള്ളുവനാടൻ സംഭാഷണവും കലർന്ന എം ടിയൻ യുഗത്തിന്റെ തുടർച്ച സവർണ നായകന്മാരാൽ പുനരാവിഷ്കരിക്കപ്പെട്ടുകൊണ്ടിരിക്കുന്നത് ഇന്നും കാണാവുന്നതാണ്. സമൂഹത്തിന്റെ സമസ്തമേഖലകളിലും അബോധപരമായി അന്തർലീനമായി കിടക്കുന്ന ഹൈന്ദവ ചിഹ്നങ്ങൾ വീണ്ടും പുറത്തുവരുന്നു. സ്കൂൾ, കോളേജ്, കോടതി, പൊലീസ്, സന്നദ്ധസംഘടനകൾ, ആരാധനാലയങ്ങൾ എന്നിവിടങ്ങളിൽ ഒക്കെ സ്ഥാനം കയ്യേറുന്ന ഹിന്ദുത്വമേധാവികൾ സാംസ്കരികമായ ഇടങ്ങളിലും ഹൈന്ദവ ആശയങ്ങൾ തിരുകികയറ്റിക്കൊണ്ടിരിക്കുന്നു. സാംസ്കാരിക മൂല്യം ഇന്നും സവർണ ഹൈന്ദവ ബിംബങ്ങൾക്ക് ലഭിക്കുന്നതിനാലാണ് ഇവ വീണ്ടും സിനിമയിൽ ചിത്രീകരിക്കപ്പെടുന്നത്. അടിത്തട്ടിൽ നിന്നുള്ള ഒരു ദേശീയവികസന സങ്കൽപ്പം സാക്ഷാൽക്കാരമാകാത്തിടത്തോളം സമ്പത്തിന്റെ വിവിധ മേഖലകൾ കൈകാര്യം ചെയ്യുന്ന സവർണ വർഗങ്ങളുടെ താൽപ്പര്യങ്ങളായിരിക്കും ഈ സിനിമകളിൽ പ്രത്യക്ഷപ്പെടുന്നത്. ആദിവാസികളുടെയോ, ദളിതരുടെയോ ജീവിതം ആവിഷ്കരിക്കുന്ന സിനിമ

കൾ നിർമിക്കുന്നതിനോ, ചിത്രം പ്രദർശിപ്പിക്കുന്നതിനോ ആരും തയാറാവുന്നില്ല എന്ന യാഥാർഥ്യവും നമ്മുടെ സമൂഹത്തിൽ നിലനിൽക്കുന്നുണ്ട്. *ചിതറിയവർ, ഫോട്ടോഗ്രാഫർ* തുടങ്ങിയ സിനിമകളിൽ ഈ വിഷയം കടന്നുവരുന്നുവെങ്കിലും മധ്യവർഗബോധത്തിലും, ബ്രാഹ്മണാധിപത്യത്തിലും തീർത്ത ആശയങ്ങളാണ് ഇവിടെ മേൽക്കൈ നേടുന്നത്. മധ്യവർഗ കാഴ്ചശീലങ്ങൾക്കനുസരിച്ച് രൂപപ്പെടുത്തിയെടുത്ത ദൃശ്യപരിസരത്തിലൂടെയാണ് സിനിമയെപ്പോലെ പൊതുബോധവും സഞ്ചരിക്കുന്നത്. സ്വന്തം ഭൂമിക്കുവേണ്ടി മുത്തങ്ങയിലെ ആദിവാസികൾ നടത്തിയ പോരാട്ടങ്ങൾ ഭരണകൂടവും മുഖ്യധാരാ മാധ്യമങ്ങളും രാഷ്ട്രത്തിനെതിരെയും, നിയമവ്യവസ്ഥിതിക്കെതിരെയും, ജനാധിപത്യത്തിനെതിരെയും എന്നുള്ള കാഴ്ചപ്പാടിലാണ് വീക്ഷിച്ചത്. വിദേശഫണ്ട് സ്വീകരിച്ച്, ആധുനിക യന്ത്രോപകരണങ്ങൾ ഉപയോഗിച്ച് തീവ്രവാദപരമായ അക്രമങ്ങളാണ് ആദിവാസികൾ നടത്തുന്നതെന്ന ഭരണകൂടവാദങ്ങൾ ഭൂമി നഷ്ടപ്പെട്ട് അവരുടെ അവസ്ഥയെ കണ്ടില്ലെന്നു നടിക്കലാണ്. ആധുനിക മധ്യവർഗ അഭിരുചികളാണ് കേരള സംസ്കാരത്തിന്റെ വിവിധ തലങ്ങളിൽ ആധിപത്യം നേടിയിരിക്കുന്നത്. കോടതികൾക്കും മാധ്യമങ്ങൾക്കും, സർക്കാറിനും ഇവരുടെ പ്രശ്നങ്ങളിൽ ഇടപെടുന്നതിനോ മറ്റും സമയമില്ലെന്ന കാഴ്ചയും സമൂഹത്തിൽ പ്രബലമാകുന്നുണ്ട്. മധ്യവർഗ പ്രേക്ഷകന്റെ ദയാവായ്പോടെയുള്ള സമീപനമാണ് സിനിമയും പിന്തുടരുന്നത്.

സ്ത്രീകേന്ദ്രീകൃതമായ പ്രമേയങ്ങൾ ആവിഷ്കരിക്കുന്ന സിനിമകൾ വാണിജ്യപരമായ വിജയം നേടുക കുറവായതിനാൽ പുരുഷാധിപത്യപരമായ വ്യവസ്ഥയുടെ പങ്കാളിയായ പ്രതിനിധാനമേ സ്ത്രീകഥാപാത്രങ്ങൾക്ക് ലഭിക്കുന്നുള്ളൂവെന്ന് കാണാവുന്നതാണ്. സ്ത്രീകഥാപാത്രങ്ങളെ മര്യാദ പഠിപ്പിക്കുകയും, അച്ചടക്കമുള്ള സഹധർമിണിയായി മാറാനുള്ള ഉപദേശങ്ങളാണ് *മധുചന്ദ്രലേഖ*പോലെയുള്ള സിനിമകളും പിന്തുടരുന്നത്. കുടുംബം എന്ന വ്യവസ്ഥയിലെ പ്രകാശം ചൊരിയുന്ന പതിവ്രതാരത്നവും, സ്നേഹംചൊരിയുന്ന മാതൃബിംബവും, കുടുംബനാഥനെ അനുസരിക്കുന്ന അനിയത്തിയും, മകളും എന്നിങ്ങനെയുള്ള ടൈപ്പ് വാർപ്പുമാതൃകയിലൂടെ തന്നെയാണ് ഇപ്പോഴും മലയാള സിനിമയുടെ പൊതുവായ സഞ്ചാരം. നായിക നടിമാർ വർഷന്തോറും മാറിക്കൊണ്ടിരിക്കുന്ന കാഴ്ചശീലമാണ് ഇവിടെ കണ്ടുവരുന്നത്. രണ്ടോ മൂന്നോ വർഷം മാത്രം നിലനിൽക്കുന്ന നടിമാരെ മാത്രമേ പ്രേക്ഷക സമൂഹം സ്വീകരിക്കുന്നുള്ളൂ. വരേണ്യ സൗന്ദര്യബോധത്താൽ തീർത്ത നായിക കഥാപാത്രങ്ങളെ ഹിറ്റുകളാകുന്നുള്ളൂ. അല്ലാത്തവ ജനപ്രിയതയിൽനിന്ന് മാറിനിൽക്കുന്നു. ഗീതുമോഹൻദാസ് അവതരിപ്പിച്ച *ഒരിടം, അകലെ,* നവ്യാനായർ അവതരിപ്പിച്ച *കണ്ണേ മടങ്ങുക* എന്നിവയിലെ

നായികമാരെ ഉദാഹരണമായി എടുക്കാവുന്നതാണ്. സ്ത്രീത്വത്തിന്റെ മാറുന്ന തലങ്ങൾ ആവിഷ്കരിക്കുവാനോ കുടുംബം എന്ന സ്ഥാപനത്തിന് പുറത്തുനിന്ന് സ്ത്രീയെ അവതരിപ്പിക്കാനോ മലയാള സിനിമയിൽ ശ്രമങ്ങളൊന്നും കാണുന്നില്ല. പുരുഷനെ ലൈംഗികമായി തൃപ്തിപ്പെടുത്തുന്ന സ്ത്രീത്വങ്ങളെ ചിത്രീകരിക്കുന്ന സിനിമകളും കുറഞ്ഞ അളവിൽ ഇപ്പോഴും പുറത്തുവരുന്നുണ്ട്.

സവർണ ഹിന്ദു രാജ്യരക്ഷ നായകത്വത്തിലൂടെ ബ്രാഹ്മണാധിപത്യമുറപ്പിക്കുവാനുള്ള ശ്രമങ്ങളുടെ തുടർച്ചയിലെ സിനിമകളാണ് *അശ്വാരൂഢൻ, പ്രജാപതി, ചിന്താമണി കൊലക്കേസ്* എന്നിവ. ഇടതു-വലതു രാഷ്ട്രീയ സംഘടനകളാലും ക്രിസ്ത്യൻ-മുസ്ലീം കൂട്ടുകെട്ടുകളാലും കേരളീയ ഭരണമണ്ഡലം അധഃപതിച്ചിരിക്കുകയാണെന്നും ഹൈന്ദവമൂല്യങ്ങൾ ഉൾക്കൊള്ളുന്ന നവമൂല്യത്തെ മാത്രമേ ഇനി രക്ഷിക്കുവാൻ സാധിക്കുകയുള്ളൂവെന്ന ആശയം ഇത്തരം സിനിമകൾ നിരന്തരം പറഞ്ഞുകൊണ്ടിരിക്കുന്നു.

എഴുപതുകളോടെ മലയാളികൾ ഗൾഫിൽ കുടിയേറുകയും ഗൾഫ് പണം അങ്ങനെ കേരളീയ രാഷ്ട്രീയ വ്യവസ്ഥകളെ നിർണയിക്കുകയും ചെയ്തുപോന്നു. സ്വകാര്യ സ്ഥാപനങ്ങളുടെ വളർച്ചയും, മാഫിയ സംഘങ്ങളുടെ വ്യാപനവും, വ്യാവസായികമായ വളർച്ചയും കേരളത്തിൽ രൂപപ്പെടുകയുണ്ടായി. പരിസ്ഥിതിയെ നശിപ്പിച്ചുകൊണ്ട് വ്യാവസായികരംഗവും കള്ളക്കടത്ത് രംഗവും മുന്നേറുകയുണ്ടായി. സാമൂഹ്യവ്യവസ്ഥയെയും, കുടുംബമൂല്യങ്ങളെയും, സദാചാരം, ലൈംഗികത എന്നിവയെയും ചോദ്യംചെയ്തു വളർന്നുവരുന്ന ഒരു തലമുറയും ഇക്കാലയളവിലെ സിനിമകളിലും കണ്ടുതുടങ്ങി. നെഹ്റുവിയൻ ദേശ-രാഷ്ട്ര വികസനത്തിന്റെ പരാജയം ദേശീയ സിനിമയിൽ പുതിയ നായക സങ്കൽപ്പങ്ങളെ സൃഷ്ടിച്ചു. മലയാള സിനിമയിലും പുതിയ മൂല്യങ്ങളുടെ തകർച്ചയും, നാഗരികവൽക്കരണത്തിന്റെ അരാജകത്വവും ഗ്രാമീണതയോടുള്ള ഗൃഹാതുരത്വവും ഇക്കാലത്തെ സിനിമകൾ ആവിഷ്കരിക്കുകയുണ്ടായി. ഫ്യൂഡൽ ഗൃഹാതുരത്വം പൂർവാധികം ശക്തിയോടെ കണ്ടുവരുന്ന വർത്തമാന സിനിമയിൽ ജനാധിപത്യ ഭരണത്തിന്റെ പോരായ്മകൾക്കും അഴിമതികൾക്കും എതിരെയുള്ള ഒറ്റയാൻ പോരാട്ടത്തിലൂടെ പ്രശ്നപരിഹാരം സാധിച്ചെടുക്കണമെന്ന ആശയങ്ങൾ കൊണ്ടുവരുന്ന സിനിമകളും വളരെ ശക്തിയായി ഇപ്പോഴും വന്നുകൊണ്ടിരിക്കുന്നു. ദിലീപ് നായകനായി വന്ന *റൺവേ, ലയൺ* എന്നീ സിനിമകൾ മാഫിയ സംഘത്തിന്റെ പ്രവർത്തനങ്ങൾക്ക് സമ്മതി നേടിക്കൊടുക്കുന്ന ദൃശ്യാഖ്യാനങ്ങളാൽ സമ്പൂർണമാണ്. ബാലചന്ദ്രൻ അഡിഗ എന്ന 'എല്ലാം' നഷ്ടപ്പെട്ട ബ്രാഹ്മണ നായകന്റെ അധികാര രാഷ്ട്രീയത്തിലൂടെയുള്ള യാത്രയാണ് *വാസ്തവം* എന്ന സിനിമ. വർത്തമാനകാലത്ത് മാനുഷികവും

രാഷ്ട്രീയവുമായ പുതിയ മൂല്യസങ്കൽപ്പങ്ങൾ അവതരിപ്പിക്കപ്പെടുകയാണ്.

മുഖ്യധാരാ ഭാഷാ സംസ്കാരത്തിന്റെ ആധിപത്യത്തിനെതിരെ നിരവധി പ്രാദേശിക ഭാഷകളുടെ കടന്നുവരവ് ഇന്നു കാണാവുന്നതാണ്. നായകന്റെ ആണത്താധികാരത്തിൽ മാത്രമേ ഇത്തരം ഭാഷാസംസ്കാരം പുരോഗമനപരമായ സ്വഭാവം കാണിക്കുകയുള്ളൂവെന്നും തിരിച്ചറിയേണ്ടതാണ്. *രാജമാണിക്യം, തുറുപ്പുഗുലാൻ, ബെൻ ജോൺസൺ* തുടങ്ങിയ നിരവധി സിനിമകൾ ഇത്തരത്തിൽ വിശകലനം ചെയ്യാവുന്നതാണ്. മലയാള സിനിമയ്ക്ക് ആദ്യകാലത്ത് തമിഴ് സിനിമയുമായി മത്സരിക്കേണ്ടിവന്നതായി പറയുന്നു. തമിഴിൽ നിന്നുള്ള വ്യത്യസ്തതയാണ് പിന്നീടിങ്ങോട്ട് മലയാള സിനിമ ശ്രമിച്ചുകൊണ്ടിരുന്നത്. എന്നാൽ ഇന്നത്തെ സിനിമയിലൂടെ നായകസങ്കൽപ്പത്തിലും, അവതരണം, സാങ്കേതികത, ഗാനരംഗങ്ങൾ എന്നിവയിലെല്ലാം തമിഴ്സിനിമ സ്വാധീനിച്ചുകൊണ്ടിരിക്കുന്നു. സൂപ്പർ താരങ്ങളുടെ കഥാപാത്രനിർമിതി കൂടാതെ കലാഭവൻ മണിയുടെ കഥാപാത്ര അവതരണത്തിലുംവരെ തമിഴ് സ്വാധീനം വന്നെത്തിയിരിക്കുന്നു. വികലാംഗനും, മാനസിക വളർച്ച എത്താത്തതുമായ നായക കഥാപാത്രങ്ങളുടെ വിജയത്തിനുശേഷം വീരനായകന്മാരുടെ വേഷത്തിലെത്തി നിൽക്കുന്ന കലാഭവൻ മണിയുടെ ശരീരഭാഷ കറുത്തവന്റെ സംസ്കാരത്തിന്റെ ഒരു സൂചകമാണ്. തെരുവിന്റെ ജീവിതം നയിക്കുന്ന ഇത്തരം കഥാപാത്രങ്ങളിലും സവർണ ബിംബങ്ങളുടെ ഒരംശം അടങ്ങിയിരിക്കുന്നതും കാണാം.

മ്യൂസിക് ആൽബങ്ങളുടെ വളർച്ച സിനിമയിലെ ഗാനങ്ങൾക്കും ഗാനരംഗങ്ങൾക്കും പുതിയൊരു ആവിഷ്കരണ മേഖലകളെ സൃഷ്ടിക്കാൻ പ്രേരിപ്പിച്ചിട്ടുണ്ട്. സിനിമയുടെ പ്രമേയവുമായി ബന്ധപ്പെടാത്ത പരിസരങ്ങളും ഗാനരംഗങ്ങളിൽ കണ്ടുവരുന്നുണ്ട്. കേരളത്തിൽ നടക്കുന്ന കഥകൾക്ക് വിദേശഗാനരംഗങ്ങൾ അതിവിദഗ്ധമായി കടന്നുവരുന്നു. നാടൻപാട്ടിന്റെയും മാപ്പിളപ്പാട്ടിന്റെയും ഈണത്തിലുള്ള ഗാനങ്ങൾ വരേണ്യസംഗീതത്തിനും സംസ്കാരത്തിനും ബദലായി നിലകൊള്ളുന്നുണ്ട്. സിനിമയുടെ വിപണനത്തിന് ഇത്തരം ഗാനങ്ങൾ മുഖ്യപങ്കുവഹിക്കുന്നുണ്ട്. കൂടാതെ ജനാധിപത്യപരമായ ബഹുസാംസ്കാരികതയുടെ പ്രതിനിധാനത്തിനും ഇവ സഹായകമാവുന്നു. യേശുദാസിന്റെ സംഗീത പ്രപഞ്ചകേന്ദ്രത്തിൽനിന്നുള്ള വിടുതലും പുതിയ നിരവധി ഗായകരുടെയും സംഗീത സംവിധായകരുടെ കടന്നുവരവും സിനിമയുടെ വർത്തമാനത്തെ വ്യത്യസ്തമാക്കുകയാണ്.

ആദ്യകാല ക്യാമ്പസ് സിനിമകളിൽ കാണുന്ന പ്രണയവും അപസർപ്പക സ്വഭാവവും എഴുപതുകളിലെത്തുമ്പോൾ സ്വത്വബോധത്തിന്റെയും പ്രണയദുരന്തത്തിന്റെയും വ്യത്യസ്ത തലങ്ങളിലേക്ക് സഞ്ചരി

ക്കുകയാണുണ്ടായത്. തൊണ്ണൂറുകളിൽ ക്യാമ്പസിലെ അക്രമാസക്തമായ രാഷ്ട്രീയത്തെ ആവിഷ്കരിച്ച സിനിമകൾ പിന്നീട് അരാഷ്ട്രീയവൽക്കരിക്കപ്പെട്ട, ഉപഭോഗ സംസ്കാരത്തിന്റെ പ്രതിനിധികളായ യുവത്വത്തെയാണ് ചിത്രീകരിച്ചത്. ലക്ഷ്യത്തിന് അക്രമാസക്തമായ മാർഗങ്ങൾ സ്വീകരിച്ച യുവത്വത്തെയാണ് പിന്നീട് കാണുന്നത്. പ്രാദേശികവും പാശ്ചാത്യവുമായ അഭിരുചികളോടെ ആനന്ദനൃത്തമാടുന്ന 'ലജ്ജാവതി'മാരും മലയാള സിനിമയുടെ മധ്യവർഗ അഭിരുചിയെ തൃപ്തിപ്പെടുത്തുന്നവയാണ്. വിപണിയെ സ്വാധീനിക്കുന്ന വിധത്തിൽ സിനിമകൾ നിർമിക്കപ്പെടുന്നു. മൊബൈൽ ഫോണുകളിൽ റിംഗ്ടോണുകൾ വഴി സിനിമയുടെ പരസ്യം വിപണനം ചെയ്യപ്പെടുന്നു. കൂടാതെ സംവിധായകന്റെയോ, നടന്റെയോ 'വോയ്സ് മെയിലി'ലൂടെ സിനിമയുടെ പരസ്യം യുവാക്കളിൽ എത്തുന്ന അവസ്ഥയും സംജാതമായിരിക്കുന്നു. മൊബൈൽ ഫോണുകളിൽ പാട്ടുരംഗങ്ങൾ ഡൗൺലോഡ് ചെയ്ത് സ്വീകരിക്കാവുന്നതിനുമപ്പുറം സാങ്കേതിക വിദ്യ വളർന്നിരിക്കുന്നു. മൊബൈൽ ഫോണുകളെ ഉപയോഗിച്ച് സിനിമ നിർമിക്കാനും പ്രദർശിപ്പിക്കാനുമുള്ള തുടക്കങ്ങളും വർത്തമാന സിനിമയുടെ പ്രത്യേകതകളാണ്.

ഒരു നോവലെഴുതുന്നതുപോലെയോ, കവിത എഴുതുന്നതുപോലെയോ ക്യാമറ ഉപയോഗിച്ച് ഹ്രസ്വ ചിത്രങ്ങൾ നിർമിക്കാവുന്നതാണ്. സാങ്കേതിക വിദ്യയിലുണ്ടാകുന്ന വളർച്ച സാമ്പ്രദായിക സിനിമാപ്രവർത്തകരെ ഭയപ്പെടുത്തുന്നുണ്ട്. വി കെ പ്രകാശ് സംവിധാനംചെയ്ത ആദ്യത്തെ ഡിജിറ്റൽ സിനിമയായ *മൂന്നാമതൊരാൾ* സിനിമാപ്രിന്റില്ലാതെ 'നഗരകേന്ദ്രീകൃതമായ റിലീസിങ്ങ്' എന്ന സമ്പ്രദായത്തെ മറികടക്കാൻ പര്യാപ്തമായതാണ്. കുത്തക സിനിമാതിയറ്ററുകാരുടെയും ഫിലിം ഡിസ്ട്രിബ്യൂഷൻ കമ്പനികളുടെയും അധികാരപ്രയോഗങ്ങൾ ഇത്തരം പുതുപ്രവണതകളെ മുന്നോട്ടു കൊണ്ടു പോവുന്നതിൽനിന്ന് തടയുന്നുണ്ട്. താരപദവി എങ്ങനെയാണ് സിനിമയെയും സമൂഹത്തെയും സ്വാധീനിക്കുന്നതെന്നതിനെക്കുറിച്ച് വിവിധ പഠനങ്ങൾ വന്നിട്ടുണ്ട്. താരങ്ങൾക്ക് മാത്രം തിയേറ്റർ ലഭിക്കുന്ന (റിലീസിങ്ങിന്) അവസ്ഥ മാറുവാൻ ഡിജിറ്റൽ സംപ്രേക്ഷണം സാധ്യമാകുന്നു.

കമ്പ്യൂട്ടർ സാങ്കേതികവിദ്യയുടെ ഫലമായി പഴയ സിനിമകളെ പുതിയതാക്കി (നിറത്തിലും ശബ്ദത്തിലും എഡിറ്റിങ്ങിലും) പ്രദർശിപ്പിക്കുന്ന രീതിയും ഇന്ത്യൻ സിനിമയിൽ നടപ്പിലാക്കി വരുന്നുണ്ട്. ഉദാ: *മൈഡിയർ കുട്ടിച്ചാത്തൻ*. കൂടാതെ ഇന്റർനെറ്റ് വഴിയുള്ള സിനിമകളിൽ പ്രേക്ഷകരുടെ അഭിരുചികൾക്ക് അനുസരിച്ച് ക്ലൈമാക്സ് രംഗങ്ങൾ തിരഞ്ഞെടുക്കാനും ഇന്ന് സാധ്യമാണ്. മൊബൈൽ ഫോണുകൾ വഴി സിനിമ കാണുവാനുള്ള സാധ്യതയും വിദൂരമല്ല. യാഥാർഥ്യത്തെ പകർത്തുക എന്ന രീതി കമ്പ്യൂട്ടർ സാങ്കേതികവിദ്യയുടെ ഈ കാലത്ത്

മാറിയിരിക്കുന്നു. യാഥാർഥ്യത്തെ മറികടന്നുള്ള അതിയാഥാർഥ്യങ്ങൾ സിനിമയിൽ പ്രത്യക്ഷപ്പെടുന്നു. ഗ്രാഫിക്സിലും, ക്യാമറയുടെ ചലനങ്ങളിലും എഡിറ്റിങ്ങിലുമെല്ലാം പുതിയ രീതികൾ വന്നുകൊണ്ടിരിക്കുന്നു. വേഗതയാർന്ന എഡിറ്റിങ് രീതിയിലൂടെ കഥാഖ്യാനത്തെയും ജീവിതത്തെയും കൂടുതൽ ചലനാത്മകമാക്കുന്നു. 'ആക്ഷൻ സിനിമ'കൾക്കും 'മാന്ത്രിക സിനിമകൾക്കും പുതിയ സാങ്കേതികവിദ്യകൾ പ്രയോഗിക്കപ്പെടുന്നു. ഡിജിറ്റൽ വിപ്ലവത്തിന്റെ ഫലമായി സി ഡി., ഡി വി ഡി എന്നിവയുടെ വർധന, സിനിമയുടെ രസതന്ത്രത്തെക്കുറിച്ച് പഠിക്കുവാൻ സഹായകമാവുന്നുണ്ട്.

ആദ്യകാല സിനിമകളിൽ ഹിന്ദു–മുസ്ലിം സൗഹാർദത്തിന്റെ കുറേയേറെ രംഗങ്ങളെല്ലാം കാണാമായിരുന്നുവെങ്കിൽ ഇന്നത്തെ സിനിമകളിൽ ഈ വിഭാഗങ്ങൾ തമ്മിൽ ശത്രുതയോടെ പോരാടുന്നതും അല്ലെങ്കിൽ ഹിന്ദുകഥാപാത്രത്തിന്റെ നിഴലിൽ കഴിയേണ്ട ഒരു കഥാപാത്രമായി മുസ്ലിമിനെ ചുരുക്കി ചിത്രീകരിക്കുന്നതുമാണ് കാണുന്നത്. ദേശത്തിന്റെ വില്ലൻ എന്ന ആദ്യഘട്ടത്തിൽനിന്ന് മുസ്ലിം സ്വത്വങ്ങൾ രാഷ്ട്രത്തിനു ഭീഷണിയാകുന്ന ഭീകരവാദിയായി രൂപംപ്രാപിക്കുന്നത് ഏതാണ്ട് തൊണ്ണൂറുകളോടെയാണ്. ലോകവ്യാപകമായി മുസ്ലിമിനെ ഭീകരനായി ചിത്രീകരിക്കുന്നതിന്റെ പശ്ചാത്തലത്തിൽ വേണം മലയാള സിനിമയിലെ മുസ്ലിം പ്രതിനിധാനങ്ങളെ വിശകലനം ചെയ്യേണ്ടത്. ഹിന്ദുവിന്റെ ശത്രു മുസ്ലിം എന്ന ഫാസിസ രസതന്ത്രവും മുസ്ലിം സമം ഭീകരവാദി എന്ന ആഗോള സമവാക്യവും ഫലപ്രദമായി മലയാള സിനിമയും ഉപയോഗപ്പെടുത്തുന്നു. *കീർത്തിചക്ര, ബാബാ കല്യാണി* എന്നീ സിനിമകളിലും പ്രത്യക്ഷപ്പെടുന്ന ഇത്തരം ലഘുസമവാക്യങ്ങൾ കേരളസാംസ്കാരിക മണ്ഡലത്തിലെ ശക്തമായിക്കൊണ്ടിരിക്കുന്ന വർഗീയ രാഷ്ട്രീയത്തിന്റെ സൂചനകളാണ്. ഇന്ത്യൻ സിനിമയിൽ ആദ്യകാലത്ത് പ്രകടമായിരുന്ന സവർണ ഹിന്ദു വ്യവഹാര ഘടന പിന്നീട് ചെറിയ മാറ്റങ്ങൾക്ക് വിധേയമായെങ്കിലും കേരള സംസ്കാരത്തിൽ ഇതിന്റെ ശക്തിപ്പെടലാണ് ഇന്നു കാണാനാവുന്നത്.

ഏതൊരു സിനിമയും സ്വയം വിപണി കണ്ടെത്തണമെന്ന രീതി ഇന്ന് രൂപപ്പെട്ടിരിക്കുന്നു. അതുകൊണ്ട് ഫിലിം ഫെസ്റ്റിവലിൽ ഓടുന്നതിനനുസരിച്ചും സിനിമകൾ 'പാക്ക്' ചെയ്ത് നിർമിക്കുന്നുണ്ട്. കേരളീയ നവോത്ഥാനം പുറന്തള്ളിയ പ്രതിലോമപരമായ ആശയങ്ങൾപോലും വിദേശ മാർക്കറ്റിനനുസരിച്ച് നിർമിക്കപ്പെടുന്നു. (സിനിമയിലെ വരേണ്യ, ക്ലാസിക് വിഭജനങ്ങൾ അപ്രത്യക്ഷമാവുകയും സിനിമയുടെ രാഷ്ട്രീയം പ്രധാനമാവുകയും ചെയ്യുന്നു) നവ സാമ്പത്തികക്രമത്തിന്റെ ഫലമായി സാംസ്കാരിക രംഗത്ത് നിന്നുള്ള ഭരണകൂടത്തിന്റെ പിൻവാങ്ങൽ സിനിമകൾക്ക് സ്വന്തമായ വിപണിയും ജനപ്രിയമായ ആവിഷ്കരണ

രീതികളും അവലംബിക്കേണ്ടിവന്നു. വിദേശമലയാളി സംവിധായകർ സ്വത്വരാഷ്ട്രീയം, പ്രാദേശിക വിഷയം, ആഗോളീയവിഷയം എന്നീ മേഖലകളിൽ സിനിമകൾ ചെയ്യുകയുണ്ടായി. *സഞ്ചാരം, ഭവം, ജന്മദിനം, മരണ സിംഹാസനം വീട്ടിലേക്കുള്ള വഴി* എന്നീ സിനിമകൾ ഇത്തരത്തിലുള്ള വിഷയങ്ങളെ ആസ്പദമാക്കി നിർമിക്കപ്പെട്ടവയാണ്. ഈ സിനിമകൾ മിക്കതും ഇന്ത്യൻ ഫിലിംഫെസ്റ്റിവലിലും വിദേശ ഫിലിം ഫെസ്റ്റിവലിലും പ്രദർശിപ്പിച്ചവയുമാണ്.

കുടുംബകേന്ദ്രിതമായ സിനിമകളാണ് പൊതുവെ കഴിഞ്ഞ അമ്പതുവർഷമായി മലയാളത്തിൽ ജനപ്രിയമാകുന്നത്. എന്നാൽ എൺപതുകളിലെ ചില സിനിമകൾ മധ്യവർഗകുടുംബത്തിലെ അധികാരബന്ധങ്ങളെയും സ്ത്രീ–പുരുഷബന്ധങ്ങളെയും വ്യത്യസ്തമായി നോക്കിക്കാണുവാൻ ശ്രമിച്ചിരുന്നു. രതിയുടെയും ഹിംസയുടെയും വ്യത്യസ്ത ആഖ്യാനങ്ങൾ ഇക്കാലത്ത് പുറത്തുവന്നിരുന്നു. തൊണ്ണൂറുകളിൽ ടെലിവിഷൻ ചാനലുകൾ കുടുംബകഥകൾ സീരിയലാക്കി പ്രക്ഷേപണം ചെയ്തുതുടങ്ങിയെങ്കിലും മലയാള സിനിമയിൽ ഇന്നും കുടുംബപശ്ചാത്തലത്തിന്റെ അടിത്തറയിലാണ് വ്യത്യസ്ത പ്രമേയങ്ങൾപോലും ആവിഷ്കരിക്കപ്പെടുന്നത്. ക്യാപസ് ജീവിതം ആവിഷ്കരിക്കുന്ന സിനിമകളിൽ ജനപ്രിയമാകുന്നതിൽ കൂടുതലും കുടുംബപശ്ചാത്തലം വിഷയമാകുന്നവയാണ്. സമൂഹത്തിൽ വ്യത്യസ്ത ജീവിതം നയിക്കുന്ന യുവത്വത്തെ ആവിഷ്കരിക്കുന്ന 'കൊട്ടേഷൻ' സിനിമകൾ രാഷ്ട്രത്തിനും കുടുംബത്തിനും ഭീഷണിയാകുന്നതിനാൽ അവ ജനപ്രിയ സിനിമയായി മാറുന്നില്ല. അഴിമതിക്കെതിരെ, അനീതിക്കെതിരെ, നെറികെട്ട മതരാഷ്ട്രീയത്തിനും കക്ഷിരാഷ്ട്രീയത്തിനുമെതിരെ ഒറ്റയാൻപോരാട്ടം നടത്തുന്ന പൊലീസ് നായകന്മാർ വിജയം നേടുന്നതും മലയാള സിനിമയിൽ കാണാം.

വ്യത്യസ്ത പ്രമേയങ്ങൾ സ്വീകരിച്ച ബ്ലസിയുടെ *കാഴ്ച, തന്മാത്ര, പളുങ്ക്* പ്രണയം എന്നീ സിനിമകളിലും കുടുംബം ഒരു കേന്ദ്രഘടകമാണ്. ഭൂകമ്പത്തിൽ സർവവും നഷ്ടപ്പെട്ട ബാലന്റെ ദയനീയാവസ്ഥ ചിത്രീകരിക്കുന്നതും കുടുംബപശ്ചാത്തലത്തിലാണ്. തമിഴ് നാടോടികളുടെ പ്രാന്തവൽക്കൃത ജീവിതം ചിത്രീകരിക്കുന്ന *കറുത്തപക്ഷികൾ* സിനിമയിലും ഒരു മധ്യവർഗ കുടുംബത്തിന്റെ പ്രച്ഛന്നരൂപം കാണാം. ഒരു മാധവൻനായരുടെയും രാഘവൻനായരുടെയും പ്രതിഛായ ഈ കുടുംബകഥയിൽ അബോധമായി അടങ്ങിയിരിക്കും. സാമൂഹ്യപ്രാധാന്യമുള്ള വിഷയങ്ങളെ കുടുംബകഥകളുടെ ടിപ്പിക്കൽ സ്വഭാവത്തിലേക്ക് ചുരുക്കുന്ന ആഖ്യാനം വർത്തമാന സിനിമകളിലും കാണാം. പുരുഷന്റെ സംരക്ഷണാധികാരത്തിൽനിന്നും പുറത്തുവന്നാൽ സ്ത്രീകൾക്കു സംഭവിക്കുന്ന പ്രശ്നങ്ങളാണ് *അച്ഛനുറങ്ങാത്ത വീട്* എന്ന സിനിമയിലും

പറയാൻ ശ്രമിക്കുന്നത്. കുടുംബത്തെ അലോസരപ്പെടുത്തുന്ന ഘടകങ്ങൾ പറയാൻ ഇത്തരം സിനിമകൾ ശ്രമിക്കുന്നില്ല. *മഞ്ഞുപോലൊരു പെൺകുട്ടി* സാമ്പത്തികമായി പരാജയപ്പെട്ടത് അതിൽ ഒരു തരത്തിൽ കുടുബപ്രേക്ഷകരെ അലോസരപ്പെടുത്തുന്ന ദൃശ്യങ്ങൾ ഉള്ളതിനാലാണ്. ലൈംഗികതയുടെ ചെറിയ ദൃശ്യങ്ങൾപോലും 'കുടുംബ ചിത്രങ്ങൾ' കൈകാര്യം ചെയ്യുമ്പോൾ വിളറുന്ന പ്രേക്ഷകസമൂഹത്തെയും ഇവിടെ കാണാം. മധ്യവയസ്കരായ സൂപ്പർതാരങ്ങളുടെ വാർപ്പുമാതൃകയിലേക്ക് ചുരുങ്ങുന്ന പ്രമേയങ്ങളാണ് മറ്റൊരു തരത്തിൽ വർത്തമാന സിനിമയിൽ കാണപ്പെടുന്നത്. എന്നാൽ വ്യത്യസ്താനമേയങ്ങളും ആവിഷ്കരണങ്ങളുമായി പുറത്തു വന്ന സിനിമകളാണ് *പാസഞ്ചർ, ട്രാഫിക്, കോക്ക്ടൈൽ, ചാപ്പാ കുരിശ്, സാൾട്ട് ആന്റ് പെപ്പർ* തുടങ്ങിയവ. ഇവയിൽ രണ്ടു ചിത്രങ്ങൾ ഹിറ്റുകളായി മാറി. മലയാള സിനിമ മാറി കൊണ്ടിരിക്കുകയാണെന്നാണ് ഇത് സൂചിപ്പിക്കുന്നത്. ഇത്തരത്തിൽ സവർണമധ്യവർഗ രാഷ്ട്രീയത്തിന്റെ താൽപ്പര്യങ്ങളിൽ നിന്ന് വ്യത്യസ്തമായ് പാകപ്പെടുത്തിയ ഒരു സാംസ്കാരികോൽപ്പന്നമായി വർത്തമാന സിനിമ മാറുന്നതായി കാണാവുന്നതാണ്.

ഋതുഭേദങ്ങൾ സ്പർശിക്കാത്ത സ്ത്രീ

വിവാഹപൂർവ ലൈംഗികതയും കുടുംബേതര ലൈംഗികതയും മലയാള സിനിമയിൽ പലപ്പോഴായി ചർച്ച ചെയ്തിട്ടുള്ളതാണ്. തീർച്ചയായും ഇത് കുടുംബം/സമൂഹം, സ്ത്രീ/പുരുഷൻ, അധീശത്വം/വിധേയത്വം എന്നീ വിരുദ്ധ ദ്വന്ദ്വങ്ങളെ പലപ്പോഴായി വിശകലനവിധേയമാക്കിയിട്ടുണ്ട്. ദേശീയതലത്തിൽ ശ്രദ്ധിക്കപ്പെട്ട ആദ്യമലയാള സിനിമയായ *നീലക്കുയിൽ* (1954) വിവാഹപൂർവലൈംഗികതയുടെ പരിണതഫലങ്ങൾ പേറുന്നവയാണ്. ശ്രീധരൻനായർക്ക് ദളിതയായ നീലിയിൽ ഉണ്ടാവുന്ന കുഞ്ഞ് ഇവിടെ ഒരു പ്രശ്നവിഷയമാകുന്നു. ജാതിവ്യവസ്ഥയുടെ നിയമങ്ങൾ 'ലംഘിച്ച' നീലിക്ക് അവളുടെ ജീവൻ തന്നെയാണ് ഒരുതരത്തിൽ കളയേണ്ടിവന്നത്. "ലിംഗപദവി എന്നു പറയുന്നത് ഒരു വിഷയിസ്ഥാനം മാത്രമല്ല, പ്രത്യയശാസ്ത്രത്തിന്റെ ബാഹ്യമായ ഇടപെടലും തെരഞ്ഞെടുപ്പുമാണ്. പക്ഷെ, ഇത് സാമൂഹിക പ്രവർത്തനങ്ങളിൽ വ്യക്തികളിൽ സ്വയംപ്രേരണ നൽകുകയും അവരുടെ ലൈംഗിക ചോദനകളെ ആത്മീകരിക്കുകയും ചെയ്യുന്നു. ഇത് കേവലം ജീവശാസ്ത്രപരമായ ഒന്നല്ലാ"യെന്ന് ജുഡിത്ത് ബട്ട്ലർ അഭിപ്രായപ്പെടുന്നുണ്ട്. ശാരീരികമായ വ്യത്യസ്തതകളെക്കാൾ സാംസ്കാരികാചാരങ്ങളാണ് സ്ത്രീ–പുരുഷന്മാർ എന്ന ദ്വന്ദ്വത്തെ നിർമിക്കുന്നത്. സമൂഹത്തിൽ ഇരട്ട ദളിതത്വം പേറുന്ന നീലി, ശ്രീധരൻനായരുടെ പ്രവൃത്തികളെ എതിർക്കുന്നില്ല. തന്റെ തന്നെ 'പോരായ്മ'യായിട്ടാണ് കാണുന്നത്. ജാതിപരവും സാമൂഹികവും രാഷ്ട്രീയവുമായ പ്രത്യയശാസ്ത്രങ്ങളുടെ പ്രവർത്തനത്തിലൂടെ നീലി പിന്തള്ളപ്പെടുന്നതായാണ് കാണുന്നത്. മക്കളില്ലാത്തതിനാൽ ദത്തെടുക്കപ്പെട്ട കുട്ടിയെന്നോണം മോഹനൻ, ശ്രീധരൻനായരുടെയും നളിനിയുടെയും മകനായി സ്വീകരിക്കപ്പെടുന്നു. വിവാഹപൂർവബ

ന്ധത്തിലെ മകൻ സ്വീകരിക്കപ്പെടുന്നത് നളിനിക്ക് ശ്രീധരൻനായരിൽ കുട്ടികളില്ലാത്തതിനാലാണ്. നളിനിയുടെ 'കഴിവുകേട്' (സ്ത്രീക്ക് വിവാഹാനന്തരം കുട്ടികളുണ്ടാവണമെന്ന പൊതുബോധം, പ്രസവിക്കേണ്ടവളാണ് സ്ത്രീ എന്നിങ്ങനെ) അങ്ങനെ ഭർത്താവിന്റെ ആദ്യബന്ധത്തിലുണ്ടായ കുട്ടിയുടെ സ്വീകരണത്തിലൂടെ മാഞ്ഞുപോകുന്നു. നളിനി ഉത്തമ കുടുംബിനിയായും അമ്മയായും മാറുന്നു. ഭർത്താവിന്റെ കുഞ്ഞ് തന്റെയും കുഞ്ഞാണെന്ന് നളിനി കരുതുന്നു. പുരുഷൻ ചെയ്ത് 'തെറ്റ്' തിരുത്തേണ്ടവളാണ് സ്ത്രീയെന്ന പൊതുബോധത്തെ ഇവിടെ നിളിനി സാധൂകരിക്കുകയും ചെയ്യുന്നു. ജാതീയമായി പിന്നോക്കക്കാരിയായ നീലിക്ക് ജാതിയധിഷ്ഠിത സമൂഹത്തിൽ ശ്രീധരൻനായരുടെ ഭാര്യയായി ജീവിക്കാൻ സാധ്യമല്ല. അതിനാൽ-നീലി-ശ്രീധരൻനായർ എന്നിവരുടെ സംയോഗത്തിൽനിന്ന് പവിത്രീകരിക്കപ്പെട്ട മോഹനൻ, നളിനി ഗർഭിണിയാവാത്തതിനാൽ (സംവരണത്താലെന്നു പറയാം) കുടുംബത്തിലേക്ക് സ്വീകരിക്കപ്പെടുന്നതാണ് *നീലക്കുയിൽ* സിനിമയിലൂടെ വായിച്ചെടുക്കാവുന്നത്.

കുടുംബത്തിന്റെ സുരക്ഷയ്ക്ക് ബാഹ്യബന്ധങ്ങളും പൂർവബന്ധങ്ങളും തടസമാണെന്ന് അറുപതുകളിലെ സിനിമകളിലും കാണുന്നുണ്ട്. അതിനാൽ കുടുംബബാഹ്യബന്ധത്തിലേക്ക് നടന്നുനീങ്ങിയ കറുത്തമ്മയ്ക്ക് മരണമാണ് സിനിമ വിധിച്ചത്. പാപത്തിന് ശിക്ഷ ലഭിക്കുമ്പോൾ കുടുംബഘടന ഇവിടെ ശക്തിപ്പെടുകയാണുണ്ടായത്.

കുഞ്ചാക്കോ സംവിധാനംചെയ്ത *ഭാര്യ* (1962) കുടുംബജീവിതത്തിൽ കുടുംബനാഥന് പരസ്ത്രീകളുമായുള്ള ബന്ധത്തെത്തുടർന്നുണ്ടായ സംഭവവികാസങ്ങളെ ആഖ്യാനം ചെയ്യുന്ന സിനിമയാണ്. ഭാര്യാഭർത്താക്കന്മാരായ ലീലാമ്മയും ബെന്നിയും അവരുടെ രണ്ടുമക്കളുമൊത്ത് ഉല്ലാസയാത്ര നടത്തുന്ന രംഗങ്ങളോടെയാണ് സിനിമ തുടങ്ങുന്നത്. ബെന്നി നടത്തുന്ന ട്യൂട്ടോറിയൽ കോളേജിൽ പുതിയതായി വരുന്ന വിദ്യാർഥിനിയായ ഗ്രേസിയുമായി അയാൾ അടുപ്പത്തിലാകുന്നു. സാമ്പത്തിക വിഷയത്തെത്തുടർന്ന് ബെന്നി ലീലാമ്മയെ കൊലപ്പെടുത്തുകയും ജയിലിലാവുകയും ചെയ്യുന്നു. ബെന്നിയുടെ കുടുംബ ബാഹ്യബന്ധമാണ് ആ കുടുംബത്തിന്റെ തകർച്ചയ്ക്ക് കാരണമെന്നാണ് സിനിമ പറയുന്നത്. പൊതുസ്ഥലത്ത് വ്യവഹരിക്കുന്ന പുരുഷന്റെ 'അനാശാസ്യ'മായ സ്വഭാവമാണ് അയാളുടെ കുടുംബത്തെ തകിടംമറിക്കുന്നത്. മോഹസാഫല്യം തേടിയുള്ള പരക്കംപാച്ചിലിൽ ബെന്നിയുടെ കുടുംബം ദുർബലവും ശിഥിലവുമാകുന്നു. ഇവിടെ പുരുഷന് കുടുംബസൗഖ്യം ഒരുവശത്തും പ്രണയം/പരസ്ത്രീബന്ധം മറുവശത്തുമായി ലഭിക്കപ്പെട്ടു. എന്നാൽ, ഈ 'ഇരട്ടത്താപ്പ്' സൗകര്യം ലീലാമ്മയ്ക്ക് ലഭിക്കുന്നില്ല. ലീലാമ്മ കുട്ടികളുമായി ഗാഢവും വികാരോഷ്മളവുമായ ബന്ധം പുലർത്തി മാതൃത്വം ശക്തിപ്പെടുത്തി. ഇവിടെ സിനിമ ഒരേസമയം സ്ത്രീയെയും പുരുഷനെയും ചില കർത്തൃത്വങ്ങളിൽ തിരിച്ചിടുകയും

അതിന്റെ സ്ഥാപകരാക്കി മാറ്റുകയും ചെയ്യുന്നു. പുരുഷൻ കുടുംബത്തിലും സമൂഹത്തിലും ചെയ്യേണ്ട ജോലികൾ എന്തൊക്കെയാണെന്ന് രാഷ്ട്രം അനുശാസിക്കുന്നുണ്ട്. ഇത് ലംഘിച്ചതിന്റെ ശിക്ഷയാണ് ബെന്നി അവസാനം ഏറ്റുവാങ്ങുന്നത്. നീതിന്യായത്തിന്റെ മുന്നിൽ അയാൾ കുറ്റം സമ്മതിക്കുന്നത് തന്റെ തെറ്റ് തിരിച്ചറിഞ്ഞതിന്റെ കാരണത്താലാണ്.

പുതിയ നിർവചനങ്ങൾ

പത്തൊൻപതാം നൂറ്റാണ്ടിന്റെ ആരംഭം മുതൽ തന്നെ വ്യക്തിയെക്കുറിച്ചും കുടുംബത്തെക്കുറിച്ചുമുള്ള ആധുനിക സങ്കൽപ്പങ്ങൾക്ക് നവോത്ഥാന ദേശീയ പ്രസ്ഥാനങ്ങൾ, പത്രമാസികകൾ, വിദ്യാലയങ്ങൾ, ക്രൈസ്തവ സംഘടനകൾ എന്നിവർ നേതൃത്വം നൽകി തുടങ്ങിയിരുന്നു. പൊതുസ്ഥലം/സ്വകാര്യസ്ഥലം, അകം/പുറം, കുടുംബം/സമൂഹം എന്നിങ്ങനെയുള്ള നിരവധി ദ്വന്ദ്വങ്ങളിലൂടെ സ്ത്രീപുരുഷബന്ധത്തെയും അവരുടെ കർത്തൃത്വത്തെയും നിർവചിക്കാനും തുടങ്ങി. ഇത്തരത്തിൽ രൂപപ്പെട്ടുതുടങ്ങിയ കേരളീയ ആധുനികീകരണത്തിൽ പിതാവിൽ കേന്ദ്രീകരിച്ച മക്കത്തായ കുടുംബം നിർമിക്കപ്പെടുകയും ഭാര്യയുടെ പാതിവ്രത്യവും സംരക്ഷണവും പുരുഷനിൽ നിക്ഷിപ്തമാവുകയും ചെയ്യുന്നു. പുരുഷനിലാണ് കുടുംബത്തിന്റെ അധികാരം നിക്ഷിപ്തമെന്നും സ്ത്രീ കുടുംബത്തിനകത്തെ പ്രവൃത്തികളിൽ ഏർപ്പെടുന്നവളായിരിക്കണമെന്നുമുള്ള വിശ്വാസം പൊതുവേ ഇരുപതാം നൂറ്റാണ്ടിന്റെ ആദ്യനാളുകളിൽത്തന്നെ സകല സമുദായങ്ങളും വച്ചുപുലർത്തിയിരുന്നു. *നിർമാല്യം* (1973) സിനിമയിൽ വെളിച്ചപ്പാടിന് സ്വന്തം കുടുംബം പുലർത്താനുള്ള സാമ്പത്തികശേഷി ഇല്ലാതെ വരുമ്പോഴാണ് ഭാര്യയും മകളും മകനുമെല്ലാം വഴിതെറ്റിപ്പോകുന്നത്. ധനസമ്പാദനശേഷിയില്ലാത്തവൻ പെണ്ണുകെട്ടാൻ നടക്കരുതെന്ന് നായർ സമുദായ നേതാവായിരുന്ന മന്നത്ത് പദ്മനാഭൻ തന്റെ പ്രസംഗങ്ങളിൽ പലപ്പോഴും നിർദേശിച്ചിരുന്നു. ഒരവസരത്തിൽ ഇതു തടയാൻ നിയമം വേണമെന്നുകൂടി അദ്ദേഹം ആവശ്യപ്പെട്ടിട്ടുണ്ട്. കുടുംബഭദ്രതയ്ക്ക് ആവശ്യമായ സാമ്പത്തികം പുരുഷൻ നേടേണ്ടതാണെന്ന ബോധത്തിന് ഇന്ന് മാറ്റം വന്നു തുടങ്ങിയിരിക്കുന്നു. ഉൽപ്പാദനമേഖലയിലേക്കുള്ള സ്ത്രീകളുടെ കടന്നുകയറ്റം കുടുംബസംവിധാനത്തെയും പുതുക്കി മാറ്റുന്നുണ്ട്.

"സുചരിതയും പതിഭക്തയുമായ ഭാര്യ വീട്ടിലുണ്ടായിരിക്കെ, കണ്ണീക്കണ്ട... അവളുമാരുടെ പിറകെ പോവുന്ന എല്ലാ അവനും അപകടം ഫലം!" പദ്മരാജന്റെ *കള്ളൻ പവിത്രൻ* (1981) എന്ന സിനിമയുടെ അവസാനം ഗുണപാഠമായി എഴുതിക്കാണിക്കുന്നതിതാണ്. ഭാര്യയും കുട്ടിയും ഉള്ളപ്പോൾത്തന്നെ മറ്റൊരു ഭാര്യയും കുട്ടിയുമുള്ള പവിത്രന് ലഭിക്കുന്ന ഉപദേശംകൂടിയാണിത്. ഒരു സ്നേഹബന്ധത്തിനകത്ത് തന്നെ ലൈംഗികതയുടെയും കുടുംബജീവിതത്തിന്റെയും ഔട്ട്-സോഴ്സിങ്ങിന് ഇന്നത്തെ കേരളീയ ജീവിതത്തിൽ ഒട്ടേറെ പരിമിതികളുണ്ട്. മതം, ജാതി,

പത്മരാജൻ

സാമ്പത്തികം എന്നിങ്ങനെയുള്ള വ്യത്യാസങ്ങൾമൂലം സമൂഹത്തിൽ ന്യൂനപക്ഷങ്ങൾക്കിടയിൽ ഇതിന് സാധ്യത കാണാമെങ്കിലും പൊതുസമൂഹത്തിന്റെ മുന്നിൽ ഇത് സാധ്യമാകുന്നില്ല. പുരുഷനു മാത്രമുള്ള ഉപദേശമല്ലായിത്, സ്ത്രീയുടെ സമൂഹപദവിയെക്കൂടി ഇത് ഉന്നം വെയ്ക്കുന്നുണ്ട്. 'ലിംഗപദവി' എന്നത് സാമൂഹികരൂപീകരണത്തിന്റെ ഒരു പ്രക്രിയയാണ്. ഒരു സാമൂഹികസ്ഥാപനം എന്ന നിലയിൽ അത് നമ്മുടെ ജീവിതത്തിന്റെ എല്ലാ വശങ്ങളെയും ക്രമപ്പെടുത്തുന്നു. കുടുംബം, ജോലിസ്ഥലം, രാഷ്ട്രം, ലൈംഗികത, ഭാഷ, സംസ്കാരം എന്നിങ്ങനെ എല്ലാ മേഖലകളിലും ലിംഗപദവി പുനർനിർമിക്കപ്പെടുന്നു. ലൈംഗികതയുടെ ഔട്ട്സോഴ്സിങ്ങിന് രാഷ്ട്രത്തിന്റെയും മറ്റു സ്ഥാപനങ്ങളുടെയും സേവനങ്ങളിൽ കാര്യമായ മാറ്റമുണ്ടാകണം. വിവാഹവും കുടുംബജീവിതവും മതം, സമൂഹം, രാഷ്ട്രം എന്നിവയുടെ കർക്കശമായ നിയമങ്ങളിൽ പരിചരിക്കപ്പെടുമ്പോൾ ലിംഗപദവിയും കുടുംബേതരബന്ധങ്ങളും അസ്വീകാര്യമാകുന്നു.

ബാലുമഹേന്ദ്രയുടെ *ഓളങ്ങൾ* (1982) കഥാനായകനായ രവിക്ക് വിവാഹപൂർവ ബന്ധത്തിലുണ്ടായ മകന്റെ സംരക്ഷണത്തെച്ചൊല്ലി കുടുംബബന്ധത്തിലുണ്ടാകുന്ന പ്രശ്നങ്ങളാണ് ആവിഷ്കരിക്കുന്നത്. രവിയുടെ പൂർവബന്ധമറിഞ്ഞ് ഭാര്യയായ രാധ തന്റെ മകളുമൊത്ത് ഭർത്താവിന്റെവീട്ടിൽനിന്ന് ഇറങ്ങിപ്പോകുന്നു. രാധയുടെ അമ്മ മകളെ ഉപദേശിക്കുന്നു. "പുരുഷന്മാർ തെറ്റുചെയ്താൽ ക്ഷമിക്കേണ്ടത് സ്ത്രീകളാണ്. പുരുഷന്മാർക്ക് അങ്ങനെയൊക്കെ സംഭവിക്കാവുന്നതാണ്. ഭർത്താവിന്റെ സന്തോഷമാണ് നമുക്ക് വലുത്." ഇത്തരത്തിലുള്ള ഉപദേശത്തിലൂടെ മനംമാറി രാധ രവിയോടും മകനോടുമൊപ്പം ചേരുന്നു. പുരുഷന്മാർക്കും സ്ത്രീകൾക്കും സമൂഹത്തിൽ വ്യത്യസ്ത പെരുമാറ്റ രീതികളാണ് നിർമിച്ചിരിക്കുന്നതെന്ന് ഈ സംഭവത്തിലൂടെ കാണാനാകും.

ടി വി ചന്ദ്രന്റെ *സൂസന്ന* എന്ന സിനിമ പ്രത്യക്ഷത്തിൽ കുടംബഘടനയെ, ലൈംഗിക വ്യവസ്ഥയെ ചോദ്യംചെയ്യുകയാണ് എന്ന ധാരണ നിർമിക്കുന്നുണ്ട്. എന്നാൽ, സൂസന്ന ലൈംഗികതയിലൂടെ നടത്തുന്ന വിപ്ലവങ്ങൾ പുരുഷാധികാരത്തിന്റെ താൽപ്പര്യങ്ങൾക്കകത്ത് മാത്രം സൃഷ്ടിക്കപ്പെട്ടതാണ്. കുടുംബത്തിൽ പരാജയപ്പെട്ടവരും ബഹുലൈംഗികത ആഗ്രഹിക്കുന്നവരുമാണ് സൂസന്നയിലേക്ക് എത്തുന്നത്. മുത

ലാളിയുടെ മകനായ തോമാച്ചനുമായി വിവാഹപൂർവ ലൈംഗികതയിലേർപ്പെട്ട സൂന്നന്നയുടെ ജീവിതം പിന്നീട് ബഹുലൈംഗിക ജീവിതത്തിന്റെ വഴിയിലൂടെയായിരുന്നു. ആൺമേൽക്കോയ്മാ ലൈംഗികതയുടെ പൂർത്തീകരണത്തിനിരയാവുക്കയായിരുന്നു സൂസന്നയുടെ ജീവിതം. സ്ത്രൈണ ലൈംഗികതയുടെ സ്വതന്ത്രവഴികൾ തേടുകയല്ല സൂസന്ന ചെയ്തിരുന്നത്. അതിനാൽ കുടുംബത്തിൽ കിട്ടാതെ പോയ ആഗ്രഹങ്ങളുടെ പൂർത്തീകരണത്തിനാണ് അഞ്ചുപുരുഷന്മാരും സൂസന്നയിലേക്കെത്തിയത്. കമ്പോള ലൈംഗികതയുടെ ഒരു രൂപമായിട്ടാണ് സൂസന്നയുടെ ജീവിതത്തെ ഇവിടെ കാണുന്നത്. കുടുംബത്തിൽ ഭാര്യ പരാജയപ്പെടുന്നിടത്ത്, സൂസന്ന വിജയിക്കുന്നു. പുരുഷൻ സ്ത്രീക്ക് ചാർത്തിക്കൊടുത്ത ഗുണങ്ങളെ സൂസന്ന പ്രകടിപ്പിക്കുന്നുണ്ടെങ്കിലും കമ്പോള ലൈംഗികതയുടെ വളർച്ചയെ കേരളീയ പൊതുസമൂഹം അംഗീകരിക്കുന്നില്ലായെന്നതാണ് സൂസന്നയ്ക്കെതിരെയുള്ള അതിക്രമങ്ങൾ കാണിക്കുന്നത്. അതിനാൽ സൂസന്ന കുടുംബത്തിലെ ഭാര്യമാർക്കുള്ള ഉപദേശം കൂടിയാണ്. പുരുഷനിർമിതമായ സ്ത്രൈണഗുണങ്ങളെ, മൂല്യങ്ങളെ ഉൾക്കൊള്ളുന്നവളായിരിക്കണം ഉത്തമ ഭാര്യയെന്ന നിർവചനം 'സൂസന്ന'യുടെ ചിരിയുടെ മറുപുറത്തിൽ ഒളിഞ്ഞിരിക്കുന്നതായി കാണാവുന്നതാണ്.

ശ്യാമപ്രസാദിന്റെ *ഒരേ കടൽ* ഭർത്താവും കുട്ടിയുമൊത്ത് ഫ്ളാറ്റിൽ താമസിക്കുന്ന ദീപ്തിക്ക് നാഥനെന്ന സാമ്പത്തികശാസ്ത്രജ്ഞനുമായുള്ള അവിഹിതമായ ബന്ധവും അതിലെ കുട്ടിയുണ്ടാക്കുന്ന മാനസിക പ്രശ്നങ്ങളുമാണ് പ്രമേയമാകുന്നത്. കുടുംബബാഹ്യമായ ബന്ധം ദീപ്തിക്ക് സ്വസ്ഥത നഷ്ടപ്പെടുത്തുകയും മാനസിക പ്രശ്നങ്ങളുണ്ടാക്കുകയും ചെയ്യുന്നു. ഭർത്താവും കുട്ടിയുമൊത്ത് കഴിഞ്ഞിരുന്ന ദീപ്തിയെ പാപബോധം അലട്ടിക്കൊണ്ടിരിക്കുന്നു. ഇവിടെ സ്ത്രീയുടെ കുടുംബ ബാഹ്യമായ ബന്ധം പാപം ചെയ്യുന്നതിന് തുല്യമാണെന്ന ആശയമാണ് സിനിമ മുന്നോട്ടുവയ്ക്കുന്നത്. പുരുഷാധിപത്യ സമൂഹത്തിൽ പുരുഷന് കുടുംബബാഹ്യബന്ധങ്ങൾ യാതൊരു മാനസികപ്രശ്നങ്ങളുമില്ലാതെയും പാപഭാരമില്ലാതെയും ചെയ്യാമെന്ന സാമൂഹികവ്യവസ്ഥയാണ് നിലനിൽക്കുന്നത്. എന്നാൽ, സ്ത്രീ ഇത്തരത്തിൽ പ്രവർത്തിക്കുന്നതോടുകൂടി അവൾ പാപിയായി മാറുന്നു. പാപമോചനത്തിനായി ദൈവത്തോട് പ്രാർഥിക്കുന്നു. പാപപരിഹാരമെന്നോണം കുട്ടികളുമായി ഭർത്താവിനെ ഉപേക്ഷിച്ച് നാഥനുമായി ചേരുന്നു. പ്രണയമില്ലാത്ത കേവലം ഒരു ഭാര്യയായി തന്റെ ഭർത്താവിനൊപ്പം ജീവിക്കാൻ ഇഷ്ടപ്പെടാതെ തന്റെ ആഗ്രഹങ്ങൾക്കിണങ്ങുന്ന നാഥനെയാണ് ദീപ്തിയും *ഒരേ കടലി*ന്റെ അവസാനം സ്വീകരിക്കുന്നത്. ഒരേസമയം രണ്ടുപുരുഷന്മാരെ ധ്യാനിക്കുകയും സ്വീകരിക്കുകയും ചെയ്യുന്ന 'ചീത്ത'. സ്ത്രീസങ്കൽപ്പത്തിൽനിന്ന് ദീപ്തിയും മോചിതമാകുന്നു. ഒരു സ്ത്രീക്ക് (പുരുഷന് സമൂഹം നേരത്തെ അനുവദിച്ചുകൊടുത്തിരുന്നു) ഒരേസമയം

ഭർത്താവിനെയും അന്യപുരുഷനെയും സ്നേഹിച്ചുകൊണ്ട് ജീവിക്കാമെന്ന വർത്തമാനകാലത്ത് *ഒരേ കടൽ* ആധുനികതയുടെ ഏക പതീ/പത്നി ബന്ധത്തെയാണ് ഊട്ടിയുറപ്പിക്കാൻ ശ്രമിക്കുന്നത്.

പ്രശസ്ത സാമൂഹ്യശാസ്ത്രജ്ഞനായ ആന്റണി ഗിഡൻസ് *ദി ട്രാൻസ്ഫോർമേഷൻസ് ഓഫ് ഇന്റിമസി* (പൊളിറ്റി പ്രസ്: 1992) തുടങ്ങിയ ആഴത്തിലുള്ള പഠനങ്ങളിലൂടെ പാശ്ചാത്യലൈംഗികതയിലും വിവാഹകുടുംബരൂപങ്ങളിലുമുണ്ടായ മാറ്റങ്ങളെ വിലയിരുത്തുന്നുണ്ട്. ഗിഡൻസ് വർഗീകരിക്കുന്ന നിർമലബന്ധംകൊണ്ടുദ്ദേശിക്കുന്നത് രണ്ടു വ്യക്തികൾ തമ്മിൽ നിലവിലുള്ള, തുടർന്നുകൊണ്ടിരിക്കുന്ന വൈകാരിക ബന്ധത്തെയാണ്. വിവാഹബന്ധത്തിലേർപ്പെടാതെ ലൈംഗിക സാഫല്യം നേടാൻ ഈ നിർമലബന്ധത്തിന് സാധിക്കും. നാഥനും ബേലയും തമ്മിലുള്ള ബന്ധം ഇത്തരത്തിലുള്ളതാണ്. എന്നാൽ, കാൽപ്പനിക പ്രണയത്തിലേക്ക് നാഥൻ ചെന്നെത്തുന്നത് ദീപ്തിയിലൂടെയാണ്. കാൽപ്പനിക പ്രണയം ഒതുതരത്തിൽ കുടുംബഘടനയെ ഇഷ്ടപ്പെടുന്നുണ്ട്. നാഥനും ദീപ്തിയും തമ്മിലുള്ള ബന്ധം ചെന്നെത്തുന്നത് ഈ പറഞ്ഞ കുടുംബബന്ധത്തിനകത്തേക്കാണ്.

ബന്ധങ്ങളിലെ സങ്കീർണത

ഐ ടി മേഖല യുവത്വത്തിന്റെ ചിഹ്നമാണ്. ഇത് പ്രായത്തെമാത്രം അടിസ്ഥാനമാക്കിയുള്ള അഭിപ്രായമല്ല. യന്ത്രവൽക്കൃത സമൂഹത്തിൽ കൂടുതൽ സമയവും തന്റെ ഊർജം യന്ത്രത്തിനുമുന്നിൽ സമർപ്പിക്കുന്നവർ യുവത്വത്തിന്റെ പ്രവർത്തനമാണ് നടത്തുന്നത്. മനുഷ്യജീവിതത്തിന്റെ താളംതെറ്റിക്കുന്ന ജോലി സമയവും വേഗതയേറിയ ജോലിഭാരവും ഇത് എല്ലാവരെയും യുവത്വമുള്ളവരാക്കി മാറ്റുന്നു. ഇവിടെ യുവത്വം ഇല്ലാത്തവർ ഐ ടി മേഖലയിൽനിന്ന് പുറത്താക്കപ്പെടുന്നു. അൻപതു കഴിഞ്ഞ ഐ ടി വിദഗ്ധനും സമയബന്ധിതമായി കമ്പനി ഏൽപ്പിച്ച ജോലി കൃത്യമായി ചെയ്തുകൊടുത്ത് അയാൾ തന്റെ യുവത്വം നിലനിർത്താൻ ശ്രമിക്കുന്നു. കമ്പ്യൂട്ടർ മേഖലയിൽ ഉണ്ടാകുന്ന അറിവുകളെ അപ്ഡേറ്റ് ചെയ്യേണ്ടതും അയാളുടെ നിലനിൽപ്പിന്റെ ആവശ്യമാണ്. മനുഷ്യബന്ധങ്ങളെയെല്ലാം ചിപ്പുകളാക്കി മാറ്റുന്ന ഈ യുഗം ആധുനികതയുടെ കുടുംബജീവിതത്തിലും പ്രണയസങ്കൽപ്പങ്ങളിലും മാറ്റങ്ങൾ വരുത്തുന്നുണ്ട്. ശ്യാമപ്രസാദിന്റെ *ഋതുവിൽ* അമേരിക്കയിലെ ഐ ടി മേഖലയിൽ മൂന്നുവർഷം ജോലിനോക്കിയതിനുശേഷം കേരളത്തിലെത്തുന്ന ശരത് വർമ തന്റെ സുഹൃത്തുക്കളുമൊത്ത് 'സൈബോത്രീ'യെന്ന ഐ ടി കമ്പനിയിൽ ജോലിചെയ്യുന്നു. കഴിഞ്ഞ മൂന്നുവർഷം തന്റെ സുഹൃത്തുക്കളായ സണ്ണിയിലും വർഷയിലും ഒരുപാടു മാറ്റങ്ങൾ വരുത്തിയെന്ന് ശരത് അറിയുന്നു. വേഗതയേറിയ പുതിയ കാലത്ത് ബന്ധങ്ങൾ പഴയതുപോലെ എപ്പോഴും പുതുക്കപ്പെടണമെന്നില്ല. പുതിയ ജോലിസ്ഥലങ്ങൾ എന്നതുപോലെ പുതിയ സുഹൃത്തുക്കളും ഇവർക്കു വരുന്നു.

യാന്ത്രികമായ, കൂടുതലായ ജോലിസമയവും രാത്രിപകലെന്ന ജോലിയും സ്ത്രീപുരുഷബന്ധങ്ങളെ അടുപ്പിക്കുന്നുണ്ട്. അതിനാൽ ഐ ടി മേഖലയിൽ പ്രണയബന്ധങ്ങളും വിവാഹപൂർവലൈംഗികതയും സാധ്യമാണ്.

സാഹോദര്യ ബഹുഭർതൃത്വം ഒരു വശത്തും മറുവശത്ത് സ്വേച്ഛപോലെ ഇണചേരുന്ന സംബന്ധരീതിയും പത്തൊൻപതാം നൂറ്റാണ്ടിലും ആചരിച്ചുപോന്നിരുന്ന നമ്മുടെ നാട്ടിലെ സമുദായങ്ങൾ ഗോത്രങ്ങൾക്കുള്ളിൽ നിലനിന്നിരുന്ന ഒരേസമയത്ത് ബഹുഭാര്യാത്വവും ബഹുഭർതൃത്വവും ഉള്ള ലൈംഗികവേഴ്ചാരീതിയിൽനിന്ന് ഏറെ മുന്നോട്ട് നീങ്ങിയിരുന്നില്ലായെന്ന് പി കെ ബാലകൃഷ്ണൻ തന്റെ *ജാതിവ്യവസ്ഥിതിയും കേരളചരിത്രവും* എന്ന ഗ്രന്ഥത്തിൽ നിരീക്ഷിക്കുന്നുണ്ട്. മുതലാളിത്ത കാലഘട്ടം അഥവാ വ്യവസായയുഗം ഉണ്ടാക്കിയ കുടുംബ, ലൈംഗിക വ്യവസ്ഥയിൽനിന്ന് സമൂഹം ബഹുരാഷ്ട്ര മുതലാളിത്തത്തിലേക്കും വ്യവസായാനന്തര യുഗത്തിലേക്കും മാറുകയാണ്. മാധ്യമസമൂഹവും, ഉപഭോഗസംസ്കാരവും കുടുംബവ്യവസ്ഥയിൽ ഇടപെട്ടുകൊണ്ടിരിക്കുന്നു. ശാസ്ത്രത്തിലെയും സാങ്കേതികതയിലെയും മനസ്സ്, ശരീരം എന്ന ദ്വന്ദ്വത്തിൽ മനസ്സ് ശ്രേഷ്ഠവും ശരീരം അപകൃഷ്ടവും ആയിരുന്നു. ശരീരം അപകൃഷ്ടമാവാതിരിക്കാൻ മനസ്സുകൊണ്ട് പ്രണയിക്കുന്നവന് മാത്രമേ ശരീരത്തിൽ സ്ഥാനം നൽകേണ്ടതുള്ളുവെന്നുമുള്ള യുക്തി ആധുനികത നിർമിച്ചെടുത്തിരുന്നു. എന്നാൽ, ടെക്നോളജിയിലുണ്ടായ വളർച്ച ശരീരത്തെ സംബന്ധിച്ച അറിവുകളിൽ മാറ്റമുണ്ടാക്കുകയും ചെയ്തു. *ഋതു*വിൽ വർഷ തന്റെ കാമുകനുമായി സംസാരിക്കുന്നത് മൊബൈൽ ഫോണിലൂടെയാണ്. മൊബൈൽ ഫോണിന്റെ രഹസ്യാത്മക സ്വഭാവം പ്രണയത്തിന്റെ നവീനസാധുതയാണ് കാണിച്ചുതരുന്നത്. ലൈംഗികതപോലെ രഹസ്യസ്വഭാവം പുലർത്താവുന്ന ഒന്നായി മൊബൈൽ ഫോൺ മാറുന്നു. നിരന്തരമായ ഫോൺവിളിയാണ് പ്രണയത്തിന്റെ ആഴം വർധിപ്പിക്കുന്നത്. തങ്ങളെ അന്യോന്യം വെളിപ്പെടുത്തലാണ് പ്രണയം ശക്തമാക്കാനുള്ള മാർഗങ്ങളിലൊന്ന്. എന്നാൽ, യാന്ത്രികമായ തിരക്കും മറ്റു ഇണകളെ ലഭിക്കാമെന്നുള്ള സാധ്യതയും ഐ ടി പ്രണയങ്ങളെ അൽപ്പായുസുകളാക്കി മാറ്റുന്നുണ്ട്.

സദാചാരത്തിലെ ഇരട്ടത്താപ്പുകൾ

*ഋതു*വിലെ വിവാഹപൂർവ ലൈംഗികത ഐ ടി മേഖലയിലെ സാധാരണമായ ഒരു സംഭവമാണ്. മാറിവരുന്ന സംസ്കാരത്തിനനുസരിച്ച് പ്രണയത്തിൽ ലൈംഗികതയിലേക്കുള്ള സാധ്യതയെയാണ് ഇത് കാണിക്കുന്നത്. ആധുനികതയിലെ വിവാഹാനന്തര ലൈംഗികത എന്നത് വിവാഹപൂർവ ലൈംഗികതയായി ഐ ടി സംസ്കാരം മാറ്റുന്നു. ഡേറ്റിങ്, ഗേ, ലെസ്ബിയൻ എന്നിങ്ങനെയുള്ള വിവിധ ലൈംഗികതകളും മാറുന്ന ലോകത്തു ഇടം കണ്ടെത്തിക്കഴിഞ്ഞു. ബ്രിട്ടനിലെ മുഖ്യധാരയിൽ

ഗേമെയ്ൽ സംസ്കാരം പ്രത്യക്ഷതലത്തിൽ വളരുകയും സ്വീകരിക്കപ്പെടുകയും ചെയ്യുന്നുണ്ട്. "1970 കളിലെ ഒരു വൈരുധ്യമെന്നത് ഗേ ലെസ്ബിയൻ ലിബറേഷനുകൾക്ക് അവർ ദർശിച്ച മാതിരി ഒരു സ്വതന്ത്രലിംഗപദവി സമൂഹത്തെ നിർമിച്ചെടുക്കാൻ സാധിച്ചില്ലായെന്നതാണ്. പക്ഷേ, പ്രതീക്ഷിച്ചതിലുമപ്പുറം ഒരു ഗേ ക്യാപ്പിറ്റലിസത്തിനും പുതിയ പുരുഷത്വത്തിനും വളർച്ചയേകാൻ കഴിഞ്ഞു"വെന്ന് ആദം *ദ റൈസ് ഓഫ് എ ഗേ ആന്റ് ലെസ്ബിയൻ മൂവ്മെന്റ്* എന്ന പുസ്തകത്തിൽ പറയുന്നുണ്ട്. ശരത്തിന്റെ സുഹൃത്തായ സണ്ണി ഒരു 'ഗേ'യാണെന്ന് സിനിമയിൽ പറയുന്നുണ്ട്. ജമാലുമായുള്ള സംഭാഷണത്തിനിടയിലെ ഇവരുടെ കണ്ണുകളുടെ ചലനങ്ങളും, സുഹൃത്തുക്കളോടൊപ്പമുള്ള നൃത്തവും അതിന്റെ നേരിയ സൂചന നൽകുന്നു. വർഷയ്ക്ക് തന്റെ ബാംഗ്ലൂരിലെ സുഹൃത്തുമായുള്ള വഴിവിട്ടബന്ധം സിനിമയുടെ ദൃശ്യതലങ്ങളിൽ കടന്നുവരുന്നില്ലായെങ്കിലും ശരത്തുമായുള്ള ബന്ധം സിനിമയിൽ കാണുന്നുണ്ട്. ക്ലൈമാക്സ് രംഗത്തിൽ ശരത്തിന്റെ പുസ്തകം സണ്ണിക്കും വർഷയ്ക്കുമായി സമർപ്പിച്ചിരിക്കുന്നതെന്ന് ഇവർ അറിയുന്നു. മൂന്നുവർഷത്തിനുശേഷമുള്ള ഈ ജീവിതത്തിൽ വർഷ അടങ്ങിയൊതുക്കപ്പെട്ടവളായി മാറിയിരിക്കുന്നതും കാണുന്നു. ഐ ടി പാർക്ക് തൊഴിൽ ഉപേക്ഷിച്ച് സാക്ഷരതാമിഷൻ പ്രവർത്തനവും വീടിനകത്തിരുന്ന് ചില പ്രോജക്ടുകൾ ചെയ്യുന്ന, അവിവാഹിതയായി (ശരത്തിനെ കാത്തിരിക്കുകയാണോ?) ജീവിക്കുന്ന വർഷയെയാണ് സിനിമയുടെ അന്ത്യരംഗത്ത് കാണുന്നത്. വർഷയുടെ തുറന്നുവിട്ട ജീവിതത്തിന്റെ പ്രായശ്ചിത്തമാണോ ഈ എളിയജീവിതം. ഇതിൽ വർഷ സന്തോഷിക്കുകയും ചെയ്യുന്നുവെന്ന് പറയുന്നുണ്ട്. മാറിവരുന്ന കാലത്തെ ഉൾക്കൊള്ളാനാകാതെ ബന്ധങ്ങളെയും സ്ത്രീപുരുഷ ലൈംഗികതകളെയും ആധുനിക കുടുംബമൂല്യങ്ങളിൽ തള്ളിവിടാനാണ് *ഋതു* ശ്രമിക്കുന്നത്. അതിനാൽ *ഋതു*വിലെ ഋതുക്കളുടെ മാറ്റം സ്ത്രീയെയോ, അവളുടെ ഉൽപ്പാദനമേഖലയിലുള്ള ഇടപെടലിനെയോ പുരോഗമനപരമായി സമീപിക്കുന്നില്ല. തെറ്റ് ചെയ്ത, ചതികാണിച്ച സണ്ണിക്ക് എന്നാൽ അവന്റെ ആഗ്രഹപ്രകാരം വിദേശയാത്ര സിനിമയുടെ അവസാനം അനുവദിക്കുന്നുണ്ട്. പുരുഷന്റെ തെറ്റുകളെ മറന്നുകളയുന്നതും സ്ത്രീയുടെ തെറ്റുകളെ ശിക്ഷിക്കുന്നതുമായ ഇരട്ടത്താപ്പ് സിനിമ പുലർത്തുന്നുണ്ട്. കമ്പനി ബോസായ സെറീന–ബാലു ജീവിതവും പ്രശ്നസങ്കീർണമാണ്. ബാലു സാമ്പ്രദായികമായ കുടുംബജീവിതം ആഗ്രഹിക്കുമ്പോൾ സെറീന തന്റെ കമ്പനി ശക്തിപ്പെടുത്താനാഗ്രഹിക്കുന്നു. കുട്ടികളെ പ്രസവിച്ച്, വളർത്തി കുടുംബത്തിലേക്കൊതുങ്ങാൻ സെറീന തയാറല്ല. സെറീനയുടെ ആഗ്രഹം ബാലുവിന്റെ ആഗ്രഹങ്ങളുടെ നേർവിപരീതമാണ്. സെറീനയുടെ ആഗ്രഹങ്ങളെയും ചിന്തകളെയും പുനരാലോചിപ്പിക്കുന്നതാണ് തന്റെ വിശ്വസ്തനായ സണ്ണിയുടെ വഞ്ചന. ഇത് സെറീനയുടെ പ്രവർത്തനങ്ങൾക്കുള്ള ശിക്ഷയാണോയെന്ന് ആലോചിക്കാവുന്നതാണ്.

സ്ത്രീയുടെ പൊതുമണ്ഡലത്തെ, വളർച്ചയെ വളരെ വിദഗ്ധമായി ഒതുക്കിമാറ്റുന്ന ആശയം ഇതിൽ ഒളിച്ചിരിക്കുന്നുണ്ട്. ഐ ടി സംസ്കാരം കൊണ്ടുവരുന്ന മൂല്യബോധങ്ങളെയും സ്ത്രീപുരുഷ ബന്ധങ്ങളെയും തിരിച്ചറിയാതെ ഫ്യൂഡൽ/മധ്യവർഗ കുടുംബസങ്കൽപ്പത്തിന്റെ ആശയങ്ങൾ തന്നെയാണ് *ഋതു* പിന്തുടരാൻ ശ്രമിക്കുന്നത്.

വിവാഹപൂർവലൈംഗികതയും കുടുംബേതരബന്ധങ്ങളും മലയാള സിനിമയിൽ പരിചരിക്കപ്പെട്ടത് വളരെയേറെ സ്ത്രീവിരുദ്ധമായും പുരുഷാനുകൂലമായുമാണെന്ന് ഇവിടെ വ്യക്തമാകുന്നു. പുരുഷന്റെ വിവാഹപൂർവലൈംഗികതയെ അനുകൂലിക്കുന്ന ത്യാഗസമ്പന്നതയുടെ പര്യായമാണ് സ്ത്രീ. പുരുഷന്റെ വിവാഹപൂർവബന്ധത്തെ അനുകൂലിക്കുമ്പോൾ സ്ത്രീക്ക് ഇത് അനുവദിക്കുന്നതല്ലായെന്ന ഇരട്ടത്താപ്പ് ഇത്തരം സിനിമാപാഠങ്ങളിൽ കാണാനാകും. ഏക പതി-പത്നീബന്ധമാണ് രാഷ്ട്രത്തിന്റെയും കുടുംബത്തിന്റെയും വികാസത്തിന് നല്ലതെന്നും പ്രത്യക്ഷ മുദ്രാവാക്യമായി മലയാള സിനിമകൾ പിന്തുടരുന്നുണ്ട്. എന്നാൽ, കേരളീയ മധ്യവർഗസമൂഹത്തിന്റെ 'ഒളിഞ്ഞ രതിക്രീഡകൾ' കുടുംബത്തിന്റെ സുരക്ഷിതത്വത്തിന് കോട്ടംതട്ടാത്തവിധത്തിൽ നടക്കുന്നുണ്ടെന്നും കാണാവുന്നതാണ്. കുടുംബേതരബന്ധങ്ങളിൽ സ്ത്രീയുടെ 'സ്ത്രൈണ'ബിംബങ്ങളുടെ കാമനകൾക്കാണ് പുരുഷൻ അലയുന്നത്. മാറുന്ന സംസ്കാരത്തിലും മലയാള സിനിമകൾ ആധുനിക സദാചാരമൂല്യവ്യവസ്ഥയ്ക്കകത്താണ് വിവാഹപൂർവ ലൈംഗികതയെയും കുടുംബേതര ബന്ധങ്ങളെയും നിർവചിക്കാൻ ശ്രമിച്ചുകൊണ്ടിരിക്കുന്നത്.

ക്യാമറയിൽ പതിഞ്ഞ ക്യാമ്പസും കലാപവും

എഴുപതുകൾക്കു ശേഷമാണ് മലയാള സിനിമ പ്രധാനമായും ക്യാമ്പസ് ജീവിതത്തെ ചിത്രീകരിച്ചു തുടങ്ങിയത്. ക്യാമ്പസുകൾ ഇന്ത്യയിലും ലോകത്തിന്റെ വിവിധ രാജ്യങ്ങളിലും നിരവധി വിഷയങ്ങളിൽ ഇടപെട്ട് മാറ്റത്തിനായി ശ്രമിച്ചിട്ടുണ്ട്. ലോകവ്യാപകമായി 1968 ലെ പ്രതിഷേധ പ്രസ്ഥാനങ്ങൾ യുവത്വത്തിൽ ഉണ്ടാക്കിയെടുത്ത അലയൊലികൾ മറക്കാവതല്ല. ലോകത്തെ പുതുക്കി നിർമിക്കുകയെന്ന ലക്ഷ്യവുമായി 1968 മെയിൽ ഫ്രഞ്ചു വിദ്യാർഥി കലാപമാരംഭിക്കുകയും അത് സർവകലാശാല നിയമങ്ങൾക്കെതിരെ സമരം നടത്തുകയും അമേരിക്കയുടെ ക്യൂബൻ, വിയത്നാം ആക്രമണങ്ങളെയെല്ലാം എതിർക്കുകയും ചെയ്തു. പാരീസ് നഗരത്തെ കലാപകലുഷിതമാക്കിയ ഈ പ്രക്ഷോഭത്തെ തുടർന്ന് നിരവധി വിപ്ലവങ്ങൾ പാശ്ചാത്യ സമൂഹത്തിൽ രൂപംകൊള്ളുകയുണ്ടായി. ലൈംഗിക–സ്ത്രീ സ്വാതന്ത്ര്യം, വിദ്യാഭ്യാസ സ്വാതന്ത്ര്യം, കറുത്തവന്റെ സ്വത്വസ്വാതന്ത്ര്യം എന്നിങ്ങനെയുള്ള നിരവധി ആശയങ്ങൾ സമൂഹത്തിൽ ശക്തമായി. കാമ്പസും യുവത്വവുമെല്ലാം ഭരണകൂടത്തിനും രാഷ്ട്രത്തിനും സാംസ്കാരികമായ അധീശത്വത്തിനെതിരെയുമെല്ലാം തിരിഞ്ഞ കാലഘട്ടം കൂടിയാണിത്. ഹിപ്പികൾ, ആത്മീയവാദികൾ, റെഗേ–പോപ്പ് സംഗീതപ്രേമികൾ, ഗറില്ലാ പോരാളികൾ, തീവ്ര ഇടതുപക്ഷക്കാർ എന്നിങ്ങനെ വിവിധ മേഖലകളിലേക്കും ക്യാമ്പസ് സമൂഹം സഞ്ചരിക്കാൻ തുടങ്ങിയിരുന്നു. ഫ്രാൻസ്, ജർമനി, മെക്സിക്കോ, ചെക്കോസ്ലോവാക്യ, അമേരിക്ക എന്നിങ്ങനെ ലോകത്തിന്റെ നാനാദേശങ്ങളിൽ സർഗാത്മകതയുടെയും സ്വാതന്ത്ര്യത്തിന്റെയും പുതിയ ഗീതങ്ങൾ കേട്ടുതുടങ്ങി. ലോകവ്യാപകമായി ക്യാമ്പസ് വിദ്യാർഥി രാഷ്ട്രീ

യത്തിന്റെ വിപ്ലവപ്പാതകൾ വെട്ടിത്തുറന്ന കാലഘട്ടത്തിലാണ് മലയാള സിനിമ ക്യാമ്പസിലേക്ക് ക്യാമറ തിരിച്ചത്.

അതുവരെ ജന്മി-നാടുവാഴി വ്യവസ്ഥയുടെയും മുതലാളിത്തവ്യവസ്ഥയുടെയും വിമർശവും രാഷ്ട്രനവീകരണപ്രക്രിയയുടെ മഹത്വവും കൊണ്ടാടപ്പെടുന്ന ആധുനിക, നവോത്ഥാനയുക്തിയെ പിൻപറ്റിയ സിനിമകളാണ് മലയാളത്തിൽ പൊതുവെ പുറത്തിറങ്ങിയിരുന്നത്. എന്നാൽ പിന്നീടുവന്ന സിനിമകളിൽ ക്യാമ്പസിന്റെ ജീവിതം കണ്ടുതുടങ്ങി. അതു മുന്നോട്ടുവെച്ച രാഷ്ട്രീയം വ്യത്യസ്തവുമായിരുന്നു. ഇത്തരം സിനിമകൾ പൂർണമായും ക്യാമ്പസ് സിനിമ'കൾ എന്ന ഗണത്തിൽ വരില്ലായിരിക്കും (ക്യാമ്പസ് സിനിമയെ നിർവചിക്കുക എളുപ്പമല്ല). അതിനു പ്രധാന കാരണം ഇവ ക്യാമ്പസ് ജീവിതം ആവിഷ്കരിച്ചതിനൊപ്പം കുടുംബ-സാമൂഹിക പ്രശ്നങ്ങളെ തന്നെയാണ് കൂടുതലും ആവിഷ്കരിച്ചിരുന്നത് എന്നതുതന്നെ. അന്നത്തെ സിനിമാ ആസ്വാദകരായ യുവത്വത്തിന്റെയും കുടുംബത്തിന്റെയും മധ്യവയസ്കരായ സ്ത്രീ-പുരുഷന്മാരുടെയും കാഴ്ചാനുഭവത്തെ തൃപ്തിപ്പെടുത്തുന്നവയായിരുന്നു അവ.

തൃശൂരിലെ ഒരു വിദ്യാർഥി സംഘടനയുടെ കലാവിഭാഗമായ ആദർശകലാമന്ദിർ നിർമിച്ച ആദ്യത്തെ 'നിയോ-റിയലിസ്റ്റ് സിനിമ' എന്നു വിളിക്കപ്പെട്ട *ന്യൂസ് പേപ്പർ ബോയ്* (1955) ഇരുപത്തിരണ്ടുകാരനായ പി രാമദാസായിരുന്നു സംവിധാനം ചെയ്തത്. ഇന്ത്യൻ സിനിമാചരിത്രത്തിൽ ആദ്യമായി ഒരു കൂട്ടം ചെറുപ്പക്കാർ ചലച്ചിത്ര നിർമിതിയിലേർപ്പെട്ട ഈ സിനിമയുടെ പ്രമേയത്തിനുപോലും ക്യാമ്പസുമായി ബന്ധമുണ്ടായിരുന്നില്ല. അനാഥനായ ഒരു ബാലന്റെ ദുരന്ത ജീവിതമായിരുന്നു പ്രമേയം. ഇങ്ങനെ മലയാള സിനിമയുടെ തുടക്കത്തിൽ സാമൂഹികം, പൗരാണികം, ഹാസ്യപരം, ക്രൈം-ഫാന്റസി സംഗീതപ്രധാനം എന്നിങ്ങനെയുള്ള നിരവധി ജനുസുകൾ (genre) കണ്ടുവരുന്നുണ്ടെങ്കിലും ക്യാമ്പസ് പ്രമേയമായ സിനിമകൾ നിർമിക്കപ്പെട്ടില്ലായിരുന്നു. എഴുപതുകളോടടുത്ത് തുടങ്ങിയ ഇത്തരം സിനിമകൾക്ക് നേരത്തെ സൂചിപ്പിച്ച ലോകവ്യാപകമായ യുവത്വത്തിന്റെ ആശയപരിസരമാണ് സാധ്യതയേകിയത്.

ജനങ്ങൾ സാമ്പത്തിക, സാംസ്കാരിക, രാഷ്ട്രീയ, മത-ജാതി വിഭാഗങ്ങളാൽ വേർതിരിഞ്ഞു നിൽക്കുമ്പോൾ വിദ്യാർഥി രാഷ്ട്രീയ പ്രവർത്തനങ്ങളിൽ ഇവയുടെ സ്വാധീനം സാമാന്യേന കുറവാണെന്ന് ആദ്യകാല ക്യാമ്പസ് പശ്ചാത്തലമുള്ള സിനിമകൾ തെളിയിക്കുന്നുണ്ട്. മത-ജാതിരാഷ്ട്രീയവും അധികാര രാഷ്ട്രീയവും കളഞ്ഞ് രാഷ്ട്ര പുരോഗതിക്കായി ശ്രമിക്കുന്ന യുവത്വത്തെ ഇവിടെ കാണാം. ഇരുപതാം നൂറ്റാണ്ടിന്റെ ആദ്യകാൽദശകത്തോടടുത്തു തന്നെ വിദ്യാർഥി രാഷ്ട്രീയം കേരള സമൂഹത്തിൽ ഇടപെട്ടുതുടങ്ങിയിരുന്നു. 1919 ജനുവരിയിൽ തിരുവനന്തപുരം ശ്രീമൂലവിലാസം ഹൈസ്കൂൾ വിദ്യാർഥികൾ അവരുടെ കുറച്ച് അധ്യാപകരുടെ അനധികൃതമായ സ്ഥലംമാറ്റത്തിനെതിരെ സമരം ചെയ്യുക

ന്യൂസ്പേപ്പർ ബോയ്

യുണ്ടായി. 1920 ൽ ചവറ ഇംഗ്ലീഷ് ഹൈസ്കൂളിലെ വിദ്യാർഥികൾ അവരുടെ നേതാക്കളുടെ സസ്പെൻഷനെതിരെ പ്രക്ഷോഭം ചെയ്തു. 1921 ഫെബ്രുവരിയിൽ കൊട്ടാരക്കര ഇംഗ്ലീഷ് ഹൈസ്കൂൾ വിദ്യാർഥികൾ ബ്രിട്ടീഷ് സ്റ്റൈൽ വസ്ത്രധാരണത്തിനെതിരെ പ്രതിഷേധിച്ചു. തിരുവനന്തപുരം മഹാരാജാസ് കോളേജിൽ സവർണർക്കും അവർണർക്കും പ്രത്യേകം പ്രത്യേകം ഗ്ലാസുകളിൽ വെള്ളം കൊടുക്കുന്ന സമ്പ്രദായത്തിനെതിരെ വിദ്യാർഥികൾ സമരം ചെയ്തത് ചാതുർവർണ്യവ്യവസ്ഥയിൽനിന്ന് കേരളത്തെ നവോത്ഥാനപാതയിലേക്ക് നയിക്കുന്നതിന്റെ തുടർച്ചയുമായി ബന്ധപ്പെട്ടാണ്.

സ്വാതന്ത്ര്യസമരത്തിലും ദേശീയ പ്രക്ഷോഭങ്ങളിലും വിദ്യാർഥിസംഘടനകൾ നിരവധി സമരങ്ങൾ സംഘടിപ്പിക്കുകയുണ്ടായി. 1936 ൽ ആദ്യത്തെ ദേശീയ വിദ്യാർഥി സംഘടനയായ ആൾ ഇന്ത്യ സ്റ്റുഡൻസ് ഫെഡറേഷൻ സ്ഥാപിതമായി. 1937 ൽ മുസ്ലീം ലീഗിന്റെ നേതൃത്വത്തിലും വിദ്യാർഥി സംഘടന രൂപവൽക്കരിച്ചു. ക്വിറ്റ് ഇന്ത്യാസമരം, ഉപ്പു സത്യഗ്രഹം, ഗുരുവായൂർ സത്യഗ്രഹം, കാർഷിക സമരം തുടങ്ങിയ നിരവധി സമരങ്ങളിലൂടെ വിദ്യാർഥികൾ ദേശീയസമര പന്ഥാവിലേക്ക് തിരിഞ്ഞു.

വിദ്യാർഥിസമരങ്ങളും പ്രവർത്തനങ്ങളും പൊതുവെ മൂന്നു തലങ്ങളിലാണ് ഇടപെട്ടിരുന്നത്. സാമ്രാജ്യത്വത്തിനും അധിനിവേശത്തിനും എതിരെ നിൽക്കുക, സ്കൂളുകളിലും കോളേജുകളിലും രാഷ്ട്രീയ ബോധം സൃഷ്ടിക്കുക, കർഷക-തൊഴിലാളി സമരങ്ങൾക്ക് അനുകൂലമായി പൊതുജനങ്ങളെ സംഘടിപ്പിക്കുന്നതിനാവശ്യമായ പ്രവർത്തനങ്ങൾ നടത്തുക എന്നിവയാണത്.

ക്യാമ്പസിന്റെ പശ്ചാത്തലം മലയാള സിനിമയിൽ കടന്നുവരുന്നത്

എഴുപതുകളോടടുത്താണെന്ന് പറഞ്ഞുവല്ലോ. മലയാള സിനിമയിലെ പുതിയ പരീക്ഷണങ്ങളുടെ കാലഘട്ടവുമാണിത്. ഫിലിം ഇൻസ്റ്റിറ്റ്യൂട്ട് പഠനത്തിന്റെയും ലോകസിനിമയുടെ പുതിയ പരീക്ഷണത്തിന്റെയും സ്വാധീനത്തിൽ മലയാള സിനിമ നവീകരിക്കപ്പെട്ടുകൊണ്ടിരിക്കുകയാണന്ന്. എന്നാൽ സമാന്തര സിനിമയിലല്ല, ജനപ്രിയ സിനിമയിൽ തന്നെയാണ് കൂടുതലായും ക്യാമ്പസ് പശ്ചാത്തലമായി ഭവിച്ചത്. ഹരിഹരൻ സംവിധാനം ചെയ്ത *കോളേജ് ഗേൾ* (1974) എന്ന സിനിമയും ശശികുമാർ സംവിധാനംചെയ്ത *പിക്നിക്* (1975) എന്ന സിനിമയും ക്യാമ്പസിന്റെ പശ്ചാത്തലത്തിൽ ജനപ്രിയ വ്യാകരണ ശൈലിയിൽ നിർമിക്കപ്പെട്ടവയാണ്. വിദ്യാർഥിയായ രാധയ്ക്ക് സാഹിത്യ വിമർശകനായ രാജനോടുള്ള പ്രണയവും അതിന്റെ സംഘർഷഭരിതമായ സമാഗമവുമാണ് *കോളേജ്ഗേളി*ലെ പ്രമേയം. ക്യാമ്പസിനെയും സാഹിത്യ-സാംസ്കാരികാവസ്ഥകളെയും രാഷ്ട്രീയത്തെയും ഈ സിനിമ ആവിഷ്കരിക്കുന്നുണ്ട്. രാധയുടെ അച്ഛൻ പാറപ്പുറത്ത് രാമൻനായർ സാമ്പ്രദായിക കാൽപ്പനിക കവിതാരചനയുടെ വക്താവാണ്. ചങ്ങമ്പുഴയുടെ കാവ്യത്തിന്റെ ഒരു ഹാസ്യാനുകരണമായിട്ടാണ് അത് ചിത്രീകരിക്കപ്പെടുന്നത്. ഒരു മാഗസിനിൽപ്പോലും അച്ചടിക്കാതെ നിരന്തരം എഴുതിക്കൊണ്ടിരിക്കുന്ന പാറപ്പുറത്ത് രാമൻനായരുടെ കാലത്താണ് മലയാള കവിത ആധുനികതാവാദത്തിലേക്ക് (Modernism) പ്രവേശിക്കുന്നത്. കാൽപ്പനികതയെ അപനിർമിച്ച് സാമൂഹിക യാഥാർഥ്യങ്ങളെ വ്യത്യസ്തമായ കാഴ്ചപ്പാടിൽ കാണാൻ ശ്രമിച്ച ആധുനികതാവാദം നവോത്ഥാനത്തിന്റെ ആശയങ്ങളെ ഒട്ടൊക്കെ സംശയത്തോടെയാണ് വീക്ഷിച്ചത്. സാഹിത്യത്തിൽ ഭാവുകത്വപരമായ വളർച്ചയെ അടയാളപ്പെടുത്താൻ അന്നത്തെ സാഹിത്യകൃതികൾ ശ്രമിച്ചുകൊണ്ടിരുന്നപ്പോൾ ജനകീയ സിനിമ സാഹിത്യത്തിലെ നൂതന പ്രവണതകളെ ഹാസ്യാത്മകമായി അവഹേളിക്കാനും ശ്രമിച്ചിരുന്നു. മോഡേൺ ആർട്ട് രീതിയിലുള്ള ചിത്രകലയെ പരിഹസിക്കുന്ന രംഗങ്ങൾ ഈ സിനിമയിലുണ്ട്. അനുവാചകന് 'തോന്നുന്ന' രീതിയിലുള്ള അനുഭവങ്ങളാണ് മോഡേൺ ആർട്ടിലുള്ളത് എന്ന 'പരിഹാസ'മാണ് ഈ സിനിമ മുന്നോട്ടുവെക്കുന്നത്.

കവിതയെയും ചിത്രകലയെയും വിമർശിക്കുന്നതോടൊപ്പം രാഷ്ട്രീയപാർട്ടിയുടെ പ്രവർത്തനത്തെയും ഇവിടെ പരാമർശിക്കുന്നുണ്ട്. കെ പൊ പ (കേരള പബ്ലിക് പാർട്ടി) യുടെ നെറികെട്ട രാഷ്ട്രീയത്തിനെതിരെ ഇവിടെ ശബ്ദമുയരുന്നുണ്ട്. പ്രതിനായകനായി ഇവിടെ വരുന്നതുതന്നെ രാഷ്ട്രീയക്കാരനാണ്.

നവോത്ഥാനത്തിന്റെ പുരോഗമന മൂല്യങ്ങൾ അങ്ങിങ്ങായി സിനിമയിൽ പ്രത്യക്ഷപ്പെടുന്നുമുണ്ട്. മേബൽസ് കോളേജിൽ പഠിക്കുന്ന നായികയും കൂട്ടരും ഇഷ്ടമുള്ള വസ്ത്രം ധരിക്കുന്നതിനുവേണ്ടി സമരം ചെയ്യുന്നുണ്ട്. ആധുനികമായ ഫാഷൻ വസ്ത്രധാരണ രീതിയോടാണ് ഇവർക്ക്

കമ്പം. സാരിയുടെ അസ്വതന്ത്രമായ രീതിയെ ഇവർ മറികടക്കാൻ ശ്രമിക്കുന്നു. ശാരീരികമായി തങ്ങളെ കീഴടക്കാൻ വരുന്ന പുരുഷന്മാരെ ഇവർ പരാജയപ്പെടുത്താൻ ശ്രമിക്കുന്നതും കാണാം.

ശശികുമാർ സംവിധാനം ചെയ്ത *പിക്നിക്* (1975) എന്ന ആദ്യകാല നസീർ സിനിമയിലും ക്യാമ്പസ് കടന്നു വരുന്നുണ്ട്. കോളേജ് വിദ്യാർഥികൾ ഒന്നിച്ച് പിക്നിക്ക് പോകുന്നതും അവർ കാണുന്ന കാഴ്ചകളും കേൾക്കുന്ന സംഭവങ്ങളുമാണ് സിനിമയിൽ. " ശിൽപ്പികൾ നമ്മൾ, ഭാരതശിൽപ്പികൾ നമ്മൾ" എന്ന ഗാനം സൂചിപ്പിക്കുന്നത് തന്നെ ആധുനിക ഇന്ത്യൻ വികസനത്തിലെ വിദ്യാർഥികളുടെ പങ്കാളിത്തത്തെയും പ്രവർത്തനങ്ങളെയുമാണ്. കോളേജ് വിദ്യാർഥിനികൾ അണിയുന്ന വേഷവിധാനങ്ങൾ പുരുഷന്മാരുടെതു കൂടിയാണിതിൽ. കളിക്കുന്നതും ആടുന്നതും പാടുന്നതും അവർ ഒരുമിച്ചുതന്നെയാണ്. യുവത്വത്തിന്റെ അടയാളങ്ങളായി സാമൂഹികപ്രവർത്തകരായി, നവോത്ഥാനശിൽപ്പികളായി മാറുന്നതരത്തിലുള്ള ഒരു ആശയലോകത്തെയാണ് *പിക്നിക്* എന്ന സിനിമ ലക്ഷ്യം വെക്കുന്നത്. മലയാള സാഹിത്യം ആധുനികതയുടെ യുക്തിയെയും ദേശരാഷ്ട്ര പുരോഗതിയെയും ചോദ്യം ചെയ്തു മുന്നേറുന്ന കാലത്താണ് ജനപ്രിയസിനിമയുടെ പ്രതിനിധാനം ഇത്തരത്തിൽ രൂപപ്പെടുന്നത്.

സമാന്തരസിനിമകളിൽ പ്രത്യക്ഷപ്പടുന്ന ക്യാമ്പസ്, തീക്ഷ്ണമായ ചിന്തകളുടെയും ആധുനികവൽക്കരണത്തിന്റെയും ഫലമായി രൂപപ്പെട്ട സാംസ്കാരിക മാറ്റത്തിന്റെയും പ്രക്ഷുബ്ധതകൾ പേറുന്ന യുവത്വത്തെയാണ് ചിത്രീകരിച്ചത്. ഫ്യൂഡലിസത്തിന്റെ ഊർജം ഗ്രാമീണാന്തരീക്ഷത്തിൽ നിന്നു വേർപെട്ട് കഴിയുമ്പോൾ സംഭവിക്കുന്ന സ്വത്വനഷ്ടവും നാഗരികതയുടെ അരാഷ്ട്രീയതയും തൊഴിലില്ലായ്മയുമാണ് അരവിന്ദന്റെ *ഉത്തരായനം, പോക്കുവെയിൽ* എന്നീ സിനിമകളിൽ നിഴലിച്ചത്. വിദ്യാഭ്യാസം നേടി തൊഴിൽ തേടിയിറങ്ങിയ നായകൻ നിലവിലുള്ള രാഷ്ട്ര സംവിധാനത്തെയും മതപ്രസ്ഥാനങ്ങളെയും വിമർശിച്ച് പുതിയ പാതതേടാൻ ശ്രമിക്കുന്നത് ഇവിടെ കാണാം. *പോക്കുവെയിലി*ലെ രവി ആധുനികജീവിതവുമായും ക്യാമ്പസുമായും പൊരുത്തപ്പെടാനാവാതെ മാനസികരോഗിയാകുന്നു. എഴുപതുകൾക്കുശേഷം രൂപപ്പെട്ട ആധുനിക നാഗരികവൽക്കരണത്തിന്റെയും

പോക്കുവെയിലിൽ നിന്നൊരു രംഗം

വിദ്യാഭ്യാസ ജനാധിപത്യത്തിന്റെയും പരിസരത്തിൽ മധ്യവർഗസവർണ തലമുറക്ക് സംഭവിച്ച മനോഭ്രാന്തികളാണ് സൂക്ഷ്മതലത്തിൽ *പോക്കുവെയിൽ* അർഥമാക്കുന്നത്. അടൂർ ഗോപാലകൃഷ്ണന്റെ *അനന്തര*ത്തിലെ (1987) നായകൻ ക്യാമ്പസ് വിദ്യാർഥിയായ അജയനിലും കാണുന്നത് മനസിന്റെ ക്രമംതെറ്റിയുള്ള കാഴ്ചകളാണ്. ജോൺ എബ്രഹാമിന്റെ ആദ്യസിനിമയായ *വിദ്യാർഥികളേ ഇതിലേ ഇതിലേ* സമൂഹത്തിലെ വ്യവസ്ഥാപിത മൂല്യങ്ങൾ യുവതലമുറയുടെ പ്രവർത്തനങ്ങളാൽ തകർന്നടിയും എന്ന ആശയമാണ് മുന്നോട്ടുവെക്കുന്നത്.

ഷാജി എൻ കരുണിന്റെ *പിറവി*യിൽ മരിച്ചുപോയ വിദ്യാർഥി ഭരണകൂടത്തിന്റെ അക്രമത്തിനിരയായവനാണ്. മലയാള സിനിമയിൽ എൺപതുകളോടെ ആവിഷ്കരിക്കപ്പെട്ട ക്യാമ്പസ് പ്രമേയങ്ങൾ പൊതുവെ കാൽപ്പനികമായ അന്തരീക്ഷത്തിൽ പ്രണയത്തിന്റെയും ദുരന്തത്തിന്റെയും കഥ പറയുന്നവയായിരുന്നു. കേരള രാഷ്ട്രീയത്തിന്റെ പരിണതികൾ ക്യാമ്പസിലും പ്രതിഫലിച്ചിരുന്നതായി ഇവ കാണിക്കുന്നുമുണ്ട്. ലെനിൻ രാജേന്ദ്രൻ സംവിധാനം ചെയ്ത *ചില്ലി*ൽ സ്ത്രീസ്വത്വ സ്വാതന്ത്ര്യത്തിന്റെ വ്യത്യസ്ത മുഖങ്ങൾ ആവിഷ്കരിക്കുമ്പോഴും പൊതുസമൂഹത്തിന്റെ സ്ത്രീവിരുദ്ധമായ സാമാന്യധാരണയെയാണ് പിന്തുടരുവാൻ ശ്രമിക്കുന്നത്.

ശാലിനി എന്റെ കൂട്ടുകാരി, ദേശാടനക്കിളി കരയാറില്ല എന്നീ സിനിമകൾ സ്ത്രീസ്വത്വത്തിന്റെ വ്യത്യസ്തമായ മുഖങ്ങൾ ക്യാമ്പസ് പശ്ചാത്തലത്തിൽ അവതരിപ്പിക്കാൻ ശ്രമിച്ചിരുന്നു. സ്ത്രീകളുടെ ആഴമേറിയ ബന്ധങ്ങളെ ഇത്തരം സിനിമകൾ കൈകാര്യം ചെയ്തിരുന്നു. എന്നാൽ സ്ത്രീകേന്ദ്രിതമായി ഇറങ്ങിയ ഒട്ടുമിക്ക ക്യാമ്പസ് സിനിമകളിലെയും നായികമാർ ആത്മഹത്യ ചെയ്തോ രോഗം വന്നോ മരണത്തിന് കീഴടങ്ങിയിരുന്നു. ക്യാമ്പസിന്റെ കാൽപ്പനികമായ വിഷാദരോഗം ഇത്തരം സിനിമകൾ നിരന്തരം ആവർത്തിക്കുന്നുണ്ട്. പ്രണയത്തിൽ പരാജയപ്പെട്ടാൽ ആത്മഹത്യ ചെയ്യേണ്ടവരായി സ്ത്രീയെ മലയാള സിനിമ ലഘൂകരിച്ചു പോന്നു.

ക്യാമ്പസിനെ കാൽപ്പനികതയുടെ മുഖംമൂടിയണിയിക്കാൻ നിരവധി ശ്രമങ്ങൾ മലയാള സിനിമയിൽ കാണുന്നുണ്ട്. വേണുനാഗവള്ളിയുടെ നിരാശാകാമുകൻ, ഒ എൻ വിയുടെ ഗാനരചന എന്നിവ ഇത്തരം കാൽപ്പനികതയ്ക്ക് അകമ്പടിയായി. ഗൃഹാതുരത്വത്തിന്റെ അങ്ങേയറ്റത്തെ മൂർത്തബിംബമായി *സർവകലാശാല* എന്ന സിനിമ ചിത്രീകരിക്കപ്പെട്ടു.

എന്നാൽ, *ചെപ്പ്* എന്ന സിനിമയിൽ നായകൻ അധ്യാപകനായി വരുന്നതോടെ ക്യാമ്പസിനെ മറ്റൊരു വീക്ഷണകോണിലൂടെ അവതരിപ്പിക്കപ്പെടുന്നു. അധ്യാപകന്റെ മനോഭാവം സ്വകാര്യമാനേജ്മെന്റിന്റെ അധികാരകേന്ദ്രിതമായ രീതിയിലാണ് കാണപ്പെടുന്നത്. വിദ്യാർഥി രാഷ്ട്രീയം അക്രമാസക്തമായ ഒന്നായി അയാൾക്ക് തോന്നുകയും അതിനെ എതിർക്കുകയും ചെയ്യുന്നു. ക്യാമ്പസുകളിൽ റാംഗിംഗ് മൂലം നിരവധി വിദ്യാർഥി

കൾ ശാരീരികമായും മാനസികമായും പീഡിപ്പിക്കപ്പെട്ടിരുന്നതായി സൂചനകളുണ്ട്. *അമൃതംഗമയ, ഈനാട്, ചെപ്പ്* എന്നീ സിനിമകളിൽ വിദ്യാർഥികളുടെ അക്രമാസക്തമായ ഈ പീഡനത്തിന്റെ വ്യത്യസ്ത സംഭവങ്ങൾ ആവിഷ്കരിച്ചിട്ടുണ്ട്. വിദ്യാർഥികളുടെ രാഷ്ട്രീയപ്രേരിതമായ സമരങ്ങളും പ്രകടനങ്ങളും വിദ്യാർഥി രാഷ്ട്രീയത്തിന്റെ പുരോഗമനസ്വഭാവത്തെക്കൂടി പരിഹസിക്കുന്നതാണ്. *ജാലകം, ചെപ്പ്* എന്നീ സിനിമകളിൽ ഇത് ശക്തമായി ആവിഷ്കരിക്കുന്നുണ്ട്. വിദ്യാർഥി രാഷ്ട്രീയം ക്യാമ്പസിന്റെ അന്തരീക്ഷത്തിന് ദോഷകരമാണ് എന്നും വിദ്യാർഥികൾ രാഷ്ട്രീയ പാർട്ടിക്കാരുടെ ചട്ടുകമായിട്ടാണ് പ്രവർത്തിക്കുന്നതെന്നും ഈ സിനിമകൾ ആക്രോശിക്കുന്നു. രാഷ്ട്രീയ പ്രേരിതമായി, വിദ്യാർഥിവിരുദ്ധമായി നടക്കുന്ന സമരാഭാസങ്ങൾ മാത്രമാണ് ഈ സമരങ്ങളെന്ന് ജനപ്രിയ സിനിമയിലെ ക്യാമ്പസ് ചിത്രീകരണങ്ങൾ ആവിഷ്കരിക്കുന്നു. വിദ്യാർഥി അക്രമരാഷ്ട്രീയത്തിൽപ്പെട്ട് സ്വന്തം ജീവിതം നഷ്ടപ്പെടുന്നവരെയും കുടുംബം, കാമുകി എന്നിവ നഷ്ടപ്പെട്ട് ജയിലിലാകുന്നവരെയും ഇത്തരം സിനിമകളിൽ കാണാം. എൺപതുകളുടെ അവസാനത്തോടെ വിദ്യാർഥിരാഷ്ട്രീയം എന്നത് രാഷ്ട്രീയ പാർട്ടിക്കാരുടെ ഇച്ഛാനുസരണം പ്രവർത്തിക്കുന്ന ഒന്നാണെന്നാണ് മലയാളസിനിമ വിവക്ഷിച്ചുപോന്നത്. വിദ്യാർഥി പ്രസ്ഥാനങ്ങൾ കേരളീയ രാഷ്ട്രീയ മണ്ഡലത്തിൽ ഉണ്ടാക്കിയെടുത്ത എല്ലാവിധ പുരോഗമന ചിന്തകളുടെയും മതേതര കൂട്ടായ്മകളുടെയും സംഘബോധങ്ങളുടെയും, തിരസ്കാരമാണ് ഇക്കാലയളവിലെ സിനിമയിൽ കാണപ്പെട്ടത്.

ചുരുക്കത്തിൽ രാഷ്ട്രവികസനത്തിൽ യുവതലമുറയ്ക്കുള്ള പ്രാധാന്യം ക്യാമ്പസിന്റെ പശ്ചാത്തലത്തിലുള്ള ആദ്യകാല സിനിമകളിൽ കാണാമായിരുന്നെങ്കിലും പിന്നീടത് കേവലം പ്രണയ താൽപ്പര്യങ്ങളിലേക്കും അരാഷ്ട്രീയമായ, അക്രമാസക്തമായ പ്രവർത്തനങ്ങളിലേക്കും തിരിഞ്ഞുവെന്നാണ് മലയാള സിനിമയുടെ ചരിത്രം പറയുന്നത്. സ്ത്രീസ്വത്വപ്രശ്നത്തെയും ക്യാമ്പസ് രാഷ്ട്രീയത്തെയും ഉപരിപ്ലവമായി കാണുന്ന ജനപ്രിയ സിനിമയുടെ മുതലാളിത്ത താൽപ്പര്യം അക്കാലത്തെ സിനിമയുടെ കച്ചവടതന്ത്രങ്ങളുമായി സമവായപ്പെടുന്ന ഒന്നാണ്. ക്യാമ്പസിൽനിന്ന് 'രാഷ്ട്രീയം' ഒഴിഞ്ഞുപോകുന്നത് മത-മുതലാളിത്ത മാനേജ്മെന്റുകളെയും മറ്റു വിദ്യാഭ്യാസ കച്ചവടക്കാരെയും കേരളീയ മധ്യവർഗസവർണതയെയും തൃപ്തിപ്പെടുത്തുന്ന ആശയത്തിൽ രൂപപ്പെട്ടതാണ്. അരാഷ്ട്രീയവൽക്കരിക്കപ്പെട്ട ക്യാമ്പസ് എന്നത് വിദ്യാർഥികളുടെ സാമൂഹിക രാഷ്ട്രനവീകരണ കടമകളെ ഇല്ലായ്മ ചെയ്യുന്ന മണ്ഡലമാണെന്നാണ് എൺപതുകളുടെ അവസാനമിറങ്ങിയ സിനിമകൾ വിശകലനം ചെയ്യുമ്പോൾ തിരിച്ചറിയുന്നത്.

ആഗോളീകരണത്തിന്റെ ഫലമായി രൂപപ്പെട്ട സാമ്പത്തിക-ഉദാരവൽക്കരണ-വിദ്യാഭ്യാസ പരിഷ്കാരങ്ങൾ കേരളീയ സംസ്കാരത്തിൽ വലിയ മാറ്റങ്ങളാണ് ഉണ്ടാക്കിക്കൊണ്ടിരിക്കുന്നത്. സ്വാശ്രയ എഞ്ചിനീ

യറിംഗ് കോഴ്സുകൾ, മെഡിക്കൽ കോഴ്സുകൾ, മറ്റു പുതിയ കോഴ്സുകൾ എന്നിവയൊക്കെ വിദ്യാഭ്യാസ രംഗത്ത് അസമത്വത്തിന്റെ അന്തരീക്ഷം സൃഷ്ടിക്കുന്നവയായിരുന്നു. വിദ്യാർഥികൾ തന്നെ പഠനത്തിന്റെ ചെലവ് വഹിക്കുന്ന സമ്പ്രദായം പാവപ്പെട്ടവരും ജാതിപരമായി പിന്നാക്കം നിൽക്കുന്നവരുമായ വിദ്യാർഥികളെ ക്യാമ്പസുകളിൽ നിന്ന് നിഷ്കാസനം ചെയ്യാൻ എളുപ്പമുള്ള പ്രക്രിയയായിരുന്നു. ക്യാമ്പസുകളിൽ രാഷ്ട്രീയം നിരോധിക്കണമെന്ന അഭിപ്രായം മതമേധാവിത്വ-മുതലാളി മാനേജുമെന്റുകൾ ശക്തമായി ഇക്കാലത്ത് ഉന്നയിച്ചുതുടങ്ങി. മലയാള സിനിമയുടെ തൊണ്ണൂറുകളിലെ ക്യാമ്പസ് ഇത്തരം പശ്ചാത്തലത്തിൽ രൂപപ്പെട്ടുവന്ന ഒന്നുതന്നെയായിരുന്നു.

തലസ്ഥാനം എന്ന സിനിമയിൽ ക്യാമ്പസ് രാഷ്ട്രീയം, പാർട്ടിരാഷ്ട്രീയത്തിന്റെ താൽപ്പര്യങ്ങൾക്കനുസരിച്ച് പ്രവർത്തിക്കുന്ന ഒന്നായി ചിത്രീകരിക്കപ്പെടുന്നു. ക്യാമ്പസിലെ റാഗിംഗ് രാഷ്ട്രീയപ്പാർട്ടിക്കാരുടെ 'വിദ്യാർഥി ഗുണ്ട'കൾ നടത്തുന്ന പ്രവർത്തനമാണെന്ന് സിനിമ പറയുന്നു. വിദ്യാർഥിസമരത്തിനിടയിൽ നായക കഥാപാത്രം ആത്മഹത്യ (കൊല്ലപ്പെടുന്നത്) ചെയ്യുന്നത് വിദ്യാർഥി രാഷ്ട്രീയത്തിന്റെ മുൻകാല പ്രവർത്തനങ്ങളെ അരാഷ്ട്രീയവൽക്കരിക്കാനുള്ള ഗൂഢനീക്കങ്ങളുടെ ഫലം കൂടിയാണ്. കേരളത്തിൽ വിദ്യാർഥി സംഘടനകൾ അവരുടെ അവകാശങ്ങൾക്കായി നടത്തിയ സമരങ്ങൾ പ്രശംസനീയമായ ഒന്നായിരുന്നു. വിദ്യാർഥിസമരങ്ങൾ കേവലം വിദ്യാർഥികളുടെ മാത്രം പ്രശ്നങ്ങളല്ല, കുടുംബവും സമൂഹവുമായും അതിന് നേരിട്ട് ബന്ധമുണ്ട്. സാമൂഹിക രൂപവൽക്കരണപ്രക്രിയയിൽ ക്രിയാത്മകമായ പങ്കുവഹിക്കുന്ന യുവതലമുറയുടെ രാഷ്ട്രീയമായ കാഴ്ചപ്പാടുകളെ ഇല്ലായ്മ ചെയ്യുന്ന നയങ്ങളാണ് പൊതുവെ തൊണ്ണൂറുകൾക്കുശേഷമുള്ള മലയാള സിനിമയും ചിത്രികരിച്ചത്.

തൊണ്ണൂറുകളിൽ ഇറങ്ങിയ മിക്ക ചിത്രങ്ങളിലും വിദ്യാർഥി രാഷ്ട്രീയത്തെ കേവലം അക്രമാസക്തമായ പ്രവർത്തനമായും മാഫിയകളുടെ വളർച്ചയെ പ്രോൽസാഹിപ്പിക്കുന്ന സംഘ(ടന)മായും ചിത്രീകരിച്ചു. *മഴവിൽകൂടാരം, പ്രണയവർണങ്ങൾ* എന്നീ സിനിമകൾ രാഷ്ട്രീയത്തെ മോശമായി കാണുന്ന നായക കഥാപാത്രങ്ങളിലൂടെ വർത്തമാനരാഷ്ട്രീയം വിദ്യാർഥി വിരുദ്ധമാണെന്ന ആശയമാണ് മുന്നോട്ടുവെച്ചത്.

ബ്യൂറോക്രസിയും രാഷ്ട്രീയ സംഘടനകളും ഭരണകൂട ഉപകരണങ്ങളായ പൊലീസ്, കോടതി തുടങ്ങിയ അനുബന്ധസ്ഥാപനങ്ങളും വിദ്യാർഥി സമൂഹത്തെ കൈയൊഴിയുമ്പോൾ ഇതിനെതിരെ ഒറ്റയാൻ പോരാട്ടം നടത്തുന്ന നായകനെയാണ് വിദ്യാർഥി സമൂഹത്തിന്റെ മാതൃകയായി അവതരിപ്പിക്കപ്പെട്ടത്. *ജോണിവാക്കറി*ൽ ക്യാമ്പസിൽ മയക്കുമരുന്ന് വ്യാപാരം നടത്തുന്ന വിദ്യാർഥികൾ പ്രത്യക്ഷപ്പെടുന്നുണ്ട്. എന്നാൽ, ഇതിനെതിരെ പ്രതിഷേധിക്കാൻ വിദ്യാർഥി സംഘടനയെ കാണുന്നില്ല. വിദ്യാർഥി സംഘടനകളുടെയും രാഷ്ട്രീയത്തിന്റെയും

ബോധപൂർവമായ പുരോഗമന ഇടപെടലുകളെ മനഃപൂർവം കൈയൊഴിയുകയാണ് തൊണ്ണൂറുകൾക്കുശേഷമുള്ള ഈ സിനിമകൾ ചെയ്തത്. നായകനിലൂടെ പ്രശ്നപരിഹാരം തേടുന്ന പ്രമേയങ്ങളാണ് വ്യാജ പ്രതീതി സൃഷ്ടിച്ച് ഇവ ആവിഷ്കരിക്കുന്നത്.

തൊണ്ണൂറുകൾക്കുശേഷമുള്ള ക്യാമ്പസ് സിനിമകളിലെക്കെത്തുമ്പോഴേക്കും രാഷ്ട്രീയം സിനിമയുടെ പ്രമേയ പരിസരത്തുനിന്നും പൂർണമായും അപ്രത്യക്ഷമായിത്തീർന്നു. മാനേജുമെന്റുകളാൽ ഭരിക്കപ്പെടുന്ന, സെൽഫ് ഫിനാൻസ് കോഴ്സുകളിൽ പഠിക്കുന്ന വിദ്യാർഥി സമൂഹത്തിന്റെ മുന്നിൽ ക്യാമ്പസ് രാഷ്ട്രീയം അപ്രധാനമാണെന്ന അവസ്ഥയെ മലയാള സിനിമയും പിന്തുടരുന്നതാണ് കണ്ടത്. പ്രണയം ഒരു പ്രധാന ഘടകമാവുന്നതോടൊപ്പം മാതാപിതാക്കളുടെ സ്നേഹം, കുടുംബം എന്നിവയെ കൂടുതൽ മുറുകെ പിടിക്കുന്ന, പിതൃവ്യവസ്ഥയുടെ കീഴിൽ കഴിയാൻ കൊതിക്കുന്ന യുവത്വത്തെയാണ് ഇത്തരം സിനിമകൾ ചിത്രീകരിച്ചത്.

കക്ഷിരാഷ്ട്രീയം ക്യാമ്പസുകളിൽ രണ്ടായിരത്തിനുശേഷമാണല്ലോ ഹൈക്കോടതി നിരോധിച്ചത്. ഇതിനവർ കാരണമായി കണ്ടെത്തുന്നത് വിദ്യാർഥി രാഷ്ട്രീയം അക്രമാസക്തമായ പ്രവർത്തനമാണെന്നാണ്. മാനേജുമെന്റുകളുടെ കോഴവാങ്ങലിനും വർധിച്ച ഫീസ് നിലപാടിനെതിരെയും കേരളത്തിലെങ്ങും ഇപ്പോഴും വിദ്യാർഥി രാഷ്ട്രീയ നേതാക്കൾ സമരം ചെയ്തുകൊണ്ടിരിക്കുന്ന സന്ദർഭത്തിൽ വിദ്യാർഥി രാഷ്ട്രീയത്തിന്റെയും പൗരാവകാശത്തിന്റെയും സാമാന്യധാരണകളെപ്പോലും ഇല്ലായ്മ ചെയ്യുന്ന വിധത്തിൽ വിദ്യാർഥികളെ അരാഷ്ട്രീയവൽക്കരിക്കാൻ കോടതികളും എയ്ഡഡ് മതമേധാവിത്വ മാനേജുമെന്റുകളും ശ്രമിച്ചുകൊണ്ടിരിക്കുന്നു. തൊണ്ണൂറുകൾക്കുശേഷം രൂപപ്പെട്ട ഉദാരവൽക്കരണത്തിന്റെയും സ്വകാര്യവൽക്കരണത്തിന്റെയും ഫലമായി അരാഷ്ട്രീയവൽക്കരിക്കപ്പെട്ട ഒരു സമൂഹത്തെ നിർമിച്ചെടുക്കാനാണ് ആഗോളമുതലാളിത്തം ശ്രമിച്ചുകൊണ്ടിരിക്കുന്നത്. ഗവൺമെന്റ് കോളജുകളിലും യൂണിവേഴ്സിറ്റികളിലും രാഷ്ട്രീയമായ ബോധവൽക്കരണത്തിന് ക്യാമ്പസ് ഇലക്ഷൻ സമയങ്ങളിൽപ്പോലും വേണ്ടത്ര അവസരം ഭരണകൂടസ്ഥാപനങ്ങൾ അനുവദിച്ചു കൊടുക്കുന്നില്ല. അതിനാൽ ഇന്ന് കാമ്പസുകളിൽ നടക്കുന്ന ഇലക്ഷനും നേതാക്കളുടെ വിജയവുമെല്ലാം രാഷ്ട്രീയവൽക്കരിക്കപ്പെട്ട ഒരു യുവതലമുറയുടെ വിജയമായി കാണാൻ സാധിക്കുന്നതല്ല.

മഴത്തുള്ളിക്കിലുക്കം എന്ന സിനിമയിലെ ഒരു ഗാനവും അതിലെ രംഗങ്ങളും പറയുന്നത് ഇന്നത്തെ ക്യാമ്പസ് വിദ്യാർഥികളെ രാഷ്ട്രീയക്കാരുടെ കൈയിലെ ആയുധമാക്കാൻ ഞങ്ങൾ തയാറല്ല എന്നതാണ്. നായകന്റെയും കൂട്ടരുടെയും ഉറച്ച ആക്രോശം രാഷ്ട്രീയക്കാരുടെ നേരെ ഉയരുന്നു. അവർ ഉണ്ടാക്കുന്നതാണ് ഈ 'ദുഷിച്ച വിദ്യാർഥി സമര'മൊക്കെയും എന്ന ആശയമാണ് ഈ ഗാനം മുന്നോട്ടുവെക്കുന്ന

ത്. ഇതേ സമയം തന്നെയാണ് ക്യാമ്പസ് യുവത്വം ആഗോളീകരണ ഉപഭോഗസംസ്കാരത്തെ പുണരുന്ന കാഴ്ചയും സിനിമകളിലെ പാട്ടു രംഗങ്ങളിൽ കണ്ടുവരുന്നത്. *കൂട്ട്, നിറം, സ്വപ്നക്കൂട്, ക്യാമ്പസ്* എന്നീ സിനിമകളിലെ നിരവധി രംഗങ്ങളിലും പാട്ടുകളിലും ഇതിന്റെ സൂചനകൾ കടന്നുവരുന്നു. “എസ്കോട്ടെല്ലോ, ബി പി എല്ലോ, ഞാൻ നിന്റെ മൊബൈലായെങ്കിൽ....” തുടങ്ങിയ പാട്ടുകളും ഗാനരംഗങ്ങളും അരാഷ്ട്രീയവൽക്കരിക്കപ്പെട്ട ‘അടിപൊളി ജീവിത’ത്തിന്റെ സുന്ദരനിമിഷങ്ങളെയാണ് വരച്ചു കാണിക്കുന്നത്. ‘പ്രണയവർണങ്ങൾ’ എന്ന സിനിമയിൽ വിദ്യാർഥികൾ തമ്മിൽ സംഘട്ടനം നടക്കുമ്പോൾ നായകൻ വന്നിടപെട്ട് “ഞാനും ഇതുപോലെ പണ്ട് രാഷ്ട്രീയത്തിനുവേണ്ടി തമ്മിൽ തല്ലാൻ പോയിട്ടുണ്ട്” എന്നു പറഞ്ഞ് വിദ്യാർഥികളെ പിന്തിരിപ്പിക്കാൻ ശ്രമിക്കുന്നുണ്ട്.

വിദ്യാർഥികളുടെ മേൽ രാഷ്ട്രീയ സംഘടനകൾ ചെലുത്തുന്ന സ്വാധീനത്തെ നന്മകളുടെ പേരുപറഞ്ഞ് ഇല്ലായ്മ ചെയ്യാനാണ് രണ്ടായിരത്തിനുശേഷമുള്ള സിനിമകൾ ശ്രമിച്ചുകൊണ്ടിരിക്കുന്നത്. ഈ വാദഗതിയിൽ സത്യങ്ങളുടെ അംശം കാണുമെങ്കിലും അരാഷ്ട്രീയവൽക്കരിക്കപ്പെട്ടുകൊണ്ടിരിക്കുന്ന ക്യാമ്പസിൽ രാഷ്ട്രീയവൽക്കരണത്തിന് ശ്രമിക്കാൻ ബദൽ സംഘടനകൾ കാണുന്നില്ലായെന്നതാണ് യാഥാർഥ്യം.

ഫോർ ദി പീപ്പിൾ, ബൈ ദ പീപ്പിൾ എന്നീ സിനിമകളിലെ ക്യാമ്പസ് വിദ്യാർഥികൾ അവരുടെ വിപ്ലവാത്മകമായ പാരമ്പര്യത്തിന്റെ മൂലധനത്തിൽനിന്ന് വയലൻസിന്റെ നിയമത്താൽ നീതി നടപ്പാക്കാനായി മുന്നോട്ടു വരുന്നവരാണ്. നക്സലൈറ്റ്, കമ്യൂണിസ്റ്റ്, ഫ്യൂഡലിസ്റ്റ് എന്നിവയുടെ ഭൂതകാല ഊർജം ഈ ചെറുപ്പക്കാരിൽ കാണാം. വർത്തമാന സമൂഹത്തിലെ അനീതികൾക്കെതിരെ ജനാധിപത്യ രാഷ്ട്രീയ സംഘടനകളും മറ്റു സാംസ്കാരിക സംഘടനകളും ശബ്ദമുയർത്താത്ത രാഷ്ട്രീയ പരിസരത്താണ് ഇവർ വയലൻസിന്റെ നീതി നടപ്പാക്കുന്നത്. ഇവരെ പൊതുസമൂഹവും പിന്തുണയ്ക്കുന്നതായി സിനിമ ഉദ്ഘോഷിക്കുന്നു. പൊതുസമൂഹത്തിലും രാഷ്ട്രീയസംഘടനകളുടെ പ്രാധാന്യം നഷ്ടപ്പെട്ടുകൊണ്ടിരിക്കുകയാണെന്ന സാമാന്യ പ്രതിലോമ ആശയങ്ങളുടെ പുനർപ്രകാശനമാണ് ഇവിടെ നടക്കുന്നത്. പുരുഷന്മാർ നീതി നിർവാഹകരാകുമ്പോൾ ഇവരെ സ്നേഹിക്കുന്ന പെൺകുട്ടികൾ കുടുംബം സ്വപ്നംകണ്ട് അവനവന്റെ കാര്യം നോക്കി ജീവിക്കേണ്ട സ്ത്രീത്വത്തിന്റെ ഉപാസകരായി ചിത്രീകരിക്കപ്പെടുന്നു. മലയാളത്തിലെ കാമ്പസ് പ്രമേയ സിനിമകളിൽ എൺപതുകളിൽ സ്ത്രീസ്വാതന്ത്ര്യത്തിനായി ശ്രമിച്ച നായികമാർ രണ്ടായിരത്തിലെത്തുമ്പോഴേക്കും കുടുംബത്തിനകത്തെ ആനന്ദം അനുഭവിക്കാൻ കൊതിക്കുന്നവരായി ഒതുക്കപ്പെടുന്നതായാണ് കാണുന്നത്.

മലയാളത്തിൽ ക്യാമ്പസ് പശ്ചാത്തലമാക്കി നിർമിച്ച സിനിമയിൽ

വളരെയധികം ശ്രദ്ധിക്കപ്പെട്ടത് *ക്ലാസ്മേറ്റ്സാണ്*. ക്യാമ്പസിനെ എപ്പോഴും യൗവനമായി നോക്കിക്കാണുന്ന കാഴ്ചശീലം തന്നെയാണ് *ക്ലാസ്മേറ്റ്സിലും* കാണാനാകുന്നത്. ക്യാമ്പസ് രാഷ്ട്രീയത്തെ ഗൃഹാതുരതയോടെ സമീപിക്കേണ്ടിവരുന്നതിന്റെ ആവശ്യകത വർത്തമാന ക്യാമ്പസ് അരാഷ്ട്രീയവൽക്കരിക്കപ്പെട്ടിരിക്കുകയാണെന്ന തിരിച്ചറിവ് തന്നെയാണ്.

വിദ്യാഭ്യാസ കച്ചവടത്തിനെതിരെ 1991 ൽ സമരം നടത്തിയവരാണ് നായകനും മറ്റു വിദ്യാർഥികളും. എന്നാൽ ഇന്നത്തെ ക്യാമ്പസ് സ്വാശ്രയ വിദ്യാഭ്യാസ കോഴ്സുകളാൽ സമ്പന്നർക്കുമാത്രം വിധിക്കപ്പെട്ട മേഖലയാണ്. പാവപ്പെട്ടവനായ നായകന് പണ്ട് വിദ്യാഭ്യാസ കച്ചവടത്തിനെതിരെ സമരം നടത്താൻ അന്നത്തെ രാഷ്ട്രീയ ചുറ്റുപാട് സഹായകമായിരുന്നു. എന്നാൽ ഇന്നവർ നിൽക്കുന്ന ആ ക്യാമ്പസ് സാമ്പ്രദായിക ഡിഗ്രികോഴ്സുകളിൽനിന്നും ഭിന്നമായ സെൽഫ് ഫിനാൻസ് കോഴ്സുകളിൽ നിർമിക്കപ്പെട്ടവയാണ്. സെൽഫ് ഫിനാൻസ് കോഴ്സിനെ ഒരു അംഗീകൃത വ്യവസ്ഥയായി കാണുന്ന ഇടതു വിദ്യാർഥി പ്രസ്ഥാനങ്ങളുടെയും യുവത്വത്തിന്റെയും മനോഭാവം അതിനാൽ ക്യാമ്പസ് രാഷ്ട്രീയത്തിന്റെ പഴയ മുദ്രാവാക്യങ്ങളെ റദ്ദുചെയ്യുന്നതായി കാണാം. മാനേജ്മെന്റിന്റെയും അക്കാദമിക് വ്യവസ്ഥയുടെയും മുന്നിൽ തലകുനിച്ചു നിന്ന് വിദ്യാർഥികളുടെ രാഷ്ട്രീയബോധം ചെറുപ്പം മുതൽതന്നെ അടക്കിയൊതുക്കുന്ന വിദ്യാഭ്യാസ കാലഘട്ടമാണ് ഇന്നു വളർന്നുകൊണ്ടിരിക്കുന്നത്. വർത്തമാന കാലത്തിന്റെ പ്രക്ഷോഭരഹിതമായ ക്യാമ്പസാണ് *ക്ലാസ്മേറ്റ്സിലെ* നായകനും നായികക്കും അവരുടെ മുൻകാല പ്രണയത്തിന്റെ ശുഭകരമായ കൂടിച്ചേരലിന് വേദിയൊരുക്കുന്നത്. സമരങ്ങളുടെ വിപ്ലവാത്മകമായ കാലഘട്ടം നായകനും നായികയ്ക്കും നല്ലൊരു ജീവിതം സമ്മാനിച്ചില്ലെന്ന് ഓർക്കുക. അന്നത്തെ പ്രണയകാലത്തെ ഗൃഹാതുരതയോടെ നോക്കിക്കാണുന്നതാണ് സിനിമ തരുന്ന സൗന്ദര്യാനുഭൂതിയെന്നും തിരിച്ചറിയേണ്ടതാണ്.

കസ്തൂരിമാൻ, ചോക്ലേറ്റ് എന്നീ സിനിമകളിലെ ക്യാമ്പസ്, രാഷ്ട്രീയ സംഘടനകളുടെ പ്രത്യയശാസ്ത്ര പരിസരത്താൽ മുക്തമായതാണ്. വ്യക്തിയിൽ കേന്ദ്രീകരിച്ചുള്ള രാഷ്ട്രീയ തെരഞ്ഞെടുപ്പാണ് ഇവിടെ പ്രധാനം. *കസ്തൂരിമാനിൽ* സഖാവ് എന്ന ചൊല്ല് രാഷ്ട്രീയ പ്രവർത്തകനല്ലാത്ത നായകനെ വിളിക്കുന്ന ഒന്നായി മാറുന്നു. സൗഹൃദത്തിന്റെ മറ്റൊരു പേരായി സഖാവ് മാറുന്നു. നമ്മുടെ ക്യാമ്പസ് പശ്ചാത്തലമായ സിനിമകളിലൊന്നുംതന്നെ രാഷ്ട്രീയക്കാരിയായ നായികയെ കാണാൻ സാധിക്കുകയില്ല. രാഷ്ട്രീയക്കാരനായ നായകനെ സ്നേഹിക്കുന്ന, ഗുണദോഷിക്കുന്ന നായികയായി ഇവർ ചിത്രീകരിക്കപ്പെടുന്നു. ഇനി അൽപ്പം രാഷ്ട്രീയം കാണിച്ചാൽ തന്നെ അതവൾ സ്നേഹിക്കുന്ന നായകനു വേണ്ടി മാത്രമാണ്. ക്യാമ്പസിന്റെ യൗവനത്തെയും ഗൃഹാതുരത്വത്തെയും നിലനിറുത്തുന്ന പ്രധാന ഘടകമെന്ന നിലയിലാണ് സ്ത്രീപ്രതിനിധികൾ കാണപ്പെടുന്നത്.

ക്യാമ്പസ് സിനിമക്കളന്ന പേരിൽ വൻഹിറ്റുകളായി മാറിയ *അനിയത്തിപ്രാവ്, നിറം, നമ്മൾ* എന്നീ സിനിമകൾ കുടുംബത്തിന്റെ തണലിൽ ലാളനയേറ്റ് കിടക്കാൻ ആഗ്രഹിക്കുന്ന യുവത്വത്തെയാണ് ആവിഷ്കരികുന്നത്. എഴുപതുകളിലും എൺപതുകളുടെ ആദ്യവും കാണുന്ന സിനിമകളിൽ കുടുംബത്തെയും സമൂഹത്തെയും ധിക്കരിക്കുന്ന ചെറിയ ശതമാനമെങ്കിലും ക്യാമ്പസ് യുവത്വങ്ങളുണ്ടായിരുന്നു. എന്നാലിന്ന് അതുപോലും കാണാൻ പറ്റാത്ത തരത്തിൽ വിദ്യാർഥികൾ മാറിക്കഴിഞ്ഞിരിക്കുന്നു.

ക്യാമ്പസ് പശ്ചാത്തലമായ സിനിമകളിൽ ക്യാമ്പസിന്റെ യഥാർഥ മുഖം ഒരിക്കലും കടന്നുവരാറില്ല എന്ന വാദം ഇന്നും ഉയരുന്നുണ്ട്. നിറപ്പകിട്ടോടെ ചിത്രീകരിക്കുന്ന ഇത്തരം സിനിമകളിൽ കൗമാര പ്രണയത്തിന്റെയും ലൈംഗിക ചോദനയുടെയും വയലൻസിന്റെയും ഇടമായി കാമ്പസ് മാറുന്നു. അന്യഭാഷാ സിനിമകളിലെന്നപോലെ മലയാളത്തിലും ഈ അവസ്ഥകാണാം. *കാതൽ കൊണ്ടേൻ, ഒരു കല്ലൂരിയിൻ കഥൈ, തുള്ളുവതോ ഇളമൈ, കല്ലൂരി, പഴനിയപ്പ കോളേജ്* തുടങ്ങിയ സിനിമകളിലെല്ലാം ഇത്തരം സ്വഭാവം ആവർത്തിക്കുന്നുണ്ട്. സാഹിത്യവും സിനിമയുമെല്ലാം അതതു കാലഘട്ടത്തിന്റെ നേരായ പ്രതിഫലനമാണെന്ന യാന്ത്രിക സമീപനത്തെ റെയ്മണ്ട് വില്യംസിനെപ്പോലുള്ള സാംസ്കാരികവാദികൾ എൺപതുകളിൽതന്നെ തള്ളിക്കളഞ്ഞിട്ടുണ്ട്. എന്നാൽ, യാഥാർഥ്യത്തിന്റെ വാദം നിലനിൽക്കെതന്നെ സിനിമ ഉൽപ്പാദിപ്പിക്കുന്ന ക്യാമ്പസ് പ്രതിനിധാനത്തിന്റെ വിവിധ മുഖങ്ങൾ കേരളീയ സംസ്കാരത്തിൽ എന്ത് പാഠങ്ങളാണ് നിർമിക്കുന്നതെന്ന് തിരിച്ചറിയേണ്ടത് അത്യാവശ്യമാണ്. അരാഷ്ട്രീയവൽക്കരിക്കപ്പെട്ട ക്യാമ്പസിനെ സ്വീകരിക്കുന്ന പ്രേക്ഷകസമൂഹം അത്തരം സ്വഭാവഘടനയെ സ്വാംശീകരിച്ചവരാണ്. അതിനാൽ മലയാള സിനിമയിലെ ക്യാമ്പസ് പ്രതിനിധാനത്തെ വിശകലനം ചെയ്യുമ്പോൾ കേരള സംസ്കാരത്തിന്റെ സാമാന്യ വ്യവഹാരങ്ങളുടെ സവിശേഷതകളാണ് തെളിഞ്ഞുകാണുന്നത്.

പാരമ്പര്യമൂല്യങ്ങളും സ്ത്രീപ്രതിനിധാനവും ഭരതൻ - പത്മരാജൻ സിനിമകളിൽ

ഭരതൻ സംവിധാനം ചെയ്ത *പ്രയാണം* (1975) എന്ന സിനിമയ്ക്ക് തിരക്കഥയെഴുതിക്കൊണ്ടാണ് പത്മരാജൻ സിനിമാരംഗത്തേക്ക് പ്രവേശിക്കുന്നത്. *സത്രത്തിൽ ഒരു രാത്രി*/ എൻ ശങ്കരൻനായർ, *നക്ഷത്രങ്ങളെ കാവൽ*/ കെ എസ് സേതുമാധവൻ, *ഇതാ ഇവിടെ വരെ, വാടകക്കൊരു ഹൃദയം*/ഐ വി ശശി, *രാപ്പാടികളുടെ ഗാഥ*/ കെ എസ് ജോർജ്, *ഈ തണുത്ത വെളുപ്പാൻകാലത്ത്*/ ജോഷി, *തകര, രതിനിർവേദം, ഈണം, ഒഴിവുകാലം*/ഭരതൻ എന്നീ സിനിമകൾക്കും അദ്ദേഹം തിരക്കഥയെഴുതിയിട്ടുണ്ട്. 1979 ൽ *പെരുവഴിയമ്പലം* എന്ന സിനിമ, തിരക്കഥയെഴുതി സംവിധാനം ചെയ്തുകൊണ്ട് സംവിധാനരംഗത്തേക്കും കടന്നുവന്നു. പതിവുരീതിയിൽനിന്ന് മാറിയുള്ള നൂതന കാഴ്ചപ്പാടുകൾ, മരണത്തിന്റെ വ്യത്യസ്ത തലങ്ങൾ എന്നിവയെല്ലാം പത്മരാജന്റെ തിരക്കഥകളുടെ സവിശേഷതകളാണ്.

ഭരതൻ - പത്മരാജൻ സംവിധായകർ മലയാള സിനിമയിൽ പ്രണയത്തിന്റെയും രതിയുടെയും കാര്യത്തിൽ പുതിയൊരു ദൃശ്യസംസ്കാരമാണ് ആവിഷ്കരിച്ചത്. പ്രണയം, രതി, വയലൻസ്, മരണം എന്നിവ ഭംഗിയായി ആർട്ട്/കമേഴ്ഷ്യൽ വേർതിരിവില്ലാതെ ആവിഷ്കരിക്കുന്ന രീതിയാണ് ഇവരുടെ സിനിമകളിൽ കാണുന്നത്. പത്മരാജൻ സാഹിത്യത്തിൽ സ്ത്രീ കഥാപാത്രങ്ങളെ ആവിഷ്കരിച്ചതിൽനിന്ന് ഭിന്നമായാണ് സിനിമയിൽ അവരെ അവതരിപ്പിക്കുന്നത്. ഇതിന് ഒരു കാരണം സിനിമയെന്നത് വലിയ സാമ്പത്തികം ആവശ്യപ്പെടുന്ന കലയാണെന്നും അവിടെ ജനപ്രിയ ഘടകങ്ങൾ ചേർന്നാൽ മാത്രമേ 'വിജയം' കൈവരിക്കുകയുള്ളൂ എന്ന തിരിച്ചറിവുമാണ്. ഇത്തരത്തിൽ പത്മരാജന്റെ സാഹിത്യകൃതികൾ പത്മരാജനോ ഭരതനോ സംവിധാനം ചെയ്താലും

ജനപ്രിയ ചേരുവകളിലേക്ക് അവ മാറ്റപ്പെടുന്നുണ്ട് എന്ന് കാണാം. 1970 -90 കളിലെ സാമൂഹ്യ-രാഷ്ട്രീയ രംഗത്തുണ്ടായ മാറ്റങ്ങളെ സിനിമയിലാവിഷ്കരിക്കാനുള്ള ശ്രമത്തിൽ തന്നെ പത്മരാജന്റെ തിരക്കഥകൾ പൊതുബോധത്തിന്റെ ആശയാഭിലാഷങ്ങളെ തൃപ്തിപ്പെടുത്തി വാണിജ്യപരമായ ലാഭം നേടിയെടുക്കുവാൻ സിനിമകളെ ഉപയോഗപ്പെടുത്തിയതായി മനസിലാക്കാവുന്നതാണ്. ആർട്ട്/കൊമേഴ്ഷ്യൽ എന്ന വിഭജനത്തെ അപ്രസക്തമാക്കുംവിധമുള്ള ജനപ്രിയചേരുവകൾ ഇവർ കൊണ്ടുവന്നതിനാലാണ് അരവിന്ദൻ, പി എ ബക്കർ, ജോൺ എബ്രഹാം, കെ ആർ മോഹനൻ എന്നീ സംവിധായകരുടെ സിനിമകളെക്കാൾ കൂടുതൽ 'കലക്ഷൻ' ഇവരുടെ സിനിമകൾ നേടിയത്. പശ്ചാത്തലങ്ങൾക്കും അഭിനയ മുഹൂർത്തങ്ങൾക്കും അനുയോജ്യമായ വിധത്തിൽ വർണഫ്രെയിം ഒരുക്കിയും പ്രണയം, വിരഹം എന്നീ രംഗങ്ങൾക്ക് മനോഹര ഗാനങ്ങളൊരുക്കിയും സെക്സ്, വയലൻസ് രംഗങ്ങളിലൂടെയും ഇവർ കേരള പ്രേക്ഷകരെ സ്വാധീനിച്ചു. എഴുപതുകൾക്ക് ശേഷമുള്ള കേരളീയ സ്ത്രീസ്വത്വത്തെ സിനിമയിലാവിഷ്കരിക്കുമ്പോൾ തന്നെ പാരമ്പര്യമൂല്യ വിചാരങ്ങളെ ഇത്തരം സിനിമകൾ ചിത്രീകരിച്ചതെങ്ങനെയെന്നാണ് ഈ ലേഖനം അന്വേഷിക്കുന്നത്. അതായത് സ്ത്രീ സ്വാതന്ത്ര്യത്തിന്റെ പഴയ നാട്ടുനടപ്പ് രീതികളെ ലംഘിക്കുമ്പോൾ തന്നെ കുടുംബം, ലൈംഗികത, പുരുഷമേൽക്കോയ്മ തുടങ്ങിയ ഘടകങ്ങളെ ഇത്തരം സിനിമകളെങ്ങനെയാണ് കണ്ടതെന്ന അന്വേഷണവും ഇവിടെ നടത്തുന്നു. ലേഖനത്തിന്റെ ആദ്യഭാഗത്ത് പത്മരാജന്റെ തിരക്കഥയിൽ ഭരതൻ സംവിധാനം ചെയ്ത *രതിനിർവേദം*/1978, *തകര*/1979 എന്നീ സിനിമകളും രണ്ടാംഭാഗത്ത് പത്മരാജൻ തിരക്കഥയെഴുതി സംവിധാനം ചെയ്ത സിനിമകളും പഠനവിധേയമാക്കുന്നു.

1

പ്രമേയത്തിന്റെയും അവതരണത്തിന്റെയും രീതിഭേദങ്ങൾകൊണ്ട് അന്നുവരെയുണ്ടായിരുന്ന സിനിമാവഴക്കങ്ങളെ ഈ സിനിമ ലംഘിക്കുകയായിരുന്നു എന്ന് ഭരതൻ സംവിധാനംചെയ്ത *തകര*യെക്കുറിച്ച് എസ് ശാരദക്കുട്ടി അഭിപ്രായപ്പെടുന്നുണ്ട്. പ്രമേയത്തിനനുസരിച്ച് സന്ദർഭോചിതമായി പ്രണയരംഗങ്ങളിലെ രതി ചിത്രീകരണങ്ങളാൽ *തകര* മാറുന്നുണ്ടെങ്കിലും ഇവിടെ സ്ത്രീയെ ചിത്രീകരിച്ചിരിക്കുന്നത് പുരുഷനോട്ടത്തെ/ പുരുഷക്യാമറയെ തൃപ്തിപ്പെടുത്തുന്ന വിധത്തിലാണ്. തകരയുടെയും സുഭാഷിണിയുടെയും പ്രണയരംഗങ്ങളിൽ പ്രേക്ഷകന്റെ പിന്തുണ ആവോളം ഉണ്ടെങ്കിലും എവിടെയോ നമ്മെ പിടിച്ചുലക്കുന്ന പാരമ്പര്യ സദാചാരബോധമാണ് ചിത്രത്തിന്റെ അന്ത്യത്തിൽ കാണുന്നത്. സുഭാഷിണിയുടെ പിതാവിനെ കുത്തിക്കൊന്നശേഷം സുഭാഷിണിയെ

വിളിച്ചുകൊണ്ടുപോകാൻ വരുന്ന തകരയെ സുഭാഷിണി വാതിലടച്ചു പുറന്തള്ളുന്നു. സമൂഹപൊതുബോധത്തിന്റെ പിന്തുണ നേടാത്ത പ്രണയമായിരുന്നു തകര–സുഭാഷിണി ബന്ധം എന്നതുകൊണ്ട് അതിന് ശിക്ഷയെന്നോണം തകരയ്ക്ക് തീവണ്ടിയുടെ മുമ്പിൽ ച്ചാടി ആത്മഹത്യ ചെയ്യേണ്ടിവരുന്നു. സ്ത്രീയുടെ തുറന്ന പ്രണയത്തോടുള്ള സമീപനത്തെയാണ് സിനിമയുടെ ഒടുവിൽ സുഭാഷിണി വാതിലടച്ച് വീടിനകത്ത് ഇരിക്കുന്ന വിധത്തിൽ സംവിധായകൻ ചിത്രീകരിച്ചിരിക്കുന്നത്. ഇത്തരത്തിൽ സമൂഹത്തിൽ മേൽക്കോയ്മ നേടിയ സാമ്പ്രദായിക സദാചാരത്തെ ലംഘിക്കുന്ന തകര ആത്മഹത്യ ചെയ്യുകയും സുഭാഷിണി പിതാവ് നഷ്ടപ്പെട്ട് വീട്ടിനകത്ത് അടങ്ങിയിരിക്കേണ്ടി വരികയും ചെയ്യുന്നു. ഇത്തരത്തിൽ തുറന്ന പ്രണയം സ്ത്രീ സ്വത്വത്തെ എങ്ങനെ ബാധിക്കുന്നുവെന്ന് തകരയിലൂടെ ഭരതൻ ചിത്രീകരിക്കുന്നു.

ഭരതൻ

*രതിനിർവേദ*ത്തിൽ പപ്പു എന്ന കൗമാരക്കാരന് അയൽക്കാരിയും അവനേക്കാൾ പ്രായവുമുള്ള രതിച്ചേച്ചിയോട് തോന്നുന്ന സ്നേഹം അടങ്ങാത്ത പ്രണയമായി മാറുന്നു. പപ്പുവിന് അവന്റെ കൗമാരകാലത്ത് തോന്നുന്ന കാമത്തെ തെറ്റായി വ്യാഖ്യാനിക്കാൻ സാധിക്കാത്ത ഒന്നാണെന്നും എന്നാൽ രതിക്ക് പപ്പുവിനോടുള്ള സ്നേഹത്തെ, കീഴടങ്ങലിനെ ന്യായീകരിക്കാൻ സാധിക്കാത്തതുമായ പൊതു സാംസ്കാരികബോധം തന്നെയാണ് സിനിമയും വെച്ചുപുലർത്തുന്നത്. കാവിന്റെ അടുത്ത് ഇവർ നടത്തുന്ന രഹസ്യവേഴ്ചയ്ക്ക് ശിക്ഷയെന്നോണം രതിക്ക് നാഗവിഷബാധയേൽക്കുകയും മരണപ്പെടുകയുംചെയ്യുന്നു. പിറ്റേന്ന് ഉദിച്ചുയർന്ന സൂര്യന്റെ പശ്ചാത്തലത്തിൽ പപ്പു ഉപരിപഠനത്തിനായി നഗരത്തിലേക്ക് പോകുമ്പോൾത്തന്നെ രതിയുടെ മൃതദേഹവുമെടുത്ത് ജനങ്ങൾ പോകുന്ന ദൃശ്യവും കാണിക്കുന്നു. ഇവിടെ പുരുഷന് പുതിയൊരു ലോകം സാധ്യമാണെന്നും പ്രായത്തിന്റേതല്ലാത്ത ഗുരുതരമായ തെറ്റ് ചെയ്ത രതിക്ക് മരണവുമാണ് വിധിക്കുന്നത്. പുരുഷലൈംഗികത ഇവിടെ ഒരുതരത്തിൽ ന്യായീകരിക്കപ്പെടുന്നു. കാവിനടുത്തുവെച്ച് സർപ്പദംശനമേൽക്കുന്നതോടെ, ലൈംഗികത പാപമായി വിധിക്കുന്ന മതവിശ്വാസത്തെ ഊട്ടിയുറപ്പിക്കയും ചെയ്യുന്നു. പ്രായപൂർത്തിയായിട്ടും ബുദ്ധിവികസിക്കാത്ത പാവപ്പെട്ടവനായ തകര പ്രണയത്തിൽ തോറ്റ്

ആത്മഹത്യ ചെയ്യേണ്ടിവരുമ്പോൾ പഠിപ്പുള്ള, പണക്കാരനായ പപ്പുവിന് പുതിയൊരു ലോകമാണ് കിട്ടുന്നത്. അസാധാരണമായ പ്രണയത്തിലേർപ്പെട്ട സുഭാഷിണിക്ക് പിതാവ് നഷ്ടപ്പെട്ട് അടങ്ങിയൊതുങ്ങേണ്ടിവരുമ്പോൾ രതിക്ക് സ്വന്തം ജീവനാണ് നഷ്ടപ്പെട്ടത്. ഇത്തരത്തിൽ ഭരതന്റെ *തകര, രതിനിർവേദം* എന്നീ സിനിമകൾ പ്രണയത്തിന്റെയും രതിയുടെയും പുതുദൃശ്യം അവതരിപ്പിക്കുമ്പോൾ തന്നെ അതിന് മതവിശ്വാസം, പാപഭീതി, ദുരന്തം എന്നീ പാരമ്പര്യമൂല്യങ്ങളെ തുടരേണ്ടിവരുന്നു.

2

പത്മരാജന്റെ പ്രഥമസംരംഭമായ *പെരുവഴിയമ്പല*ത്തിലെ വേശ്യാത്തൊഴിൽ ചെയ്യുന്ന ദേവയാനി, ചെയ്യുന്ന തൊഴിലിൽ അസ്വാഭാവികതയൊന്നുംതന്നെ കാണാത്ത കഥാപാത്രമാണ്. പാതിവ്രത്യത്തെ സംബന്ധിച്ച സാമാന്യ ധാരണ ഇവർ തെറ്റിക്കുന്നുണ്ടെങ്കിലും രാമനോട് മാതൃസ്നേഹം വെച്ചുപുലർത്തുന്നു. "എന്റെ മോൻ ഈ കുന്നു മുഴുവൻ ഓടിനടന്നോ, എനിക്ക് പേടിയില്ല കേട്ടോ" എന്ന് പറയുന്ന ദേവയാനിയെ പൊതുസ്വീകാര്യമാക്കുന്നത് അവർക്ക് രാമനോടുള്ള സ്നേഹം തന്നെയാണെന്ന് വ്യക്തമാണ്. വേശ്യയാണെങ്കിലും സ്ത്രീയെ മാതൃത്വത്തിന്റെ മൂല്യസങ്കൽപ്പത്തിലേക്ക് കൊണ്ടുവരുന്നതിന്റെ കേരളീയ വിചാരമാണ് ദേവയാനിയെന്ന കഥാപാത്രം.

കള്ളൻ പവിത്രൻ (1981) എന്ന സിനിമയുടെ അവസാന രംഗത്ത് പവിത്രനെ പൊലീസ് ജീപ്പിൽ കൊണ്ടുപോകുമ്പോൾ പ്രത്യക്ഷപ്പെടുന്ന ടൈറ്റിൽ കാർഡ് ഇങ്ങനെയാണ്: 'ഗുണപാഠം-സുചരിതയും പതിഭക്തയുമായ ഭാര്യ വീട്ടിലുണ്ടായിരിക്കെ, കണ്ണീക്കണ്ട അവളുമാരുടെ പിറകേ പോവുന്ന എല്ലാ അവനും അപകടം ഫലം!' കേരളീയ സംസ്കാരത്തിന്റെ മുഖ്യധാരാ സദാചാരബോധത്തെ തന്നെയാണ് ഇവിടെ ഗുണപാഠമായി എഴുതിക്കാണിക്കുന്നത്. ആധുനിക കാലഘട്ടത്തിൽ പ്രബലമായിത്തീർന്ന ഏകപതി-പത്നി ദാമ്പത്യ വ്യവസ്ഥയെയാണ് ഈ സിനിമ മുന്നോട്ടു വെക്കുന്നത്.

പത്മരാജന്റെ *നവംബറിന്റെ നഷ്ടം* (1982) എന്ന സിനിമയിലെ മീര താൻ ജീവനുതുല്യം സ്നേഹിച്ച കാമുകനായ ദാസിന്റെ വേർപാടിൽ മാനസികനില തെറ്റിയവളാണ്. നിലവിലുള്ള വ്യവസ്ഥയുടെ ദൃഷ്ടിയിൽ വഴിവിട്ട് സഞ്ചരിക്കുന്നവളാണ് മീര. ഒരു വിവാഹമോചനം കഴിഞ്ഞ ദാസിനെ വിവാഹം കഴിക്കാൻ താൽപ്പര്യം കാണിക്കുമ്പോൾ തന്നെ അവളുടെ വയറ്റിലെ കുഞ്ഞിന്റെ പിതാവുമാണയാൾ. എന്നാൽ തന്നെ പരിത്യജിച്ച ദാസിനെ അവൾ കൊല്ലുകയും പിന്നീട് മാനസിക രോഗാശുപത്രിയിലെ 11 ാം നമ്പർ സെല്ലിൽ തൂങ്ങിമരിക്കുകയും ചെയ്യുന്നു. സാമ്പ്രദാ

യിക സമൂഹത്തിന്റെ ദൃഷ്ടിയിൽ വഴിവിട്ട് സഞ്ചരിച്ച ഒരുവൾക്ക് ലഭിക്കേണ്ട വിധി മരണമാണെന്ന ധാരണ ഇവിടെ കാണുന്നു. ചാരിത്രശുദ്ധി നഷ്ടപ്പെട്ട, സന്ദേഹങ്ങളില്ലാതെ ഒരാളെ സ്നേഹിച്ചതിന്റെ പരിണതഫലമാണ് അവളുടെ മരണം. പാരമ്പര്യ പ്രണയ–കുടുംബ വ്യവസ്ഥകളെ ചോദ്യംചെയ്യുന്ന കാമുകി–കാമുകന്റെ അന്ത്യം പഴയ വ്യവസ്ഥയെ നിലനിർത്തുന്ന പര്യവസാനമാണ്. എന്നാൽ ചതിക്കപ്പെട്ടവളും കളങ്കിതയായവളും ജീവിച്ചിരിക്കരുത് എന്ന സമൂഹത്തിന്റെ ധാരണകൾക്കെതിരെയുള്ള സിനിമയാണ് *നമുക്ക് പാർക്കാൻ മുന്തിരിത്തോപ്പുകൾ.* രണ്ടാനച്ഛനാൽ ബലാൽസംഗം ചെയ്യപ്പെടുന്ന മകളോട് 'സാരമില്ല ഒന്നും സംഭവിച്ചിട്ടില്ല' എന്നാശ്വാസം പകരുന്ന പുതിയൊരമ്മയെയും പിന്നീട് ഇഷ്ടപ്പെട്ടവന്റെ കൂടെ ആത്മവിശ്വാസപൂർവം ഇറങ്ങിപ്പോകുന്ന പുതിയൊരു കാമുകിയെയും പത്മരാജന്റെ ഈ സിനിമയിൽ കാണാം.

സ്വതന്ത്ര വ്യക്തിത്വം പ്രകടിപ്പിക്കുമ്പോഴും മാതൃത്വത്തിന്റെ ആകുലതപേറുന്ന കഥാപാത്രമാണ് *നൊമ്പരത്തിപ്പൂവി* (1987) ലെ പത്മിനി. സ്വന്തം കുട്ടികളുടെ മരണത്തിനുശേഷം അതിന് കാരണക്കാരനായ ഭർത്താവിനെ ശത്രുവിനെപ്പോലെയാണ് അവൾ കാണുന്നത്. മാനസിക വിഭ്രാന്തിയുള്ള ഒരു പെൺകുട്ടിയെ പത്മിനി സ്വന്തം മകളെപ്പോലെ വളർത്തുവാൻ തുടങ്ങി. പിന്നീട് കഴിഞ്ഞതെല്ലാം മറന്ന് ഭർത്താവിന്റെ കൂടെ താമസം തുടങ്ങിയെങ്കിലും ജിജിമോൾ അയാളിൽ അസ്വാസ്ഥ്യമുണ്ടാക്കി. റഗുലർ സ്കൂളിൽ നാലാം ക്ലാസിൽ ചേരുന്നതിനുള്ള ടെസ്റ്റ് ജിജിമോൾ വിജയിച്ചത് ആഘോഷിക്കാൻ, വിനോദയാത്ര പോയപ്പോൾ അവിടെവെച്ച് ഭർത്താവായ സേതു ജിജിയെ ബോർഡിങ്ങിൽ ചേർക്കുന്ന കാര്യത്തെക്കുറിച്ച് ഡോക്ടർ പത്മനാഭനോട് സംസാരിക്കുന്നത് കേൾക്കുന്നു. പിന്നീട് കാട്ടിൽ മറഞ്ഞ ജിജിയുടെ മൃതദേഹമാണ് ഇവർക്ക് കിട്ടുന്നത്. കോളേജ് അധ്യാപികയായ പത്മിനിയുടെ മാതൃത്വത്തെയാണ് ഇവിടെ പത്മരാജൻ ആവിഷ്കരിക്കുന്നത്. കുട്ടിയുടെ ഭാവിക്കുവേണ്ടിയാണ് പത്മിനി സേതുവുമായുള്ള കുടുംബജീവിതം വീണ്ടും ആരംഭിക്കുന്നത്. കുടുംബജീവിതം തന്നെ സ്ത്രീയുടെ മാതൃത്വമെന്ന ഘടകവുമായി ബന്ധപ്പെട്ടിരിക്കുകയാണെന്നും സ്ത്രീ അതിന്റെ അടിത്തറയാണെന്നുമുള്ള ആശയമാണ് *നൊമ്പരത്തിപ്പൂവ്* എന്ന സിനിമ നൽകുന്നത്. കുട്ടികളെ സംബന്ധിച്ച പ്രശ്നങ്ങളാണ് ഇവരുടെ ദാമ്പത്യത്തെ ഉലയ്ക്കുന്നത്. മക്കളുടെ സംരക്ഷണത്തിൽ ആകുലപ്പെടുന്ന കഥാപാത്രമായി പത്മിനി മാറുന്നു.

കൂടെവിടെ (1983) യിലെ ആലീസ് ആധുനിക കേരളത്തിലെ പൂർണ വ്യക്തിത്വമുള്ള സ്ത്രീത്വത്തിന്റെ പ്രതിനിധിയാണ്. അവൾ ഷോവനിസ്റ്റ് ആയ പുരുഷനെ അംഗീകരിക്കാൻ തയാറല്ല. ഈ ചിത്രത്തിൽ തോമസ് അവളെ ഒരു സ്വകാര്യ സ്വത്തായി കരുതുന്നു. ചേട്ടന്റെ മരണശേഷം ഒറ്റയ്ക്കായ ആലീസ് സ്കൂളിലെ രവി എന്ന വിദ്യാർഥിയെ വളരെ

സ്നേഹിച്ച് അവന്റെ നല്ല ഭാവിക്കുവേണ്ടി യത്നിക്കുകയും ചെയ്യുമ്പോൾ കാമുകനായ പട്ടാളക്കാരൻ തോമസുമായി അസ്വാരസ്യം ഉണ്ടാകുന്നു. തന്റേടമുള്ള, സ്വന്തം അഭിപ്രായമുള്ള വിവാഹത്തിന് ഇനിയും വിശദമായി ആലോചിക്കണമെന്ന് പറയുന്ന ആലീസിന് താൻ മകനെപ്പോലെ സ്നേഹിച്ച വിദ്യാർഥിയെയും കാമുകനെയും നഷ്ടപ്പെടുന്നു. സ്ത്രീയുടെ സ്വാതന്ത്ര്യം പരിമിതമാണെന്നും, അവൾക്ക് എപ്പോഴും പുരുഷൻ കാവൽവേണമെന്നുമുള്ള സാമാന്യബോധം ലംഘിക്കപ്പെട്ടതാണ് ഈ ദുരന്തങ്ങൾക്ക് കാരണമെന്ന രാഷ്ട്രീയഅബോധം സിനിമയുടെ അവസാന രംഗങ്ങളിൽനിന്ന് വായിച്ചെടുക്കാവുന്നതാണ്. പുരുഷ സംരക്ഷണത്തിൽ, വളരെ ഒതുക്കത്തിൽ കഴിയേണ്ടവളാണ് സ്ത്രീയെന്ന ആൺകാഴ്ചയാണ് ഇവിടെ ആവിഷ്കരിക്കപ്പെട്ടത്.

രതി, പ്രതികാരം, വിധേയത്വം, ഭീതി, നിസ്സഹായത, അഭയം എന്നിങ്ങനെ ഗ്രാമീണ ജീവിതത്തിന്റെ അടിസ്ഥാനഘടകങ്ങൾ സ്വാഭാവികതയോടെയും ആർജവത്തോടെയും പത്മരാജന്റെ രചനകളിൽ നിറഞ്ഞുനിൽക്കുന്നതായി ജി പി രാമചന്ദ്രൻ നിരീക്ഷിക്കുന്നുണ്ട്. പത്മരാജന്റെ മിക്ക തിരക്കഥകളിലും മരണം, രതി എന്നിവ കടന്നുവരുന്നുണ്ട്. മൃത്യുവിനെ സംബന്ധിച്ച ബോധം, മരണത്തിന്റെ പ്രതീകരംഗങ്ങൾ എന്നിവ *നവംബറിന്റെ നഷ്ടം, മൂന്നാംപക്കം, തൊമ്പരത്തിപ്പൂവ്, കരിയിലക്കാറ്റുപോലെ, കൂടെവിടെ* എന്നീ സിനിമകളിൽ കണ്ടുവരുന്നതായി വിജയകൃഷ്ണൻ അഭിപ്രായപ്പെടുന്നുണ്ട്. നിലവിലുള്ള വ്യവസ്ഥാപിത മൂല്യങ്ങളോടുള്ള പ്രതിഷേധം, സദാചാര ലംഘനം, സ്വത്വബോധം എന്നി

തൂവാനത്തുമ്പികൾ

ങ്ങനെയുള്ള ചിന്താ പ്രവൃത്തികൾക്കിടക്കാണ് മരണം സംഭവിക്കുന്നത്. എന്നാൽ സാമ്പ്രദായികമായ വ്യവസ്ഥയെ നിലനിർത്തുന്ന ന്യായീകരണമായി മരണത്തെ വ്യാഖ്യാനിക്കാവുന്നതാണ്.

ജയകൃഷ്ണനാൽ വേശ്യാവൃത്തിയുടെ ആദ്യ പാഠങ്ങളിലേക്ക് എത്തിപ്പെട്ട കഥാപാത്രമാണ് *തൂവാനത്തുമ്പി*കളിലെ (1987) ക്ലാര. ജീവിക്കാൻവേണ്ടി ഈ ജോലി തെരഞ്ഞെടുക്കുന്ന ക്ലാര, സമ്പന്നനായ ജയകൃഷ്ണന്റെ കാമുകിയും കൂടിയാണ്. ജയകൃഷ്ണന്റെ വിവാഹം ശാലീനയും തറവാടിത്തവുമുള്ള ഒരുവളുമായി നിശ്ചയിക്കുമ്പോഴും ഇവർ തമ്മിൽ ബന്ധപ്പെടുന്നുണ്ട്. അവസാനം ഭാര്യ മരിച്ച ഒരു പണക്കാരന്റെ ഭാര്യയായി ക്ലാര മാറുന്നതോടെ, ജയകൃഷ്ണൻ വിവാഹത്തിലേക്ക് മടങ്ങുന്നു. ക്ലാര–ജയകൃഷ്ണൻ പ്രണയത്തിന് പത്മരാജൻ പുതിയ ദൃശ്യപാഠങ്ങൾ ആവിഷ്കരിക്കുമ്പോഴും കുടുംബത്തിന്റെ ഘടനയിലേക്ക് ഇവർ മാറുന്നതോടെയാണ് സിനിമയെപ്പോലെ സാമ്പ്രദായിക പ്രേക്ഷക സമൂഹവും സംതൃപ്തരാകുന്നത്. *ഉദകപ്പോള* എന്ന നോവലിലെ ദുർനടപ്പുകാരനായ ജയകൃഷ്ണനെ സിനിമയിലവതരിപ്പിച്ചപ്പോൾ സംഭവിച്ച മാറ്റങ്ങൾ സിനിമയെന്ന കലയുടെ വാണിജ്യപരമായ ജനപ്രിയ ഘടകങ്ങൾ മുന്നിൽ കണ്ടുകൊണ്ടാണ്. പ്രണയത്തിന്റെ ദുർനടപ്പുകളിലൂടെ കടന്നുപോയ ക്ലാരയും ജയകൃഷ്ണനും അവസാനം കുടുംബവ്യവസ്ഥയുടെ അംഗീകരിക്കപ്പെട്ട വ്യക്തിത്വങ്ങളായി മാറുന്ന കാഴ്ചയാണ് *തൂവാനത്തുമ്പികൾ.*

പത്മരാജന്റെ *ഇന്നലെ* (1990) എന്ന സിനിമയിലെ പെൺകുട്ടി ആക്സിഡന്റിൽപ്പെട്ട് ഭൂതകാലം നഷ്ടപ്പെട്ടവളാണ്. ഡോക്ടറുടെ മകനുമായുള്ള അവളുടെ ബന്ധം വളരുകയും വിവാഹാലോചന വരെയും എത്തുമ്പോൾ അവളുടെ ഭർത്താവ് അന്വേഷിച്ച് എത്തുന്നു. തന്റെ ഭാര്യയോടുള്ള കാമുകന്റെ വികാരപ്രകടനരംഗത്തിൽ കുങ്കുമം മുഖത്ത് പറ്റിയതിന്റെ അടയാളവുമായി വരുന്ന കാമുകനോട് അവൾ തന്റെ ഭാര്യയല്ല എന്ന ഭാവമാണ് അയാൾ കാണിക്കുന്നത്. ഭർത്താവ് തിരിച്ചുപോകുമ്പോൾ മായ എന്ന പെൺകുട്ടി പൂർണമായും ഭൂതകാലം നഷ്ടപ്പെട്ട ഒരുവളായി മാറുന്നു. വർത്തമാനകാലത്തിലെ ആ പെൺകുട്ടിയുടെ സ്നേഹബന്ധത്തെ ചോദ്യം ചെയ്യാതെ, അവളുടെ ഭൂതകാലത്തെ ഓർമപ്പെടുത്താതെ തിരിച്ചുപോകുമ്പോൾ സ്ത്രീയുടെ ചാരിത്രശുദ്ധിയെ സംശയിക്കുന്നതിന്റെ അബോധ പ്രേരണയാണതെന്ന് വ്യാഖ്യാനിക്കാവുന്നതാണ്. ഇന്നലെകളിലെ ജീവിതം അറിയാത്തതിനാലാണ് മായയെ കാമുകൻ സ്വീകരിക്കുന്നതെങ്കിൽ ഭൂതകാലജീവിതത്തെ ഓർക്കാത്തതിനാലാണ് മായയുടെ വർത്തമാനകാലം ന്യായീകരിക്കപ്പെടുന്നത്. ഇത്തരത്തിൽ ഭൂതകാലത്തിന്റെ മറവി ഉപയോഗിച്ച് വർത്തമാനകാലത്തിന്റെ ഓർമയെയും വ്യവസ്ഥയെയും നിലനിർത്തുന്നു.

ആധുനികാനന്തര അണുകുടുംബ വ്യവസ്ഥയിൽപ്പെട്ട ഭാമയ്ക്ക് തന്റെ ആഗ്രഹത്തിനനുസരിച്ച പുരുഷ സങ്കൽപ്പത്തെയാണ് ഗന്ധർവനിലൂടെ ലഭിക്കുന്നത്. പൗരാണിക സങ്കൽപ്പമായ ഗന്ധർവമിത്തിന്റെ ഇന്നത്തെ സാധൂകരണമായും *ഞാൻ ഗന്ധർവൻ* എന്ന സിനിമ മാറുന്നുണ്ട്. 'ഈ ഓർമ എനിക്ക് മറക്കാൻ പാടില്ല' എന്ന് പറഞ്ഞ് ഗന്ധർവനോടൊപ്പം ശരീരം പങ്കിടുന്ന ഭാമ, ശാരീരിക അനുഭവത്തെ ഓർമയുമായി ബന്ധപ്പെടുത്തുന്നു. മനസും ശരീരവും വേറിട്ട ഒന്നല്ലാ പ്രണയം എന്ന തിരിച്ചറിവാണ് ഭാമ എന്ന കഥാപാത്രത്തിലൂടെ പത്മരാജൻ ആവിഷ്കരിക്കുന്നത്. പുതിയ ലോകത്തിന്റെ ആകാരഭംഗിയും അറിവുമുള്ള കലാകാരനായ ഗന്ധർവനെയാണ് തന്റെ മുറച്ചെറുക്കനേക്കാൾ ഭാമ സ്നേഹിച്ചത്. കന്യകാത്വം ചോദ്യം ചെയ്യപ്പെടുന്ന പുതിയ കാലത്തിന്റെ സ്ത്രീ പ്രതിനിധാനമാണ് ഭാമ. ഗന്ധർവമിത്തിനെ ഈ സിനിമ പുതിയ കാലത്തിന്റെ മിത്തായി നിലനിർത്തുമ്പോൾ തന്നെ ഭാമ പ്രണയപൂർത്തീകരണത്തിനായി സ്വയം തെരഞ്ഞെടുത്ത വഴിയായി ഇതിനെ കാണാവുന്നതാണ്. ഗന്ധർവന്റെ സ്വർഗത്തിലെ ഭാവി ജീവിതം സുഖകരമാക്കാൻ ഭാമയുടെ കന്യകാത്വം കവരേണ്ടതുണ്ടെന്നും ഗന്ധർവന്റെ സന്തോഷമാണ് തന്റെയും സന്തോഷമെന്ന സമ്മതമാണ് ഭാമയിലൂടെ പത്മരാജൻ ആവിഷ്കരിച്ചതെന്നും വ്യാഖ്യാനിക്കാവുന്നതാണ്.

എഴുപതുകൾക്ക് ശേഷമുള്ള സ്ത്രീസ്വത്വത്തെ സിനിമയിലാവിഷ്കരിക്കുമ്പോഴും പാരമ്പര്യമൂല്യവിചാരങ്ങളെ ഇത്തരം സിനിമകൾ ആവിഷ്കരിച്ചതെങ്ങനെയെന്നാണ് ഇവിടെ വിശദീകരിച്ചത്. കേരളീയസംസ്കാരത്തിന്റെ പ്രണയത്തെയും രതിയെയും കുറിച്ചുള്ള സാമാന്യധാരണകളെ അതിലംഘിക്കാൻ പത്മരാജന്റെ സ്ത്രീകഥാപാത്രങ്ങൾക്ക് സാധിച്ചുവെങ്കിലും പ്രണയത്തിന്റെ അതിർത്തി ലംഘിച്ച ഇവർക്ക് മരണമോ വീടിനകമോ സ്വീകരിക്കേണ്ടി വരുന്നത് സാമ്പ്രദായികമായ സ്ത്രീത്വത്തെ സംബന്ധിച്ച കാഴ്ചപ്പാടാണെന്ന് മനസിലാക്കാം. സ്ത്രീയുടെ ചാരിത്ര്യത്തെ സംബന്ധിച്ച നവീന കാഴ്ചപ്പാടും സ്വാതന്ത്ര്യബോധവും പുരുഷമേധാവിത്വത്തോടുള്ള പ്രതിഷേധവും പത്മരാജന്റെ തിരക്കഥകളിലെ സ്ത്രീകഥാപാത്രങ്ങൾ പ്രകടിപ്പിക്കുമ്പോഴും കുടുംബം, മാതൃത്വം, പുരുഷസംരക്ഷണം എന്നീ വ്യവസ്ഥകളിൽ കഴിയാനുള്ള സ്വഭാവവും പ്രകടിപ്പിക്കുന്നുണ്ട്. ഇത്തരത്തിൽ സ്ത്രീസ്വത്വത്തെയും പാരമ്പര്യ മൂല്യങ്ങളെയും ചോദ്യം ചെയ്യുമ്പോൾത്തന്നെ അതിനെ പുനഃസ്ഥാപിക്കുന്ന ആശയങ്ങൾ പത്മരാജന്റെ സിനിമകളിൽനിന്നും കണ്ടെടുക്കാവുന്നതാണ്.

കുറിപ്പുകൾ

* എസ് ശാരദക്കുട്ടി – വെള്ളിത്തിരയിൽ നിന്ന് തീ പടർന്നകാലം, മാതൃഭൂമി ആഴ്ചപതിപ്പ്, 2005 ജൂൺ 12–18.

* ഗീത, മലയാളത്തിന്റെ വെള്ളിത്തിര, പേജ് 39, 2001, സമത പബ്ലിക്കേഷൻസ്, തൃശൂർ.
* പി എൻ ശ്രീകുമാർ, ചലച്ചിത്ര സ്വരൂപം, 1998, പരിധി പബ്ലിക്കേഷൻസ്
* ജി പി രാമചന്ദ്രൻ, സാഹിത്യം സിനിമാ സമൂഹം, ഇരുപതാം നൂറ്റാണ്ടും മലയാള സിനിമയും, നമ്മുടെ സാഹിത്യം നമ്മുടെ സമൂഹം - 3 പേജ് - 381, 2002, കേരള സാഹിത്യ അക്കാദമി.
* വിജയകൃഷ്ണൻ, തിരക്കഥകൾ, പത്മരാജൻ, 2000, തിങ്കൾ ബുക്സ്, തൃശൂർ.

മമ്മൂട്ടിയും മലയാളിയും

മമ്മൂട്ടി

കേരളീയ പുരുഷസ്വത്വത്തിന്റെ ചിഹ്നമായി മമ്മൂട്ടി എന്ന മഹാനടൻ മാറിക്കഴിഞ്ഞ വ്യവഹാര പരിസരത്തിലാണ് മമ്മൂട്ടിയുടെ ഇരുപത്തിയഞ്ചു വർഷത്തെ അഭിനയജീവിതത്തെ വിലയിരുത്തേണ്ടത്. എം ടി വാസുദേവൻനായരുടെ തിരക്കഥയിൽ എം ആസാദ് സംവിധാനം നിർവഹിച്ച *വിൽക്കാനുണ്ട് സ്വപ്നങ്ങൾ* എന്ന സിനിമയിലൂടെയുള്ള മമ്മൂട്ടിയുടെ സിനിമാജീവിതം ഇന്നും അതിശക്തമായി തുടരുന്നതിന്റെ കാരണമെന്താണ്? മമ്മൂട്ടിയുടെ ആദ്യകാലസിനിമകളിൽ നിന്ന് ഇന്നത്തെ സിനിമയിലേക്കുള്ള യാത്രയ്ക്കിടയിൽ മമ്മൂട്ടി എന്ന നടന്റെയും കേരളപ്രേക്ഷകന്റെയും അഭിരുചികളിലും സാമൂഹ്യ-രാഷ്ട്രീയ അവസ്ഥകളിലും, ആണത്ത സങ്കൽപ്പത്തിലും ഉണ്ടാക്കിയ വ്യതിയാനങ്ങൾ എന്തൊക്കെയാണ്? മലയാളിയുടെ മനസിലെ മമ്മൂട്ടിയെയും മമ്മൂട്ടിയിലൂടെ കേരളീയ സാംസ്കാരികജീവിതത്തെയും അന്വേഷിക്കുകയാണിവിടെ.

മലയാള സിനിമയിൽ ജയൻ, സോമൻ, സുകുമാരൻ എന്നീ നട

ന്മാർ അഭിനയിച്ചുകൊണ്ടിരിക്കുന്ന ഒരു ദൃശ്യസംസ്കാരത്തിലേക്കാണ് മമ്മൂട്ടി എന്ന നടൻ വരുന്നത്. 1980 ലെ ജയന്റെ ദാരുണമായ അന്ത്യം യുവാക്കളുടെ ഇടയിൽ ഒരു ചലനം സൃഷ്ടിക്കുകയുണ്ടായി *അങ്ങാടിയിലെ* ജയന്റെ അഭിനയപാടവം വലിയ കൈയടിയോടെയാണ് ജനം സ്വീകരിച്ചത്. ആക്ഷൻ രംഗങ്ങളിൽ അന്ന് അദ്ദേഹത്തിനുണ്ടായ കഴിവ് (ഇന്ന് തമാശയായി തോന്നുന്നുവെങ്കിലും) അഭിനയത്തിന്റെ മറ്റ് മേഖലകളിലേക്ക് വികസിപ്പിക്കുവാൻ സാധിച്ചിരുന്നില്ല. വ്യവസ്ഥാപിത മൂല്യങ്ങളോടുള്ള അമർഷം, അവയുടെ നിഷേധവും നിരാസവും, സദാചാരലംഘനം തുടങ്ങി ആധുനികതയുടെ ഭാഗമായിരുന്ന മൂല്യങ്ങളെയാണ്, *നിർമ്മാല്യം* മുതലുള്ള സുകുമാരന്റെ പല ചിത്രങ്ങളും പ്രതിനിധീകരിച്ചിരുന്നത്. *ബന്ധനം, സ്ഫോടനം, കോളിളക്കം* എന്നീ സിനിമകളിലെ സുകുമാരന്റെ കഥാപാത്രങ്ങൾ ഉദാഹരണങ്ങളാണ്. പതിഞ്ഞ ശബ്ദത്തിനുടമയും മന്ദചലനഗതിക്കാരനും, മയങ്ങിയ കണ്ണുകളുള്ളവനുമായ സോമൻ അഭിനയത്തിന്റെ വൈവിധ്യമേഖലകളെ ആവിഷ്കരിക്കുന്നതിൽ പരാജയപ്പെടുകയാണുണ്ടായത്. ഈ സിനിമാ പരിസരത്തിലേക്കാണ് മമ്മൂട്ടി എന്ന നടന്റെ കടന്നുവരവ്. മമ്മൂട്ടി എന്ന നടന്റെ കടന്നുവരവ് വ്യക്തമായി രേഖപ്പെടുത്താവുന്ന ഒരു ചിത്രമായി പലരും *ഈനാട്* (1982) എന്ന ചിത്രത്തെ കാണുന്നുണ്ട്. പിന്നീട് നാം കാണുന്ന മമ്മൂട്ടി എന്ന താരോദയത്തിന്റെ (ഒറ്റയാനും ശക്തനും നീതി നടപ്പിലാക്കുന്ന കഥാപാത്രം) ആദ്യ ദൃശ്യപ്രകടനങ്ങളാണ് *ഈനാടിൽ* കാണുന്നത്. ബഹുജനങ്ങളുടെ പിന്തുണയോടെ അനീതികൾക്കെതിരെ പോരാടുന്ന സലീം കേരളീയർക്ക് പ്രിയങ്കരനാകുന്നു സമൂഹത്തിൽ നീതി നടപ്പിലാക്കുന്ന നായകന്മാരാണ് ഹോളിവുഡിലും ബോളിവുഡിലും ദക്ഷിണേന്ത്യൻ സിനിമകളിലുമെല്ലാം പ്രിയങ്കരരാവുന്നതെന്നത് നമ്മൾ എത്രയോ വർഷമായി കാണുന്നതാണ്. ഭരണകൂട സ്ഥാപനങ്ങൾ ജനവിരുദ്ധമാവുമ്പോൾ ജനങ്ങൾ ഇത്തരം നായകകഥാപാത്രങ്ങളിൽ തങ്ങളുടെ രക്ഷകനെ ദർശിക്കുന്നത് ഒരുതരത്തിൽ വസ്തുനിഷ്ഠമായ പ്രശ്നങ്ങളുടെ വ്യാജമായ വ്യക്തിവൽക്കരണമായി വ്യാഖ്യാനിക്കാവുന്നതാണ്. എൺപതുകളിലെ രാഷ്ട്രീയ സാമൂഹ്യാവസ്ഥകളെ ഏതൊക്കെയൊ തരത്തിൽ മമ്മൂട്ടിയുടെ കഥാപാത്രങ്ങൾ ആവിഷ്കരിക്കുവാനും, പരിഹരിക്കുവാനും ശ്രമിച്ചു എന്നാണ് കാണുന്നത്. കേരളീയ നവോത്ഥാന ആശയങ്ങളുടെ മടക്കവും, കമ്യൂണിസത്തിലുള്ള വിശ്വാസമില്ലായ്മ, കുടുംബവ്യവസ്ഥയിലുണ്ടായ മാറ്റം, രാഷ്ട്രീയ–മാഫിയാബന്ധം, തൊഴിലാളി പ്രശ്നങ്ങൾ എന്നിവയെല്ലാം *അടിമകൾ ഉടമകൾ, അടിവേരുകൾ* തുടങ്ങിയ ഐ വി ശശി സിനിമകൾ ആവിഷ്കരിക്കുകയുണ്ടായി. സാമൂഹ്യ–രാഷ്ട്രീയ പരിതഃസ്ഥിതികളിൽ സംഭവിക്കുന്ന മൗലികമായ മാറ്റങ്ങളെ അടയാളപ്പെടുത്തുകയും, അവയെ ഒരു പുതിയ ചിഹ്നവ്യവസ്ഥയിലേക്ക് ഉൾക്കൊള്ളുകയും ചെയ്യുമ്പോഴാണ് ഒരു ജനപ്രിയ നായകൻ ജന്മംകൊള്ളുന്നത്. നായകന്റെ ശരീരം ഒരു രംഗവേദിയാണ്. സമൂഹം

അതിന്റെ സംഘർഷങ്ങളെ ഉച്ചാടനം ചെയ്യുന്ന ഇടം. മമ്മൂട്ടിയുടെ കഥാപാത്രങ്ങൾ ജനങ്ങളുടെ സാമൂഹിക പ്രശ്നങ്ങൾക്ക് സിനിമയിലൂടെയുള്ള താൽക്കാലികമായ പരിഹാരം കണ്ടെത്തിയതാണ് അദ്ദേഹത്തിന്റെ ജനപ്രിയതയുടെ ഘടകം എന്നാണ് പറഞ്ഞുവന്നത്.

1985 കൾക്ക് ശേഷമാണ് കേരളത്തിൽ ഫിലിംസൊസൈറ്റികൾ സജീവമാകുന്നതും നവസിനിമ/സമാന്തരസിനിമ എന്ന ആശയം രൂപപ്പെട്ട് ശക്തമാകുന്നതും. പി എൻ മേനോൻ സംവിധാനം ചെയ്ത *റോസി* (1965), *ഓളവും തീരവും* (1970) അടൂർ ഗോപാലകൃഷ്ണന്റെ *സ്വയംവരം* (1972) എം ടിയുടെ *നിർമ്മാല്യം* (1973) പി എ ബക്കറിന്റെ *മണിമുഴക്കം* (1978) കെ ആർ മോഹന്റെ *അശ്വത്ഥാമാവ്* (1979) എന്നിവയെല്ലാം ദൃശ്യസംസ്കാരത്തിൽ മാറ്റം ഉണ്ടാക്കിക്കൊണ്ടിരുന്നു. 1980 കളോടെ രൂപപ്പെട്ട പത്മരാജൻ, ഭരതൻ, കെ ജി ജോർജ് തുടങ്ങിയവരുടെ സിനിമകൾ ആർട്ട്/കൊമേഴ്സ്യൽ എന്ന തിരിവിനെ അപ്രസക്തമാക്കുകയും ചെയ്തു. മമ്മൂട്ടി എന്ന നടന് വേണ്ടവിധം ഉപയോഗിക്കാവുന്ന ശാരീരിക സൗന്ദര്യം, ചലനങ്ങൾ എന്നീ മറ്റു ഘടകങ്ങളെല്ലാം കഥാപാത്രങ്ങളെ ജീവസുറ്റതാക്കിതീർക്കുവാൻ സഹായകമായി. ശരീരഭാഷയിലും ശബ്ദനിയന്ത്രണത്തിലും മമ്മൂട്ടി എന്ന നടൻ കാണിക്കുന്ന അതീവസാമർഥ്യം മുകളിൽ സൂചിപ്പിച്ച സംവിധായകരുടെ സിനിമകളിലും മറ്റു ജനപ്രിയ സിനിമകളിലും ശക്തമായി ഉപയോഗപ്പെടുത്താൻ സാധിച്ചു.

മമ്മൂട്ടി അഭിനയരംഗത്തേക്ക് വന്നപ്പോൾ തന്നെ സീരിയസ് വേഷങ്ങളാണ് ചെയ്തു തുടങ്ങിയത്. *അക്ഷരം, കാണാമറയത്ത്, ആൾക്കൂട്ടത്തിൽ തനിയേ, നിറക്കൂട്ട്, യാത്ര* എന്നീ സിനിമകളിൽ ഇത് കാണാവുന്നതാണ്. കോളേജ് വിദ്യാർഥിയായി അഭിനയിക്കേണ്ട കാലത്താണ് അച്ഛനായിട്ടും, ഭർത്താവായിട്ടും, കാമുകനായിട്ടും അഭിനയിച്ചത്. ഇത് ഈ നടന്റെ ഗൗരവതരമാർന്ന അഭിനയപാടവത്തെയാണ് കാണിക്കുന്നത്. മമ്മൂട്ടിയുടെ ആദ്യകാല സിനിമകൾ കുടുംബകേന്ദ്രിതകഥകൾക്കായിരുന്നു പ്രാധാന്യം നൽകിയിരുന്നത്. *എന്റെ മാമാട്ടിക്കുട്ടിയമ്മയ്ക്ക്, മകൻ എന്റെ മകൻ, അനുബന്ധം* എന്നീ സിനിമകൾ സ്ത്രീപ്രേക്ഷകർക്ക് പ്രത്യേകിച്ച് പ്രിയങ്കരങ്ങളായി മാറി. കുടുംബഘടനയിലെ ആണത്തത്തെയും പെണ്ണത്തത്തെയും നിർവചിക്കുന്ന ആശയമണ്ഡലമാണ് ഈ സിനിമകളുടെ ദൃശ്യപാഠങ്ങൾ. കാൽപ്പനികേതരമായ തികഞ്ഞ പുരുഷത്വമുള്ളതും, അചഞ്ചലമായതുമായ കഥാപാത്രമാണിത്. ആദ്യകാല മമ്മൂട്ടി ചിത്രങ്ങളിൽ കുടുംബത്തിന്റെ കെട്ടുറപ്പും, സദാചാരബോധവും സ്ത്രീയുടെ ഭർതൃസങ്കൽപ്പവുമെല്ലാം പ്രമേയങ്ങളാകുന്നു. മമ്മൂട്ടി–സരിത, മമ്മൂട്ടി–സുഹാസിനി ചിത്രങ്ങൾ ഇത്തരത്തിൽ കുട്ടികളുടെ സംരക്ഷണം, ഭാര്യയുടെ ജോലിയുടെ സംരക്ഷണം തുടങ്ങിയവയിൽ ഉണ്ടാകുന്ന പ്രശ്നങ്ങൾ. കുടുംബത്തിൽ കലഹമുണ്ടാകുന്നതും അവസാനം പുരുഷന്റെ തീരുമാനങ്ങൾക്ക് നായിക കീഴടങ്ങി രണ്ടുപേരും കുട്ടിയും സന്തുഷ്ടമായി ജീവിക്കുന്നതുമാണ് ചിത്രീകരിക്കുന്നത്. ഇതേ സമയത്തുത

ന്നെയാണ് പ്രതികാരദാഹിയായ നായകനെ മമ്മൂട്ടി അവതരിപ്പിച്ചത്. *ന്യൂഡൽഹി, ഒരു സിന്ദൂരപ്പൊട്ടിന്റെ ഓർമയ്ക്ക്, ഈ ശബ്ദം ഇന്നത്തെ ശബ്ദം* എന്നിങ്ങനെയുള്ള സിനിമകളിൽ ഭാര്യയുടെയോ, സഹോദരി യുടെയോ കൊലപാതകത്തിന് പ്രതികാരം ചെയ്യുന്ന നായകൻ നേര ത്തെ പറഞ്ഞ തരത്തിൽ കുടുംബാധിപത്യ പുരുഷസങ്കൽപ്പത്തെയാണ് മുന്നോട്ടു വയ്ക്കുന്നത്.

കേരളീയ ജനത ആധുനികവൽക്കരിക്കപ്പെട്ടപ്പോഴും പാരമ്പര്യമൂ ല്യങ്ങൾ കൈവിടാതെയുള്ള യാത്രയായിരുന്നുവെന്ന് അടയാളപ്പെടു ത്തുകയാണ് *തിങ്കളാഴ്ച നല്ല ദിവസം, ആൾക്കൂട്ടത്തിൽ തനിയെ* എന്നീ മമ്മൂട്ടി ചിത്രങ്ങൾ. വിദ്യാസമ്പന്നനും ഒരു വലിയ സ്ഥാപനത്തിന്റെ മാനേ ജിങ് ഡയറക്ടറുമായ നായകൻ പഴയ നാലുകെട്ട് സൗന്ദര്യ ആശയമ ണ്ഡലത്തിൽ ജീവിക്കുന്നതാവിഷ്കരിക്കുന്ന ചിത്രമാണ് എം ടി വാസു ദേവൻ നായരുടെ തിരക്കഥയിൽ ഐ വി ശശി സംവിധാനം ചെയ്ത *ആൾക്കൂട്ടത്തിൽ തനിയെ*. ആധുനികമായ സുഖസൗകര്യങ്ങളോടെ നഗ രത്തിലെ ഫ്ളാറ്റിൽ തിരക്കേറിയ ജീവിതം നയിക്കുന്ന നായകൻ അമ്മ യുടെ മരണത്തോടെ ഗ്രാമത്തിലെ തറവാട്ടിൽ താമസമാക്കുന്ന കാഴ്ച യാണ് *തിങ്കളാഴ്ച നല്ല ദിവസം* എന്ന പത്മരാജന്റെ സിനിമ. നാഗരിക നാവുമ്പോഴും പാരമ്പര്യമൂല്യങ്ങളെ പിന്തുടരുന്ന ശരാശരി മലയാളിയുടെ സ്വത്വത്തെയാണ് മമ്മൂട്ടി എന്ന താരത്തിലൂടെ ഇവിടെ കണ്ടത്. നവലി ബറലിസത്തിന്റെയും ആഗോളവൽക്കരണത്തിന്റെയും ഫലമായി സൃഷ് ടിക്കപ്പെടുന്ന നഗര/ഗ്രാമ ജീവിതം തൊണ്ണൂറുകൾക്കുശേഷമുള്ള മല യാളസിനിമയിൽ കണ്ടുവരുന്നുണ്ട്. ഗ്രാമംതന്നെ നാഗരികസ്വഭാവം പ്രക ടിപ്പിക്കുമ്പോഴും പാരമ്പര്യമൂല്യവിചാരങ്ങൾ വച്ചുപുലർത്തുന്ന സാമൂ ഹികാന്തരീക്ഷത്തെ മമ്മൂട്ടിയുടെ *മഴയെത്തുംമുമ്പേ, അഴകിയ രാവണൻ* എന്നീ സിനിമകളിൽ കാണാവുന്നതാണ്. നാഗരികജീവിതത്തിന്റെ അടി പൊളി വേഷങ്ങൾ ധരിക്കുമ്പോഴും പഴമയെ നെഞ്ചോടടുക്കി പിടിക്കു ന്നവയാണ് ഇത്തരം കഥാപാത്രങ്ങൾ. യുവതലമുറ മമ്മൂട്ടിയുടെ ഫാനായി മാറുന്നതിന് ഇത്തരം ചെത്ത് വേഷങ്ങൾ ഒരു കാരണമാണ്.

ഭരണകൂട അധികാരസ്ഥാപനങ്ങളുടെ നായകനായിട്ടുള്ള മമ്മൂട്ടി യുടെ രംഗപ്രവേശനം ഏതാണ്ട് തൊണ്ണൂറുകൾ അടുത്തായി കാണാവു ന്നതാണ്. കുടുംബാധികാരത്തിൽനിന്ന് രാഷ്ട്രാധികാരത്തിന്റെ സേനാ നായകനായി മാറുകയാണ് പിന്നീടുള്ള സിനിമയിലെ കഥാപാത്രങ്ങൾ. *ഒരു സി ബി ഐ ഡയറിക്കുറിപ്പ്, ജാഗ്രത, ഇൻസ്പെക്ടർ ബൽറാം, ഈ തണുത്ത വെളുപ്പാൻ കാലത്ത്, തന്ത്രം, ക്ഷമിച്ചു എന്നൊരു വാക്ക്, മുക്തി, വാർത്ത* എന്നീ സിനിമകളിലെ കുറ്റാന്വേഷകൻ, പൊലീസ്, വക്കീൽ, കളക്ടർ, പത്രപ്രവർത്തകൻ എന്നീ റോളുകൾ ഒരുതരത്തിൽ സമൂഹത്തിലെ അനീതികളെയും അഴിമതികളെയും എതിർത്ത് നീതി നടപ്പാക്കാനാഗ്രഹിക്കുന്ന വീരനായക കഥാപാത്രങ്ങളെയാണ് പ്രതിനി ധാനം ചെയ്തത്.

ഇവയുടെ മറുപുറമെന്ന രീതിയിലാണ് മമ്മൂട്ടി അവതരിപ്പിച്ച സ്നേഹസമ്പന്നനും സുന്ദരനുമായ കള്ളൻ വേഷങ്ങൾ. മറ്റുള്ളവരുടെ പ്രശ്നങ്ങളിൽ ഇടപെട്ട് ഒരു കായംകുളം കൊച്ചുണ്ണിയെപ്പോലെ സേവനം ചെയ്യുന്ന കള്ളൻ നായകന്മാരാണ് *അർഥം, കളിക്കളം* എന്നീ ചിത്രങ്ങളിൽ. കളിക്കളത്തിലെ സുന്ദരനായ കള്ളൻ പൊലീസുകാരെ അതിവിദഗ്ധമായി കബളിപ്പിക്കുന്നവനും സുന്ദരിയായ നായികയുടെ ഹൃദയം കവർന്നെടുക്കുന്നവനുമാകുന്നു. എന്നാൽ കള്ളന്റെ ആത്മാർഥത, സ്നേഹം, സത്യസന്ധത എന്നിവയെല്ലാം പ്രേക്ഷകരുടെയും നായികയുടെയും മനം കവരുമ്പോൾ കള്ളൻ കഥാപാത്രവും മമ്മൂട്ടിയുടെ പൊലീസ് വേഷത്തെപ്പോലെ പ്രിയപ്പെട്ടതായി മാറുന്നു. ഇത്തരം പൊലിസ്/കള്ളൻ വേഷത്തിന്റെ ഇക്കാലത്തെ സിനിമകളാണ് *ഗോഡ്മാൻ, രാക്ഷസരാജാവ്, ബ്ലാക്ക്, തസ്കരവീരൻ, തൊമ്മനും മക്കളും* എന്നിവ. ബ്ലാക്ക് എന്ന സിനിമയിൽ പൊലീസുകാരനായ ഷൺമുഖൻ അറിയപ്പെടുന്ന ഗുണ്ടകൂടിയാണ്. ഷൺമുഖന്റെ ഈ ഇരട്ടവ്യക്തിത്വം അനീതികളെ ചോദ്യംചെയ്യുന്ന പ്രവർത്തനമായതുകൊണ്ടുതന്നെ പ്രേക്ഷകർ നടൻ-കഥാപാത്രമായി താദാത്മ്യം പ്രാപിക്കുന്നു. പൊലീസുകാർ ഗുണ്ടകളെപ്പോലെയാണ് പെരുമാറുന്നത് എന്ന ഇക്കാലത്തെ ജനസംസാരത്തിന്റെ ദൃശ്യാവിഷ്കാരമാണ് ഇത്തരം സിനിമകൾ. മലയാളിയുടെ മനസിലെ താരവിഗ്രഹത്തെ നിലനിർത്തുവാൻ ഉതകുന്നവയാണ് മമ്മൂട്ടിയുടെ കള്ളനും പൊലീസും കഥാപാത്രങ്ങൾ.

മമ്മൂട്ടിയുടെ കൂടുതൽ റോളുകളും ഹിന്ദുസവർണ അധികാരത്തിന്റെ പ്രതിനിധാനങ്ങളായാണ് വർത്തിക്കുന്നത്. ഇളകാത്ത, ആരുടെ മുന്നിലും മുട്ടുമടക്കാത്ത, മസിലു പിടിക്കുന്നവനും, ചങ്കൂറ്റവുമുള്ള പുരുഷരൂപമാണ് ഇത്തരം വേഷങ്ങൾ. ജാതി, മതം, വർഗം എന്നിവ ഇത്തരം ആണത്താധികാരങ്ങളെ നിലനിറുത്തുവാൻ സഹായകമാകുന്നുണ്ട്. അധികാരത്തിന്റെ ഭാഗത്തുനിൽക്കുന്ന ഇത്തരം കഥാപാത്രങ്ങൾക്ക് വികാരങ്ങളുടെ സൗമ്യഭാവങ്ങൾ ചേരുകയില്ല. അതുകൊണ്ടുതന്നെ ഗൗരവഭാവവും, സ്ത്രീകളിൽ അമിത താൽപ്പര്യം പ്രകടിപ്പിക്കുന്നവനും. ഹാസ്യം പറയാത്തവനും കരയാത്തവനും കിന്നാരം പറയാത്തവനും അധികം ചിരിക്കാത്തവനും ആകുന്നു ഇത്തരം കഥാപാത്രങ്ങൾ.

തൊണ്ണൂറുകൾക്കു ശേഷം മമ്മൂട്ടിയുടെ കുടുംബചിത്രങ്ങളിൽ 'വല്യേട്ടൻ' സ്ഥാനം പ്രധാനമാവുന്നു. എൺപതുകൾക്കു ശേഷമുള്ള ഭർത്താവ്, അച്ഛൻ എന്നതിന്റെ മൂർത്താധികാരരൂപമായി ഈ വല്യേട്ടൻ മാറുന്നു. *വാത്സല്യ*ത്തിലെ കർഷകനായ രാഘവൻനായർ, സത്യസന്ധനും സഹോദരസ്നേഹമുള്ളവനും കുടുംബസ്നേഹിയുമാണ്. *ഹിറ്റ്ലറിലെ* മാധവൻകുട്ടി സമ്പന്നനും, മാടമ്പിയും സ്നേഹത്തിനു വേണ്ടി ത്യാഗം ചെയ്യുന്നവനുമാണ്. *വല്യേട്ടനി*ലെ മാധവനുണ്ണി ഏതു പ്രതിസന്ധികളെയും തരണംചെയ്യാൻ കെൽപ്പുള്ള സഹോദരസ്നേഹമുള്ളവനാണ്. ഇങ്ങനെ ത്യാഗിയായ കുടുംബനാഥനായും സഹോദര

സ്നേഹത്തിന്റെ മൂർത്തിരൂപമായും, സംരക്ഷകനുമായി ഈ വല്യേട്ടൻ കഥാപാത്രങ്ങൾ മാറുന്നു.

ഏതാണ്ട് മുന്നൂറിലധികം സിനിമകളിൽ വേഷമിട്ട മമ്മൂട്ടി തന്റെ അഭിനയപാടവം വച്ചുപുലർത്തുന്ന ഒരുപാട് വേഷങ്ങൾ ചെയ്തുകഴിഞ്ഞിട്ടുണ്ട്. അടൂർഗോപാലകൃഷ്ണന്റെ *മതിലുകൾ, വിധേയൻ*, ഹരിഹരന്റെ *ഒരു വടക്കൻ വീരഗാഥ*, ഐ വി ശശിയുടെ *മൃഗയ, (1921)* ഭരതന്റെ *അമരം, പാഥേയം*, ലോഹിതദാസിന്റെ *ഭൂതക്കണ്ണാടി*, ടി വി ചന്ദ്രന്റെ *പൊന്തൻമാട, ഡാനി*, ബ്ലെസിയുടെ *കാഴ്ച* എന്നീ സിനിമകളിലെ വേഷങ്ങൾ ഇതിനു തെളിവാണ്. ഒരു നടൻ തന്റെ ശരീരവും, ശബ്ദവും, പൂർണമായും കഥാപാത്രത്തിന്റെ പൂർണതയ്ക്കായി ഉപയോഗപ്പെടുത്തുമ്പോൾ അവിടെ നാം നടനെയല്ലാ കഥാപാത്രത്തെയാണ് ദർശിക്കുന്നത്. അതു തന്നെയാണ് കള്ളൻ, പൊലീസ്, വല്യേട്ടൻ എന്നീ സ്ഥിരം കഥാപാത്രങ്ങൾ അവതരിപ്പിക്കുമ്പോഴും മമ്മൂട്ടിയുടെ സാന്നിധ്യം ഒരുതരത്തിൽ അപ്രത്യക്ഷമാവുകയും വളരെ വ്യത്യസ്തമായ പുതുമയുള്ള ഒന്നായി കേരളീയർ സ്വീകരിക്കുകയും ചെയ്യുന്നത്. ആവർത്തന വിരസത ഉണ്ടെങ്കിൽ ഇത്തരം സിനിമകൾ പരാജയപ്പെടുകയേയുള്ളുവെന്ന് നമുക്കറിയാവുന്നതാണ്.

അന്യഭാഷാസിനിമകളിലും മമ്മൂട്ടിയുടെ അഭിനയം ശ്രദ്ധ നേടിയിട്ടുണ്ട്. *അഴകൻ, മറുമലർച്ചി, മക്കളാഴ്ചി, ആനന്ദം, കളക്ടർ, ദളപതി, കണ്ടുകൊണ്ടേൻ കണ്ടുകൊണ്ടേൻ, വിശ്വതുളസി* എന്നീ തമിഴ് സിനിമകളും *പ്രണവം* എന്ന തെലുങ്ക് ചിത്രവും *ധർത്തീപുത്ര്* എന്ന ഹിന്ദി സിനിമയും ജബ്ബാർ പട്ടേലിന്റെ ഇംഗ്ലീഷിൽ ചെയ്ത *ബാബാ സാഹേബ് അംബേദ്കർ* എന്നിവയും ചില ഉദാഹരണങ്ങൾ. ഈ സിനിമകളിൽ നേരത്തെ സൂചിപ്പിച്ച വല്യേട്ടൻ, പൊലീസ്, പട്ടാളം, കളക്ടർ എന്നീ കഥാപാത്രങ്ങൾ അവതരിപ്പിച്ചിട്ടുണ്ട്. *മറുമലർച്ചിയിലെ* രാസപ്പടയിച്ചിയെ ജനം വിശ്വസിക്കുന്നത് അയാളെ രക്ഷകനായി കരുതുന്നതുകൊണ്ടാണ്. തങ്ങളെ ഏതാപത്തിൽനിന്നും രക്ഷിക്കുന്ന കഥാപാത്രത്തിന്റെ സ്വഭാവം തന്നെയാണ് *ദളപതിയിൽ* ഒരു തരത്തിൽ കാണുന്നത്. *കണ്ടുകൊണ്ടേൻ കണ്ടുകൊണ്ടേൻ* എന്ന സിനിമയിലെ കാൽനഷ്ടപ്പെട്ട പട്ടാളക്കാരനായ മേജർ ബാല

സ്നേഹസമ്പന്നനായ രക്ഷാധികാരിയുടെ സ്വഭാവം കാണിക്കുന്നുണ്ട്. മമ്മൂട്ടിയുടെ ഏറ്റവും വിജയിച്ച ചിത്രങ്ങൾ അവതരിപ്പിച്ച കഥാപാത്ര ങ്ങൾ കുടുംബം, സമുദായം, സമൂഹം, ദേശം തുടങ്ങിയവയുടെ അധി കാരവുമായി ബന്ധപ്പെട്ടവയാണ്. അതുകൊണ്ടുതന്നെ പിതൃരൂപങ്ങൾ, അധികാരി, ഉദ്യോഗസ്ഥൻ, അഭിഭാഷകൻ, കുറ്റാന്വേഷകൻ, സൈന്യാ ധിപൻ തുടങ്ങിയ റോളുകൾ മമ്മൂട്ടിക്ക് സ്വാഭാവികവും അനുയോജ്യവു മാണെന്നു കരുതപ്പെടുന്നുവെന്ന് സി എസ് വെങ്കിടേശ്വരൻ അഭിപ്രായ പ്പെടുന്നുണ്ട്. അതുകൊണ്ടുതന്നെ കാൽപ്പനികമായ സ്വഭാവമുള്ള, അധി കാരസ്വഭാവമില്ലാത്ത മമ്മൂട്ടി കഥാപാത്രങ്ങൾ ജനങ്ങൾ സ്വീകരിക്കാതെ വരികയും ചെയ്യുന്നു. (*കുട്ടേട്ടൻ, ശ്രീധരന്റെ ഒന്നാം തിരുമുറിവ്*) കുട്ടേട്ട നിലെ പൂവാലസ്വഭാവക്കാരനായ കുട്ടേട്ടന് ഭാര്യ ഉണ്ടെങ്കിലും അയാൾക്ക് മറ്റു പെൺകുട്ടികളുമായി ചുറ്റിക്കറങ്ങി നടക്കാനാണ് താൽപ്പര്യം. *ശ്രീധ രന്റെ ഒന്നാം തിരുമുറിവിലെ* ശ്രീധരൻ ഒരു ഗ്രാജ്വേറ്റ് പെൺകുട്ടിയെ വിവാഹം കഴിക്കാനാണ് ആഗ്രഹം. മമ്മൂട്ടിയുടെ പുരുഷത്വനായക കഥാ പാത്രങ്ങളുടെ വിപരീതസ്വഭാവം ഇവയിൽ കണ്ടതിനാലാകണം ജനം ഈ സിനിമകൾ തള്ളിക്കളഞ്ഞത്.

ജോഷി സംവിധാനം ചെയ്ത *കൗരവർ* മമ്മൂട്ടിയുടെ ആണത്ത വ്യക്തിത്വത്തെ പ്രകടിപ്പിക്കുന്ന സിനിമയാണ്. ഭാര്യയും മകളും കൊല ചെയ്യപ്പെട്ടതിന് ഉത്തരവാദി ഒരു ഉയർന്ന പൊലീസുകാരനാണെന്നും അതിനാൽ അയാളെയും കുടുംബത്തെയും കൊലചെയ്യണം എന്ന മോഹവുമായി സെൻട്രൽ ജയിലിൽ കിടക്കുന്ന നായകനാണ് ആന്റണി. ആന്റണിയും കൂട്ടാളികളും ജയിലിൽ നിന്നിറങ്ങി ഈ കൃത്യത്തിന് ശ്രമി ക്കുന്നു. പൊലീസുകാരൻ കൊല്ലപ്പെടുന്ന നിമിഷം അയാളുടെ മൂന്നുമ ക്കളിൽ ഒന്ന് തന്റെ മകളാണെന്ന് ആന്റണി അറിയുന്നു. അയാൾ കൂട്ടാ ളികളെ വെല്ലുവിളിച്ച് മൂന്നുമക്കളുടെയും സംരക്ഷണം ഏറ്റെടുക്കുന്നു. അധ്വാനകാലത്ത് അടിക്കും തല്ലിനും പോയിരുന്ന ആന്റണി വിവാഹം കഴിഞ്ഞതിനുശേഷം നല്ലവനായി ജീവിക്കുമ്പോൾ പൊലീസ് അയാളെ പിന്തുടരുന്നു. ഭാര്യയെ അപമാനിച്ചപ്പോൾ പൊലീസ് സ്റ്റേഷൻ ആക്രമി ക്കുന്നു. കുടുംബം പുലർത്തുന്ന സ്നേഹസമ്പന്നനായ ഭർത്താവിന്റെ വീരപ്രകടനമാണ് ഇവിടെ കാണുന്നത്. പിന്നീട് മൂന്നു മക്കളുടെ രക്ഷ കനായി മാറുമ്പോൾ ഭരണകൂടഅധികാരം അയാൾക്ക് പിന്തുണ നൽകുന്നു. ഇത്തരത്തിൽ തെരുവുഗുണ്ടായിസത്തിൽനിന്ന് മാറി രാഷ്ട്രം/ കുടുംബത്തിന്റെ വിശ്വസ്തസേവകനായി മാറുകയാണ് *കൗരവരിലെ* ആന്റണിയെന്ന കഥാപാത്രം. ഗുണ്ട, ഭർത്താവ്, വീരനായകൻ, പിതാവ്, രക്ഷകൻ, സ്നേഹസമ്പന്നൻ, ദുരന്തനായകൻ തുടങ്ങിയ വേഷങ്ങൾ *കൗരവർ* എന്ന സിനിമയിലെ ആന്റണി എന്ന കഥാപാത്രത്തിൽ അട ങ്ങിയിരിക്കുന്നുണ്ട്. ഇത്തരം സഹജഭാവങ്ങൾ അദ്ദേഹത്തിന്റെ ഇന്നും കാണുന്ന പല സിനിമകളിലും ആവിഷ്കരിക്കുന്നതുകൊണ്ടാണ് ഈ സിനിമയെക്കുറിച്ച് വിശദീകരിച്ചത്.

മലയാളസിനിമയിലെ നായകന്മാരിൽ പ്രധാനിയാണല്ലോ മമ്മൂട്ടിയെപ്പോലെ മോഹൻലാൽ. സാധാരണ കഥാപാത്രത്തെ നടിച്ചിരുന്ന മോഹൻലാൽ പിന്നീട് വരേണ്യ അധികാര കഥാപാത്രത്തിലേക്ക് മാറുകയുണ്ടായി. പ്രേമം, ഹാസ്യം, നാടകീയരംഗങ്ങൾ എന്നിവയെല്ലാം വളരെ ഒഴുക്കൻ മട്ടിൽ അനായാസമായി മോഹൻലാൽ കൈകാര്യം ചെയ്തു. കോളേജ് വിദ്യാർഥി, കള്ളക്കടത്തുകാരൻ, കോൺട്രാക്ടുകാരൻ, തൊഴിലില്ലാത്തവൻ, താന്തോന്നി എന്നീ വേഷങ്ങൾ ഇദ്ദേഹം അവതരിപ്പിക്കുകയുണ്ടായി. മലയാളിയുടെ പൗരുഷസ്വത്വസങ്കൽപ്പത്തിന്റെ മറ്റൊരുതരത്തിലുള്ള പ്രതിനിധാനമാണ് മോഹൻലാൽ കഥാപാത്രങ്ങൾ. പാടുന്നവനും, ആടുന്നവനും, കളിതമാശപറയുന്നവനുമായ മോഹൻലാൽ കഥാപാത്രങ്ങൾ അസംഘടിതമായ, സാധാരണക്കാരുടെ മനോവികാരങ്ങളെ തൃപ്തിപ്പെടുത്തുന്നുണ്ടെന്ന് മനസിലാക്കാം. മലയാളിയുടെ വ്യത്യസ്ത നായകസങ്കൽപ്പങ്ങളെ തന്നെയാണ് ഇവർ പ്രതിനിധാനം ചെയ്യുന്നത്.

സിനിമയ്ക്കകത്തും പുറത്തും പ്രവർത്തിക്കുന്ന നിരവധി പ്രക്രിയകളിലൂടെയാണ് മമ്മൂട്ടിയെന്ന താരം സമൂഹത്തിൽ വ്യവഹരിക്കപ്പെടുന്നത്. മമ്മൂട്ടിയുടെ അഡ്വക്കേറ്റ് എന്ന ബിരുദം, മമ്മൂട്ടി ഫാൻസ് അസോസിയേഷൻസ്, ചാനൽ പരസ്യങ്ങൾ, കൈരളി ടി വി ചെയർമാൻ, സാംസ്കാരിക രംഗത്തെ സാന്നിധ്യങ്ങൾ എന്നിവയെല്ലാം താരപദവിയെ നിർണയിക്കുന്ന ഘടകങ്ങളാണ്. മമ്മൂട്ടിയുമായി *വനിത, കന്യക, ഗൃഹലക്ഷ്മി*പോലുള്ള വാരികകൾ നടത്തുന്ന അഭിമുഖങ്ങളും, ചാനൽ അഭിമുഖങ്ങളും സിനിമയ്ക്കകത്തെ പാഠങ്ങളുടെ തുടർച്ചയും ഇടർച്ചയും ഉണ്ടാക്കുന്നുണ്ട്. 'സ്നേഹത്തിന്റെ 25 വർഷങ്ങൾ' എന്ന പേരിൽ താരത്തോട് 25 സ്ത്രീകൾ നടത്തിയ മുഖാമുഖത്തിൽ (*ഗൃഹലക്ഷ്മി* – 2005 ജൂലായ്) ഉയർന്ന ചോദ്യങ്ങളും മുഖാമുഖ റിപ്പോർട്ടും ശ്രദ്ധിക്കുക. ക്യാമ്പസ് കാലത്ത് പ്രണയമുണ്ടായിരുന്നോ? ഈ ആകാരഭംഗിയുടെ രഹസ്യമെന്താ? സുലുവാണോ ഐശ്വര്യറായിയാണോ കൂടുതൽ സുന്ദരി/ മമ്മൂട്ടിയുടെ വളർച്ചയിൽ സുലുവിന്റെ പങ്കെന്താണ്? ഇത്തരം ചില ചോദ്യങ്ങൾ മമ്മൂട്ടിയെന്ന അമ്പതുവയസു തികഞ്ഞ നടനെ യുവത്വത്തിന്റെ കാഴ്ചശീലത്തിലേക്ക് കൊണ്ടുവരുന്നതാണ്. (സെക്സ് അപ്പീലുള്ള നടനായി തെരഞ്ഞെടുക്കപ്പെട്ടതും ഈ നടൻ തന്നെയാണല്ലോ). യുവാവ്, പിതാവ്, സ്നേഹസമ്പന്നൻ, ഗൗരവക്കാരൻ, നല്ല ഭർത്താവ് എന്നിവയെ സൂചിപ്പിക്കുന്ന രീതിയിലും ഇവിടെ ചോദ്യങ്ങൾ ഉണ്ടാവുന്നത് സിനിമയിലെ കഥാപാത്ര അവതരണങ്ങളുടെ തുടർച്ചയെ കാണിക്കുന്നു. ചിലപ്പോൾ ഏറെ സാധാരണക്കാരനെപ്പോലെ, ഏട്ടനെപ്പോലെ വാത്സല്യം. ചിലപ്പോൾ അച്ഛന്റെ, കാരണവരുടെ ആജ്ഞസ്വരം. ചിലപ്പോൾ ആത്മാവിന്റെ സ്വരം ഒളിപ്പിച്ച് പഴയൊരു കാമുകൻ. അതെല്ലാം കാണാൻ രസമുള്ള കാഴ്ചകളായിരുന്നു. അതുകൊണ്ടുതന്നെ തുടർചോദ്യങ്ങളിലൂടെ പിന്തുടരുവാൻ ചിലപ്പോൾ സ്ത്രീകൾ മറന്നുപോയി എന്ന് ലേഖകൻ

എഴുതുമ്പോൾ ഇത്തരം സ്ത്രീ മാസികകളിലൂടെ നിർമിക്കപ്പെടുന്ന മമ്മൂട്ടി പൗരുഷത്വത്തെക്കുറിച്ച് വ്യക്തമായി മനസിലാകുന്നു.

മൂന്ന് ഭരത് അവാർഡുകൾ നേടിക്കഴിഞ്ഞ മമ്മൂട്ടിയുടെ അഭിനയ ജീവിതം ഇന്നും ശക്തിയോടെ തുടരുകയാണ്. ഇത്തരത്തിൽ മലയാളിയുടെ അഭിലാഷങ്ങളെ വെള്ളിത്തിരയിലൂടെ തൃപ്തിപ്പെടുത്തുവാൻ മമ്മൂട്ടി എന്ന നടന്, കഥാപാത്രത്തിന് കഴിയുന്നതുകൊണ്ടാണ് മമ്മൂട്ടിയുടെ ജനപ്രിയത മായാതെ നിലനിൽക്കുന്നത്.

കുറിപ്പുകൾ

1. പി എസ് രാധാകൃഷ്ണൻ: താരപദവിയുടെ വിവക്ഷകൾ (മലയാളം വാരിക, ജൂൺ 17, 2005)
2. കെ ഗോപിനാഥൻ: മമ്മൂട്ടി താരവ്യവസ്ഥകളും ദേശചരിത്രവും (മാതൃഭൂമി ആഴ്ചപ്പതിപ്പ്, സെപ്റ്റംബർ 19–25, 2007)
3. സി എസ് വെങ്കിടേശ്വരൻ: മമ്മൂട്ടി എന്ന താരം (മാതൃഭൂമി ആഴ്ചപ്പതിപ്പ്, സെപ്റ്റംബർ 17–25, 2004)
4. സജെദ് നാരായണൻ: സ്നേഹത്തിന്റെ 25 വർഷങ്ങൾ (ഗൃഹലക്ഷ്മി, ജൂലൈ 2005)

തിരുത്തൽവാദത്തിന്റെ വർത്തമാനം

അടൂർ ഗോപാലകൃഷ്ണൻ

മലയാള ചലച്ചിത്ര ചരിത്രത്തിൽ ഏറ്റവുമധികം വിവാദങ്ങൾക്ക് തിരികൊളുത്തിയ ചിത്രമാണ് അടൂർ ഗോപാലകൃഷ്ണന്റെ *മുഖാമുഖം* (1984). അതിന്റെ രാഷ്ട്രീയ പ്രസക്തിയായിരുന്നു വിവാദങ്ങൾക്കാസ്പദം. ചലച്ചിത്രകൃതി എന്നതിനേക്കാൾ പക്ഷപാതപരമായ രാഷ്ട്രീയ പ്രസ്താവം എന്ന നിലക്കാണ് *മുഖാമുഖം* വിലയിരുത്തപ്പെട്ടത്. കേരളീയ സമൂഹത്തിൽ വലിയ ചലനങ്ങൾ സൃഷ്ടിച്ച ഒരു രാഷ്ട്രീയ പ്രസ്ഥാനത്തെക്കുറിച്ചും വ്യക്തികളെക്കുറിച്ചും പ്രതിപാദിക്കുന്ന 'മുഖാമുഖം' മുൻവിധികളാൽ നിർണയിക്കപ്പെട്ട ഏകപക്ഷീയമായ വിധിപ്രസ്താവനകളിലൂടെ കലയിൽനിന്ന് അകന്നുപോവുകയായിരുന്നു. യാഥാർഥ്യങ്ങളുടെ വക്രീകരണം, നിഗൂഢവൽക്കരണം, പ്രകടനാത്മകത എന്നിവ കവിഞ്ഞ അളവിലുള്ള അടൂർ ചിത്രമാണിത്. വ്യക്തിയുടെ സ്വകാര്യനാടകങ്ങളെ സമൂഹത്തിന് എതിരെ നിറുത്തി അപഗ്രഥിക്കാൻ രചയിതാവിനു കഴിയുന്നില്ല. ഈ രണ്ട് അഭിപ്രായങ്ങളിലും എൺപതുകളിൽ നിലനിന്നിരുന്ന കമ്യൂണിസ്റ്റ് ആശയങ്ങളെ വിമർശിക്കുന്ന ഒന്നായിത്തന്നെ ഈ സിനിമയെ തിരിച്ചറിഞ്ഞിരുന്നു. എന്നാൽ, വ്യക്തി/സമൂഹം

എന്ന സാമ്പ്രദായിക ദ്വന്ദ്വനിരീക്ഷണത്തിൽ ഈ സിനിമ വ്യക്തിയുടെ സ്വകാര്യവിഷയമായി ചുരുക്കി മനസിലാക്കുമ്പോൾ പുറന്തള്ളപ്പെടുന്ന സാമൂഹികചിത്രം വേണ്ടവിധം വിശദീകരിക്കപ്പെടാതെപോകും. സമൂഹത്തിന് എതിരെ നിറുത്തി വ്യക്തിയെ വിശദീകരിക്കാതെ സമൂഹത്തിൽപ്പെട്ട ഒന്നായി വ്യക്തിയെ മനസിലാക്കുമ്പോൾ യാഥാർഥ്യങ്ങളുടെ വക്രീകരണം എന്ന സംശയം ഇല്ലാതെയാകുന്നു.

സിനിമയിൽ സംവിധായകൻ കമ്യൂണിസ്റ്റ് പാർട്ടിയുടെ ഒരു മുഖത്തെ മാത്രമേ വെളിപ്പെടുത്തിയിട്ടുള്ളൂ. ഭൂപരിഷ്കരണനിയമം, വിദ്യാഭ്യാസ ബിൽ, കർഷകർക്കും അസംഘടിത തൊഴിലാളികൾക്കും കൂലി വർധിപ്പിച്ചത് തുടങ്ങി നിരവധി പുരോഗമനപരമായ പ്രവർത്തനങ്ങൾ നടത്തിയ പാർട്ടി കൂടിയാണിത്. *മുഖാമുഖ*ത്തിന്റെ ഏകമുഖമായ വിമർശത്തിൽ ഇത്തരം വിഷയങ്ങൾ തള്ളിക്കളഞ്ഞിരിക്കുകയാണ്. പാർട്ടിയിൽ കടന്നുകൂടിയ മുതലാളിത്ത കമ്യൂണിസമെന്ന ആശയവും, അത് സൃഷ്ടിക്കുന്ന പ്രത്യാഘാതങ്ങളും പുതുതായി രൂപപ്പെടുന്ന ലെഫ്റ്റ് ഓറിയന്റഡ് സംഘടനകളും ഉൾക്കൊള്ളുന്ന എൺപതുകളിലെ കേരളീയാന്തരീക്ഷത്തിന്റെ പശ്ചാത്തലത്തിൽനിന്നുകൊണ്ട് അറുപതുകളിൽ നടക്കുന്ന സംഭവങ്ങളുമായി ഇതിലെ കഥാന്തരീക്ഷം ചിത്രീകരിക്കപ്പെടുന്നു. പാർട്ടിയിലെ പ്രത്യയശാസ്ത്ര ഭിന്നത ഏതാണ്ട് അറുപതുകളിൽ തന്നെ ആരംഭിച്ചുവെന്നും ഈ വിധത്തിൽ സാക്ഷ്യപ്പെടുത്തുന്നു. എൺപതുകളിലെ കേരളത്തിലെ രാഷ്ട്രീയാവസ്ഥകളുടെ സ്വാധീനം അറുപതുകളിലെ കേരള പരിസരത്തെ പുനർവിശകലനം ചെയ്യുമ്പോൾ സംവിധായകനെ സ്വാധീനിച്ചിരുന്നുവെന്നത് വ്യക്തമാണ്. ഇത്തരത്തിൽ കമ്യൂണിസ്റ്റ് പ്രവർത്തനരീതികളോടുള്ള എതിർപ്പ് പ്രകടമായിരുന്ന എൺപതുകളിലെ രാഷ്ട്രീയമാണ് കമ്യൂണിസത്തിന്റെ ഭിന്നമുഖങ്ങൾ അവതരിപ്പിക്കാതെ ഏകമുഖമായി അവതരിപ്പിക്കാൻ കാരണമായത്.

*മുഖാമുഖ*ത്തെപ്പറ്റി അടൂർ ഇങ്ങനെ പറയുന്നു:

> ഇന്നത്തെ രാഷ്ട്രീയപരിതഃസ്ഥിതിയുടെ പശ്ചാത്തലത്തിൽ ഞാനുൾപ്പെടെയുള്ള സാധാരണക്കാരുടെ സമൂഹം ഒരാത്മപരിശോധനക്കൊരുങ്ങുന്നു. ജരയും നിഷ്ക്രിയതയും ബാധിച്ചുതുടങ്ങിയ സമൂഹം. അസംതൃപ്തമായ അതിന്റെ മനഃസാക്ഷി ഇന്ന് കുറ്റബോധംകൊണ്ട് ഈറനാണ്. മുമ്പൊരിക്കൽ അതിന്റെ ചേതന തെളിഞ്ഞുനിന്ന ഒരു ഘട്ടമുണ്ടായിരുന്നു. ആവേശത്തിന്റെയും ആദർശാത്മകതയുടേതുമായ ഒരു ഘട്ടം. ഇന്നിന്റെ ജീർണത ഇന്നലെയുടെ പ്രസാദാനുഭവത്തെ കൂടുതൽ തീവ്രദീപ്തമാക്കുന്നു. പ്രതീക്ഷകൾ പുലർത്താനും ഓർമകളെ താലോലിക്കാനും മറന്നിട്ടില്ലാത്ത സമൂഹത്തിന്റെ സമസ്യ ഇന്നിവിടെനിന്നാരംഭിക്കുന്നു.

ഇവിടെ സംവിധായകൻ കേരളത്തിന്റെ കഴിഞ്ഞകാല രാഷ്ട്രീയ സംഭവങ്ങളെ പുനഃപരിശോധനയ്ക്ക് വിധേയമാക്കുന്നു. വർത്തമാനകാല

രാഷ്ട്രീയ അപചയം എത്രമാത്രം ഭീകരമാണെന്ന് ചൂണ്ടിക്കാട്ടാൻ ഭൂതകാല കമ്യൂണിസ്റ്റ് പ്രവർത്തനത്തെ ഓർമകളിലേക്ക് കൊണ്ടുവരുന്നു. എങ്കിലും പ്രതീക്ഷകൾ വെച്ചുപുലർത്തുന്ന ഒരു ജനതയും ഇവിടെയുണ്ടെന്ന് സംവിധായകനും ഓർമപ്പെടുത്തുന്നുണ്ട്.

അടൂർ ഗോപാലകൃഷ്ണന്റെ *മുഖാമുഖം* ഇന്ന് കാണുമ്പോൾ മുതലാളിത്ത വികസനമാതൃക വഴി രൂപപ്പെടുന്ന സാമ്പത്തിക അസമത്വങ്ങളെക്കുറിച്ച് പുനരവലോകനം ചെയ്യേണ്ടിവരുന്നു. കമ്യൂണിസ്റ്റുപാർട്ടിക്കകത്ത് നടക്കുന്ന ആശയസംവാദത്തിന്റെ അടിസ്ഥാനം വികസനരാഷ്ട്രീയമാണ്. കമ്യൂണിസ്റ്റുരാജ്യമെന്ന പേരിനു പിറകിൽ നിയോലിബറൽ സാമ്പത്തിക നയങ്ങൾ നടപ്പാക്കുന്ന ചൈനയിലെ യഥാർഥ അവസ്ഥ മറ്റേതൊരു മുതലാളിത്ത രാജ്യത്തെപ്പോലെ സമ്പന്നരും പാവപ്പെട്ടവരും തമ്മിലുള്ള അന്തരം അതിവേഗം രൂക്ഷമാക്കുന്നതായാണ് കാണുന്നത്. യൂറോകേന്ദ്രിതമായ വികസനനയവും മുതലാളിത്തത്തോടു കാണിക്കുന്ന അടുപ്പവും എന്തിന്റെ സൂചനയാണ്? സാമ്പ്രദായിക മാർക്സിയൻ സിദ്ധാന്തങ്ങളിൽനിന്നുകൊണ്ട് കമ്യൂണിസ്റ്റുഭരണം മുന്നോട്ടുകൊണ്ടുപോകുവാൻ സാധിക്കുമോ? ഇരുപത് വർഷങ്ങൾക്കുശേഷം *മുഖാമുഖം* വീണ്ടും കാണുമ്പോൾ കേരളീയ രാഷ്ട്രീയത്തിന്റെ വർത്തമാനാവസ്ഥയോട് അതെങ്ങനെ സംവദിക്കുന്നു എന്ന് വിശകലനം ചെയ്യാനാണ് ഇവിടെ ശ്രമിക്കുന്നത്.

മലയാളത്തിൽ അമ്പതുകൾക്കുശേഷം പുറത്തുവന്ന പല സിനിമകളും തൊഴിലാളി മുതലാളി സംഘർഷങ്ങളും ജന്മി–കുടിയാൻ പ്രശ്നങ്ങളും പ്രമേയമായി സ്വീകരിച്ചവയാണ്. റിയലിസ്റ്റ് സിനിമ എന്നു വിളിച്ചിരുന്ന ഇവയെല്ലാം തന്നെ അന്ത്യത്തിൽ തൊഴിലാളിയുടെയോ കുടിയാന്റെയോ വിജയത്തോടെ അവസാനിക്കുന്ന ചിത്രങ്ങളായിരുന്നു. മാർക്സിസ്റ്റ് ആശയങ്ങളോടുള്ള താൽപ്പര്യവും ഈ സിനിമയിൽ തെളിഞ്ഞുകാണാവുന്നതാണ്. *രണ്ടിടങ്ങഴി, മുടിയനായ പുത്രൻ, മൂലധനം* എന്നീ സിനിമകൾ ഉദാഹരണമായി എടുത്താൽ ഇവയുടെ പ്രമേയത്തിലും ആഖ്യാനരീതിയിലും ഈ 'യഥാതഥ'ത്വം കാണാവുന്നതാണ്. എന്നാൽ, ഇത്തരം പ്രമേയങ്ങളോടും ആഖ്യാനരീതികളോടുമുള്ള ചോദ്യം ചെയ്യലാണ് എഴുപതുകൾക്കുശേഷം മലയാള സിനിമയിൽ ആരംഭിച്ചത്.

ഈ സിനിമകളിൽ വ്യക്തിയുടെയും സമൂഹത്തിന്റെയും സംഘർഷങ്ങൾ പരിഹരിക്കാത്തവിധത്തിൽ അവതരിപ്പിച്ചിരുന്നു. യഥാതഥമെന്നു തോന്നുന്ന രീതിയിൽനിന്ന് മാറിയുള്ള ഈ ചിത്രീകരണം ദാർശനിക വൈരുധ്യങ്ങൾ ഒരേസമയം ഉൾക്കൊള്ളുന്നതായിരുന്നു. യാഥാർഥ്യത്തെ അവതരിപ്പിക്കാൻ റിയലിസത്തിന്റെ രചനാസങ്കേതങ്ങളിൽനിന്ന് വഴുതിമാറുമ്പോഴും കാൽപ്പനികമായ അംശങ്ങൾ അടൂർ ചിത്രങ്ങളിലും കണ്ടുവരുന്നുണ്ട്. "രചനാരീതിയിൽ വന്നുനിൽക്കുന്ന കടുത്ത വ്യക്തിനിഷ്ഠത, ഘടനയിലെ വിട്ടുവീഴ്ചയില്ലായ്മ, സംഭാഷണങ്ങളോട് കാണിക്കുന്ന ഉദാസീനത, സംവിധായകന്റെ അപ്രമാദിത്വം, ചിത്രത്തിന്റെ ഗതിയിലെ

മന്ദത, ആശയങ്ങളുടെ സന്ദിഗ്ധത, സിംബലുകളുടെ ഉപയോഗം മുതലായവയായിരുന്നു നവതരംഗസിനിമയുടെ പ്രത്യേകതകൾ." ഇത്തരം പ്രത്യേകതകൾ പ്രമേയത്തെയും യാഥാർഥ്യത്തെയും അവതരണത്തെയും സംബന്ധിച്ച മുൻനിലപാടുകളെ മാറ്റിമറിക്കുന്നവയായിരുന്നു. എന്നാൽ, ഇത്തരം ദൃശ്യഭാഷപോലും ഇന്ന് ചോദ്യംചെയ്യപ്പെടുന്നുണ്ട്. നവറിയലിസ്റ്റിക് സിനിമയുടെ റിയലിസവും മധ്യവർഗ സൗന്ദര്യശാസ്ത്രത്തിൽ ആവിഷ്കരിക്കപ്പെട്ട ഒന്നായിരുന്നു. യാഥാർഥ്യത്തെ സംബന്ധിച്ച ചർച്ച ഇന്നത്തെ മാധ്യമസംസ്കാരത്തിൽ പുതിയ ചിന്തകൾക്ക് വഴി തെളിയിക്കുന്നുണ്ട്.

എഴുപതുകളിലെ യുവാക്കളുടെ തൊഴിലില്ലായ്മയും ദാർശനിക വ്യഥകളും, സ്വാതന്ത്ര്യാനന്തര കോൺഗ്രസിന്റെ മുതലാളിത്ത സ്വഭാവവും, തീവ്രവാദരാഷ്ട്രീയവും, രാഷ്ട്രപുരോഗതിയിൽനിന്ന് മാറിനിൽക്കുന്ന യുവത്വവുമെല്ലാം അരവിന്ദന്റെ ആദ്യചിത്രമായ *ഉത്തരായന* (1974) ത്തിൽ കാണാവുന്നതാണ്. രാഷ്ട്രനിർമാണത്തിൽ വിദ്യാർഥികൾക്ക് ഒരു പങ്കുമില്ല എന്ന നായകനായ രവിയുടെ മറുപടി സാമൂഹിക അസമത്വങ്ങളോടുള്ള രോഷവും, അതേസമയം, സാമൂഹിക വിഷയങ്ങളെ സമചിത്തതയോടെ കാണുന്നതിലും പ്രവർത്തിക്കുന്നതിലും അവർക്ക് സംഭവിച്ച് പിഴവുകളെയുമാണ് സൂചിപ്പിക്കുന്നത്. സാമൂഹിക, രാഷ്ട്രീയ പ്രശ്നങ്ങളിൽനിന്ന് മാറിനടക്കുന്ന രവി അവസാനം ചെന്നെത്തുന്ന ഇടം പ്രശ്നങ്ങൾ പരിഹരിക്കുന്നതിന് സഹായകമാവുന്നതല്ല. ഇതേസമയം, രവിയുടെ ഗുരുവായ കുമാരൻ മാസ്റ്ററുടെ തീവ്രവാദ രാഷ്ട്രീയം (ഇവിടെ നക്സലിസമായും വ്യാഖ്യാനിക്കാം) പിന്തുടരുന്ന ഒരു യുവതലമുറയെയും ചിത്രത്തിൽ കാണാവുന്നതാണ്. ഇന്ത്യൻ ജനതയിൽ തെലുങ്കാനസമരം പിൻവലിച്ചതിനുശേഷം പാർട്ടി വലതുപക്ഷത്തേക്ക് പോകുകയാണെന്ന തോന്നലുകൾ രൂപപ്പെട്ടിരുന്നു. സായുധവിപ്ലവത്തിലൂടെ അടിച്ചമർത്തപ്പെട്ട ജനതയുടെ വിമോചനം സാധ്യമാകുമെന്ന് കരുതി 1969 ൽ നക്സലൈറ്റ് പ്രസ്ഥാനം രൂപപ്പെടുന്നു. വയനാട്, പാലക്കാട് എന്നീ ജില്ലകളിലെ ആദിവാസികൾ, കൃഷിക്കാർ എന്നിവരുടെ ഇടങ്ങളിൽ നക്സലൈറ്റ് പ്രസ്ഥാനം വളരാനും തുടങ്ങി. നക്സലൈറ്റ് പ്രമേയങ്ങളുള്ള നിരവധി സിനിമകൾ മലയാളത്തിൽ ഉണ്ടായിട്ടുണ്ട്.

തീവ്ര ഇടതുപക്ഷ രാഷ്ട്രീയ സ്വപ്നങ്ങളും സംഘർഷങ്ങളും ദൃശ്യവൽക്കരിക്കുകയും പ്രായോഗികമായ അതിന്റെ പരാജയത്തെ വിമർശിക്കുകയുമായിരുന്നു പി എ ബക്കറിന്റെ *കബനീനദി ചുവന്നപ്പോൾ* (1975). അടിയന്തരാവസ്ഥയുടെ കാലത്ത് പുറത്തുവന്ന *കബനീനദി ചുവന്നപ്പോൾ* എന്ന ചിത്രം അന്നത്തെ അവസ്ഥയെ യാഥാർഥ്യത്തിന്റെ കാഴ്ചപ്പാടിൽ കാണുന്നതിനും രേഖപ്പെടുത്തുന്നതിനുള്ള സാഹസം കാണിച്ചിരുന്നു. വിപ്ലവകാരിയായ ഗോപിയും അയാളുടെ പൂർവകാമുകിയും തമ്മിലുള്ള സംഭാഷണത്തിലൂടെ അന്നത്തെ രാഷ്ട്രീയപ്രശ്നങ്ങളെ പ്രേക്ഷകനു മുന്നിൽ കൊണ്ടുവരുന്നു. താൻ ഉറച്ചുവിശ്വസിക്കുന്ന

എം ടി

രാഷ്ട്രീയത്തിനും സഹജീവികൾക്കും വേണ്ടി അസ്തിത്വം അടിയറവ്വെക്കുന്ന തലമുറയുടെ പ്രതിനിധിയെയാണ് ഇവിടെ കാണുന്നത്. *അന്യരുടെ ഭൂമി* (1979), *ചുവന്ന വിത്തുകൾ* (1978) എന്നീ ചിത്രങ്ങളിൽ പുതിയ വിപ്ലവപ്രസ്ഥാനങ്ങളേയും പാർശ്വവൽക്കരിക്കപ്പെട്ടവരുടെ പ്രശ്നങ്ങളേയും ആവിഷ്കരിക്കാനുള്ള ശ്രമങ്ങൾ നടന്നിരുന്നുവെങ്കിലും ഇത്തരം ചിത്രങ്ങളിൽപ്പോലും പ്രത്യയശാസ്ത്രപരമായ പ്രതിബദ്ധത നിയന്ത്രിച്ചിരുന്നത് മധ്യവർഗജീവിതത്തിന്റെ മൂല്യബോധമായിരുന്നു. താഴ്ന്ന മധ്യവർഗ യുവാക്കളുടെ തൊഴിൽപ്രശ്നം ആവിഷ്കരിച്ച എം ടി വാസുദേവൻ നായരുടെ *നിർമ്മാല്യം* (1973), ഫ്യൂഡൽ കുടുംബ വ്യവസ്ഥയ്ക്കുള്ളിൽ ഒറ്റപ്പെടുന്ന വ്യക്തിയുടെ ദാർശനിക ദുഃഖങ്ങൾ ആവിഷ്കരിക്കുന്ന കെ ആർ മോഹനന്റെ *അശ്വത്ഥാമാവ്* (1979), പ്രശസ്തനായ യുവകവിയുടെ ജീവിതത്തിൽനിന്നും മധ്യവർഗ ആധുനിക യുവത്വത്തിന്റെ പ്രശ്നങ്ങളിലേക്ക് കടന്നുചെല്ലുന്ന അരവിന്ദന്റെ *പോക്കുവെയിൽ* (1981) എന്നീ സിനിമകളെല്ലാംതന്നെ നേരത്തെ സൂചിപ്പിച്ച സവർണ-പുരുഷ കേന്ദ്രിതമായ കാഴ്ചപ്പാടുകൾതന്നെയാണ് ആവിഷ്കരിച്ചത്. ഈ സിനിമകളത്രയും ഇവിടെ സൂചിപ്പിച്ചത് ഈ സിനിമകൾ വഴി രൂപപ്പെട്ട ആശയമണ്ഡലത്തിലേക്കാണ് അടൂരിന്റെ *മുഖാമുഖം* വന്നുപെട്ടതെന്നും അതിനാൽ ചിത്രത്തിന്റെ നിർമിതിയിലും പ്രേക്ഷകസ്വീകരണത്തിലും ഈ ചരിത്രഘട്ടങ്ങൾ അബോധത്തിൽ അടങ്ങിയിരിക്കും എന്നു സൂചിപ്പിക്കുവാനുമാണ്.

ആവേശത്തിന്റെയും ആദർശാത്മകതയുടെതുമായ കാലഘട്ടം കഴിഞ്ഞ് രാഷ്ട്രീയം ജരയും നിഷ്ക്രിയതയുമായി മാറിയെന്ന സംവിധായകപക്ഷം മാർക്സിസ്റ്റ് പ്രത്യയശാസ്ത്രത്തിന്റെ വലതുപക്ഷ സൂചനയെയാണ് കാണിക്കുന്നത്. സംവിധായകൻ ഇത് വ്യക്തമാക്കുന്നതിനായി 1955 നു മുമ്പുള്ള ആദ്യഘട്ടം, 55 നും 65 നും ഇടക്കുള്ള രണ്ടാം ഘട്ടം, 65 നു ശേഷമുള്ള മൂന്നാംഘട്ടം എന്ന കഥാരീതി സിനിമയിൽ ഉപയോഗിച്ചിരിക്കുന്നു. ശ്രീധരൻ എന്ന തൊഴിലാളി നേതാവിന്റെ ജീവിതത്തിലൂടെയാണ് ചലച്ചിത്രാഖ്യാനം മുന്നോട്ടുപോകുന്നത്. വിപ്ലവകാരിയായ തൊഴിലാളി നേതാവായ കാലഘട്ടത്തിൽ, മുതലാളിമാരെ വർഗശത്രുവിനെപ്പോലെ കാണുന്ന തൊഴിലാളിവർഗ പ്രതിനിധിയാണ് ശ്രീധരൻ. മുതലാളിമാരുടെ മുന്നിൽ വാലാട്ടുന്ന തൊഴിൽനയം മാറ്റിയില്ലെങ്കിൽ സർക്കാരിനെ തൊഴിലാളിവർഗം കുടിയിറക്കും എന്ന പത്രവാചകം

ഇത് സൂചിപ്പിക്കുന്നു. ഓട്ടുകമ്പനിയിൽനിന്ന് അനാവശ്യമായി പുറത്താക്കിയ തൊഴിലാളികളെ തിരിച്ചെടുക്കണമെന്നാവശ്യപ്പെട്ട് ശ്രീധരൻ സത്യഗ്രഹമിരിക്കുന്നു. ശ്രീധരന്റെ നായകത്വം ഒരുതരത്തിൽ മുതലാളിത്തവിരുദ്ധവും തൊഴിലാളി അനുകൂലവുമായ സമരത്തിൽ രൂപപ്പെട്ടതുമാണ്. പൊതുജീവിതത്തിലും സ്വകാര്യജീവിതത്തിലും ഇടപഴകിയ മനുഷ്യരുടെ ഓർമകൾ, പ്രതികരണങ്ങൾ, പത്രവാർത്തകൾ, അനുസ്മരണങ്ങൾ എന്നിവയിലൂടെ ശ്രീധരൻ ആരെന്ന ചോദ്യത്തിന് ഉത്തരം തേടാൻ ഇവിടെ ശ്രമിക്കുന്നുണ്ട്. ആഖ്യാനത്തിലെ ഈ പുതുമ യാഥാർഥ്യങ്ങളുടെ ബഹുത്വത്തെ വെളിപ്പെടുത്തുന്നു. ശ്രീധരൻ ആരെന്ന ചോദ്യത്തിന്റെ വിവിധ ഉത്തരങ്ങൾ വ്യക്തിയുടെ സത്ത വിവിധ സന്ദർഭങ്ങളിൽ മാറുന്ന ഒന്നാണെന്ന തിരിച്ചറിവിലേക്ക് കൊണ്ടുപോകുന്നു. ഭൂതകാലത്തിലെ ശ്രീധരൻ വ്യത്യസ്ത ആഖ്യാനങ്ങളിലൂടെ യാഥാർഥ്യമാകുന്ന ഒന്നാണ്.

പാർലമെന്ററി അധികാരമില്ലാതെ കേരളത്തിലെ തൊഴിലാളിവർഗപക്ഷത്തുനിന്നുകൊണ്ട് നിരവധി സമരങ്ങൾ നടത്താൻ 1985 നു മുമ്പ് കമ്യൂണിസ്റ്റ് പ്രസ്ഥാനത്തിന് സാധിച്ചിരുന്നു. നാൽപ്പതുകളിൽ മലബാറിൽ കമ്യൂണിസ്റ്റുകാരുടെ നേതൃത്വത്തിൽ നിരവധി കർഷകസമരങ്ങൾ നടന്നു. 1941 ൽ കയ്യൂരിലും 1946 ൽ കരിവെള്ളൂരിലും കാവുമ്പായിയിലും നടന്ന കലാപങ്ങൾ മുതൽ 1948 ൽ തില്ലങ്കേരിയിലും മുനയൻകുന്നിലും ഉണ്ടായ വെടിവെപ്പുവരെയുള്ള സംഭവങ്ങൾ മലബാറിലെ ജനകീയ സമരരൂപങ്ങളായിരുന്നു. തൊഴിലാളി-കർഷക സമരങ്ങൾ ഉയർത്തിയ മുദ്രാവാക്യങ്ങൾ ഫ്യൂഡൽ-സാമ്രാജ്യത്വ വ്യവസ്ഥയ്ക്കും ആധിപത്യത്തിനും എതിരായിരുന്നു. ഇത്തരത്തിലുള്ള ജനാധിപത്യവൽക്കരണത്തിന്റെ തുടർച്ചയിലാണ് ശ്രീധരൻ, ആരാധിക്കപ്പെടുന്ന തൊഴിലാളി നേതാവാകുന്നത്.

'55'നും '65'നും ഇടക്കുള്ള കാലത്താണ് ഓട്ടുകമ്പനി ഉടമയായ വാസുപിള്ള കൊല്ലപ്പെട്ടതിനാൽ ശ്രീധരൻ ഒളിവിൽ കഴിഞ്ഞത്. ഈ കാലഘട്ടങ്ങളിലാണ് സംസ്ഥാനരൂപവൽക്കരണശേഷമുള്ള ആദ്യ പൊതുതിരഞ്ഞെടുപ്പ് നടക്കുന്നതും ഇ എം എസ് മുഖ്യമന്ത്രിയായി കമ്യൂണിസ്റ്റ് മന്ത്രിസഭ അധികാരത്തിൽ വരുന്നതും. വിദ്യാഭ്യാസമന്ത്രി ജോസഫ് മുണ്ടശ്ശേരിയുടെ വിദ്യാഭ്യാസ ബില്ലും കേരള കാർഷിക ഭൂബന്ധബില്ലും നിയമസഭ പാസാക്കുന്നതും പിന്നീട് സർക്കാരിനെതിരെ വിമോചനസമരം രൂപപ്പെടുന്നതും ഇക്കാലയളവിലാണ്. വിമോചന സമരം കേരളത്തിന്റെ ജനാധിപത്യവൽക്കരണത്തെ സാരമായി ബാധിച്ചിട്ടുണ്ട്. തൊഴിലാളി-കർഷകരുടെ നേതൃത്വത്തിൽ ജനാധിപത്യവൽക്കരണ പ്രക്രിയ തുടരണമെന്ന് വാദിച്ച കമ്യൂണിസ്റ്റുപാർട്ടിയും കമ്യൂണിസ്റ്റ് വിരുദ്ധരാഷ്ട്രീയം വെച്ചുപുലർത്തുന്ന മറ്റൊരു വിഭാഗവും കേരളത്തിൽ രൂപപ്പെട്ടു. കേരളംപോലുള്ള കൃഷിപ്രധാനമായ രാജ്യത്ത് സോഷ്യലിസത്തിന്റെ സ്വരൂപമെന്തെന്ന ചർച്ച ഇവിടെ പ്രബലമായി നടക്കുകയുണ്ടായി. ദരിദ്രരുടെ പ്രശ്നങ്ങൾ, അസമത്വം, ചൂഷണം, തൊഴിലില്ലായ്മ എന്നിവ

തുടർന്നുകൊണ്ടിരിക്കുന്ന അവസ്ഥയെ എങ്ങനെ ഇല്ലായ്മ ചെയ്യണമെന്ന സംവാദവും ഉയർന്നുവന്നുകൊണ്ടിരുന്നു. പ്രത്യയശാസ്ത്രത്തിൽ വന്ന ഭിന്നതകൾ 1964 ൽ കമ്യൂണിസ്റ്റ് പ്രസ്ഥാനം പിളരാൻ കാരണമാകുകയും ചെയ്തു.

ട്രേഡ് യുണിയനുള്ളിൽ തൊഴിലാളികൾ അണിചേരുന്നതിനെ ആദ്യ നാളുകളിൽ മുതലാളിമാർ എതിർക്കുകയും പൊലീസിനെയും നിയമത്തെയും ഉപയോഗിച്ച് അവരെ അടിച്ചമർത്താൻ ശ്രമിക്കുകയും ചെയ്തിരുന്നു. ഇതേത്തുടർന്ന് മുതലാളിമാരും തൊഴിലാളികളും തമ്മിൽ ചില ഒത്തുതീർപ്പ് വ്യവസ്ഥകൾ ഉണ്ടാക്കി. ഇതനുസരിച്ച് തൊഴിലാളി സംഘടനകൾ മുതലാളിത്ത വ്യവസ്ഥയെ തന്നെ ചോദ്യംചെയ്യുന്ന അവസ്ഥയിലേക്ക് എത്താതെ വ്യവസ്ഥാപിതമായി പ്രവർത്തിക്കുന്ന സംഘടനകളായി ഒതുങ്ങിനിൽക്കണം. അതോടെ ഈ പരിമിതിക്കുള്ളിൽനിന്ന് പ്രവർത്തിക്കുന്നവരും മുതലാളിത്തത്തെ തകർത്ത് സോഷ്യലിസം സ്ഥാപിക്കുക എന്ന ലക്ഷ്യംവെച്ച് പ്രവർത്തിക്കുന്നവരും എന്നിങ്ങനെ തൊഴിലാളി യൂണിയനുകളിൽ തന്നെ വിശാലമായ അർഥത്തിൽ തരംതിരിവുണ്ടായി. തൊഴിലാളി യൂണിയനുകളിലെ പരിഷ്കരണവാദസ്വാധീനം തകർക്കുകയും അവയിൽനിന്ന് പരിഷ്കരണവാദികളായ നേതാക്കളെ പുറന്തള്ളുകയും ചെയ്യാതെ തൊഴിലാളിവർഗത്തിന്റെ രാഷ്ട്രീയാധികാരത്തിന്റെ പ്രശ്നമുയർത്താൻ നിങ്ങൾക്കെരിക്കലും കഴിയില്ലെന്ന് ലെനിൻ പറയുന്നുണ്ട്. തൊഴിലാളിവർഗം അധികാരം കൈക്കലാക്കുകയും തൊഴിലാളിവർഗ നേതൃത്വത്തിൽ ജനകീയ ജനാധിപത്യം സ്ഥാപിക്കുകയും ചെയ്യുകയെന്ന ലക്ഷ്യം അഞ്ചാം കോൺഗ്രസിൽ ആവർത്തിക്കുന്നുണ്ട്.

1955 കാലഘട്ടത്തിൽ ശ്രീധരൻ, പാർട്ടി പ്രവർത്തകർക്കുവേണ്ടി സ്റ്റഡി ക്ലാസെടുക്കുന്നതിൽ ഇത്തരത്തിലുള്ള സൂചനകൾ അടങ്ങിയിരിപ്പുണ്ട്.

> വ്യക്തിബന്ധങ്ങൾ, സുഖങ്ങൾ, സ്വാർഥമായ താൽപ്പര്യങ്ങൾ എല്ലാം ബലികഴിക്കാൻ ഒരു കമ്യൂണിസ്റ്റ് തയാറാവണം. ഒറ്റപ്പെട്ട നേട്ടങ്ങൾ നമ്മുടെ ലക്ഷ്യമല്ല. മറിച്ച്, അത് സമൂഹത്തിന്റെ മൊത്തമായ മുന്നേറ്റത്തിന് തടസം സൃഷ്ടിക്കുകയേയുള്ളൂ. സമൂഹമെന്ന വൃക്ഷത്തിലെ ഇലകൾ മാത്രമാണ് വ്യക്തികൾ. വർഗസമരമാണ് ചരിത്രത്തിന്റെ അടിസ്ഥാനസ്വഭാവമുള്ള നിർണായകശക്തി, പ്രത്യേകിച്ച് ബൂർഷ്വാസിയും തൊഴിലാളിയും തമ്മിലുള്ള വർഗസമരം ആധുനിക-സാമൂഹിക വിപ്ലവത്തിന്റെ കാതൽ തന്നെയാണ്. കമ്യൂണിസ്റ്റ് പ്രസ്ഥാനത്തിന്റെ ചരിത്രത്തിലുടനീളം മാർക്സിസം-ലെനിനിസവും അവസരവാദവും തമ്മിലും ഐക്യമുറപ്പിക്കുന്ന ശക്തികളും പിളർപ്പൻ ശക്തികളും തമ്മിലും സമരം നടക്കുന്നതു കാണാൻ കഴിയും. നീണ്ടുനിന്ന ഈ സമരത്തിൽ,

മാർക്സും ഏംഗൽസും ലെനിനും തൊഴിലാളിവർഗത്തിന്റെ കാതലായ പ്രശ്നങ്ങളെന്തെല്ലാമെന്ന് പഠിക്കുകയും തങ്ങളുടെ പ്രവർത്തനങ്ങൾ വഴി അവസരവാദത്തെയും പിളർപ്പൻ പ്രവണതകളെയും റിവിഷനിസത്തെയും എങ്ങനെയാണ് നേരിടേണ്ടതെന്ന് നമ്മെ പഠിപ്പിക്കുകയും ചെയ്തിട്ടുണ്ട്.

സാമ്പ്രദായിക മാർക്സിസ്റ്റ് പ്രത്യയശാസ്ത്ര നിലപാടുകളിൽനിന്നുകൊണ്ടുള്ള ശ്രീധരന്റെ ഈ പ്രസ്താവനതന്നെയാണ് സിനിമയിലെ പ്രശ്നമണ്ഡലം. വർഗപരമായ സാമ്പ്രദായിക മാർക്സിസ്റ്റ് സംവർഗത്തിന്റെ വിശകലനരീതിയെ പിന്തള്ളി ലിംഗപരവും ഭാഷാപരവും ദേശീയവും വംശീയവും മറ്റുമായ വ്യത്യാസങ്ങളാണ് സാംസ്കാരിക ഭൗതികവാദത്തിൽ മുന്നിട്ടുനിൽക്കുന്നത്. സംസ്കാരം തന്നെ ഒരു ഭൗതികപ്രയോഗമാണെന്നിരിക്കെ സംസ്കാരത്തെ അതിനു പുറത്തു നിലനിൽക്കുന്ന ഒരതീത യാഥാർഥ്യത്തിന്റെ പ്രതിഫലനമായി കാണുന്ന സാമ്പ്രദായിക മാർക്സിസത്തിന്റെ ആശയപ്രധാനമായ വാദത്തെ സാംസ്കാരിക ഭൗതികവാദം വിമർശിക്കുന്നുണ്ട്. ആഗോളീകരണകാലത്ത് വികസിത രാഷ്ട്രങ്ങൾക്കുള്ളിൽത്തന്നെ മൂന്നാംലോകവും വംശീയന്യൂനപക്ഷങ്ങളും പാർശ്വവൽക്കരിക്കപ്പെട്ട ജനങ്ങളും സ്ത്രീവാദ, ദളിത്വാദ, പരിസ്ഥിതിവാദ പ്രസ്ഥാനങ്ങളും സൃഷ്ടിക്കപ്പെടുന്നുണ്ട്. പ്രത്യയശാസ്ത്രപരമായി ഭിന്നമായ ഇവരുടെ പ്രവർത്തനങ്ങൾ ചെറിയതുരുത്തുകളായി മാറാതെ വർഗൈക്യം സ്ഥാപിക്കുന്നതിലൂടെ മാത്രമേ സാമ്രാജ്യത്വ അധീശത്വത്തിനെതിരെയുള്ള ഫലപ്രദമായ രാഷ്ട്രീയ പ്രതിരോധം രൂപപ്പെടുത്തുവാനാകൂ എന്ന് ഇടത് സാമൂഹിക നിരീക്ഷകർ ചൂണ്ടിക്കാണിക്കുന്നുണ്ട്.

ഇന്നിപ്പോൾ കേരളത്തിന്റെ വികസനം ഏത് രീതിയിലാണ് മുന്നോട്ടുപോകേണ്ടത് എന്നതിനെക്കുറിച്ച് വ്യത്യസ്ത വാദങ്ങൾ വന്നുകൊണ്ടിരിക്കുന്നുണ്ട്.

വികസനത്തെപ്പറ്റിയുള്ള ബദൽ പരിപ്രേക്ഷ്യം വെക്കണമെങ്കിൽ പാർട്ടി നേതൃത്വവും പ്രവർത്തകരും സോഷ്യലിസ്റ്റ് ആശയങ്ങളിലൂന്നി തന്നെ മുന്നോട്ടുപോകുന്നു എന്ന് ഉറപ്പിക്കേണ്ടതുണ്ട്. മുതലാളിത്ത പദ്ധതികളെ അകത്ത് സ്വാംശീകരിച്ചുകൊണ്ട് സോഷ്യലിസ്റ്റ് രാഷ്ട്രീയം മുന്നോട്ടുവെക്കാൻ കഴിയില്ല. നമ്മുടെ പ്രകൃതിയെയും സാമൂഹിക ബോധത്തെയും നിലനിറുത്തുന്ന വികസന പദ്ധതിയാണ് മുന്നോട്ടു വെക്കുന്നതെങ്കിൽ അത് യൂറോപ്പിന്റെയും അമേരിക്കയുടെയും മുതലാളിത്ത വികാസത്തിന്റെ ആവർത്തനമായിരിക്കുകയില്ലെന്ന് സാംസ്കാരികപ്രവർത്തകർ ചൂണ്ടിക്കാണിക്കുന്നു.

സിനിമയിൽ, പാർട്ടിക്കകത്ത് മുതലാളിത്തപാതയിലൂടെ സഞ്ചരി

ക്കുന്ന മാത്തുക്കുട്ടി ഇങ്ങനെ പറയുന്നുണ്ട്: “മൊതലാളിമാരോട് അങ്ങനെ സ്ഥായിയായിട്ടൊരു വിരോധമൊന്നും വച്ചിട്ടു കാര്യമില്ല” എന്ന്. പ്രാദേശികമായി ഓട്ടുകമ്പനി നടത്തുന്ന മുതലാളിയുടെ കാര്യത്തിൽ അത് ശരിയായിരിക്കാം. എന്നാൽ, ബഹുരാഷ്ട്രമുതലാളിത്തത്തിന്റെ വർത്തമാനകാലത്ത് മൂലധനം അതിന്റെ ഏറ്റവുമധികം സ്വാതന്ത്ര്യത്തോടെ എല്ലാ അതിരുകളേയും തകർത്ത് മുന്നോട്ടുപോയിക്കൊണ്ടിരിക്കുകയാണ്. വെള്ളം, വായു, ബുദ്ധി, പൈതൃകം തുടങ്ങി എന്തിനെയും ചരക്കായി കാണുന്ന ഒരു ലോകക്രമത്തിലേക്ക് അവികസിത രാജ്യങ്ങളെ തെളിയിച്ചുകൊണ്ടുപോയി കീഴടങ്ങാൻ അധിനിവേശ ശക്തികൾ ഇക്കാലത്തും അതിസമർഥമായി ശ്രമിച്ചുകൊണ്ടിരിക്കുന്നു. മാർക്സിസ്റ്റ് പാർട്ടിക്കകത്തെ മുതലാളിത്ത സമീപനങ്ങളിലുണ്ടായ ആശയസംവാദങ്ങൾ പാർട്ടിയെ രണ്ടാക്കി മാറ്റിയെങ്കിലും അവർ തമ്മിലുള്ള വ്യത്യാസം ഇല്ലാതായിക്കൊണ്ടിരിക്കുകയാണ്.

അമ്പതുകളിൽ തുടങ്ങി ലോകത്തിന്റെ വിവിധ ഭാഗങ്ങളിൽ ഉയർന്നുവന്ന പുതിയ ഇടതുപക്ഷം (New left Movement), സാമ്പ്രദായിക ഇടതുപക്ഷപ്രസ്ഥാനത്തിന്റെ പ്രവർത്തനങ്ങളിൽനിന്ന് വ്യത്യസ്തമാണ്. എഴുപതുകൾ മുതൽ കേരള രാഷ്ട്രീയത്തിലും ഇത്തരം ഇടതുസംഘങ്ങൾ വളർന്നുവന്നത് ഈ സിനിമയുടെ അബോധ രാഷ്ട്രീയ സൂചകമായി കാണാവുന്നതാണ്. പാർട്ടിയെ ചോദ്യംചെയ്തതിന്റെ പേരിൽ പുറത്താക്കപ്പെട്ട സുധാകരന്റെ പ്രതിനിധാനം അത്തരത്തിലുള്ളതാണ്. “ആരും ഞങ്ങളെ തോൽപ്പിക്കാമെന്നു കരുതണ്ട. ചെറുത്തുനിൽക്കും മാഷേ, ഞങ്ങൾ ചെറുത്തുനിൽക്കും. ഇന്നു ഞാൻ തനിച്ചല്ല, ലക്ഷ്യബോധമുള്ള ഒരുപിടി ആൾക്കാർ എന്തും നേരിടാൻ സന്നദ്ധമായിട്ടുണ്ട്. ഈ വെല്ലുവിളി ഞങ്ങൾ സ്വീകരിക്ക തന്നെ ചെയ്യും. അവസരവാദികളെയും ജനവഞ്ചകരെയും തൊഴിലാളിവർഗം തിരിച്ചറിയും. സാമൂഹികദ്രോഹികളുടെ മുഖംമൂടികൾ ഞങ്ങൾ പൊളിച്ചെറിയും”. സുധാകരന്റെ ഈ പ്രതികരണം അദൃശ്യവും എന്നാൽ, സിനിമയിൽ സദാസന്നിഹിതവുമായ എൺപതുകളിലെ ചരിത്രയാഥാർഥ്യത്തിന്റെ അടയാളങ്ങളാണ്. സംവിധായകൻ പ്രത്യക്ഷതലത്തിൽ പരിഗണിക്കാത്ത തന്റെ വർത്തമാനകാല രാഷ്ട്രീയത്തിന്റെ വിമർശം കൂടിയാണിത്.

പാർട്ടിയിൽ കടന്നുകൂടിയിരിക്കുന്ന റിവിഷനിസ്റ്റ് സമീപനത്തെ വിമർശവിധേയമാക്കുന്ന *മുഖാമുഖം* മറ്റ് ഇന്ത്യൻ സംസ്ഥാനങ്ങളിൽനിന്ന് വ്യത്യസ്തമായി കേരളത്തിൽ കമ്യൂണിസ്റ്റുപാർട്ടി നടപ്പിലാക്കിയ പുരോഗതികളെ ബോധപൂർവം തിരസ്കരിക്കുന്നുണ്ട്. എന്നിരുന്നാലും സിനിമ ഉയർത്തുന്ന ചോദ്യങ്ങൾ കാലികമായി പ്രസക്തിയുള്ളതാണ്. സംഘടിതശേഷി പടിപടിയായി നഷ്ടപ്പെട്ടുകൊണ്ടിരിക്കുന്ന തൊഴിലാളിവർഗത്തിന് കേരളത്തിലെ പ്രാദേശിക മുതലാളിമാരെയും ബഹുരാഷ്ട്ര കുത്തക മുതലാളിമാരെയും ഒരുപോലെ കാണാൻ കഴിയില്ല. അദൃശ്യരായി നിയന്ത്രിക്കുന്ന ആഗോളമുതലാളിത്തത്തെ എങ്ങനെയാണ് ജോലി

സ്ഥിരതയില്ലാത്ത തൊഴിലാളിവർഗം എതിർക്കുക? മാർക്സിസ്റ്റുപാർട്ടി വിമർശം എന്നതിൽ കവിഞ്ഞ് കേരള ജനതയുടെ അടിസ്ഥാനപ്രശ്ന മായി *മുഖാമുഖം* മാറുന്നു എന്നതാണ് ചിത്രത്തിന്റെ സമകാലിക പ്രസ ക്തി.

മുഖാമുഖം സിനിമയിൽ ആവിഷ്കരിക്കപ്പെടുന്ന കാലത്തിനോ ടൊപ്പം അബോധപരമായി സിനിമ നിർമിച്ച കാലത്തിന്റെ പ്രത്യയ ശാസ്ത്ര വിവക്ഷകളും അടങ്ങിയിരിക്കുന്നു. കൂടാതെ സിനിമയുടെ നിർമാ ണകാലത്തിലെ എഡിറ്റിങ്, ആഖ്യാനരീതി, പശ്ചാത്തല സംഗീതം തുട ങ്ങിയ സാങ്കേതികഘടകങ്ങളും കാണാവുന്നതാണ്. മാർക്സിയൻ പ്രത്യ യശാസ്ത്രങ്ങളിൽ വന്ന മാറ്റവും മുതലാളിത്തസമീപനങ്ങളിൽ വരുത്തിയ മാറ്റവും *മുഖാമുഖം* ചർച്ച ചെയ്യുന്നുണ്ട്. പുത്തൻ ഇടതുപക്ഷത്തിന്റെ ഉദ്ഭവവും തൊഴിലാളിവർഗത്തിന് വന്ന മാറ്റവും സിനിമ ഉയർത്തിക്കൊ ണ്ടുവരുന്ന പ്രശ്നങ്ങളെ ഇന്നും സമകാലീനമാക്കുന്നു. മുൻധാരണകൾ വെച്ചുപുലർത്തുന്ന മാർക്സിസ്റ്റ് വിമർശം എനതിൽ കവിഞ്ഞുനിൽക്കുന്ന പ്രാധാന്യത്തോടെ സിനിമ സംവാദം ആവശ്യപ്പെടുന്നുണ്ട്.

പുനർരചനയുടെ പാഠങ്ങൾ

എം ടിയുടെ തിരക്കഥകളെ അടിസ്ഥാനമാക്കിയുള്ള വിശകലനം

പുനർരചനകൾ നിലവിലുള്ള കഥാഖ്യാനവ്യവസ്ഥയുടെയും സാംസ്കാരിക മണ്ഡലത്തിന്റെയും നേരെയുള്ള വിമർശനത്തെയാണ് ലക്ഷ്യം വയ്ക്കുന്നത്. ഭൂതകാലത്തിന്റെ അധീശവ്യവസ്ഥാരീതികളോടുള്ള പ്രതികരണമാണിത്. വർത്തമാനകാലത്തിന്റെ വളരുന്ന വ്യവഹാരിക മണ്ഡലത്തോട് ചേർന്നുള്ള ഒരു ആവിഷ്കരണരീതിയായിരിക്കും ഇതിൽ കാണാൻ കഴിയുക. അതുകൊണ്ട് തന്നെ പുനരാവിഷ്കാരങ്ങൾ സമൂഹത്തിൽ സംവാദങ്ങൾക്കും വിവാദങ്ങൾക്കും കാരണമായേക്കും. വാമൊഴിയിലും പിന്നീട് വരമൊഴിയിലും പതിഞ്ഞ വടക്കൻപാട്ടുകൾ ദൃശ്യമാധ്യമരംഗത്തേക്ക് കടക്കുമ്പോഴും നിരവധി പാഠരൂപങ്ങൾക്ക് വിധേയമാകാറുണ്ട്. വയലിൽ അന്തിയോളം പണിയെടുക്കുന്ന കർഷകത്തൊഴിലാളിയുടെ വാമൊഴിയിലൂടെയുള്ള ആവിഷ്കാരമായിട്ടാണ് വടക്കൻപാട്ട് നിലനിന്നിരുന്നത്. ശുദ്ധപാഠമില്ലെന്ന വിശ്വാസവും ഇത്തരം വാമൊഴികൾ നിരവധി പാഠാന്തരങ്ങൾ സൃഷ്ടിക്കുമെന്നുമുള്ള അറിവുകൾ നമ്മുടെ സംസ്കാരത്തിൽ നിന്നു തന്നെ കാണാവുന്നതാണ്. വടക്കൻപാട്ടിലെ ഒരു ദുഷ്ടകഥാപാത്രമായ ചന്തുവിനെ കേന്ദ്രമാക്കി ഒരു പുനരാവിഷ്കാരത്തിന് വിധേയമാക്കിയതിന്റെ ഫലമാണ് *ഒരു വടക്കൻ വീരഗാഥ* എന്ന എം ടി വാസുദേവൻ നായരുടെ തിരക്കഥ. വീരനായകന് എല്ലാ ഗുണങ്ങളുടെയും അലങ്കാരങ്ങൾ ചേർക്കലും എതിരാളിക്ക് എല്ലാ ദുർഗുണങ്ങളുടെയും കറുത്ത ചായം വീണ്ടും വീണ്ടും തേയ്ക്കലും നാടൻ പാട്ടുകളിൽ പതിവാണ്. ഈ പതിവുകളെ ചോദ്യം ചെയ്ത് പുനരാവിഷ്കരിക്കുമ്പോൾ ലഭിക്കുന്ന പാഠങ്ങൾ വ്യത്യസ്തങ്ങളാണ്. എം ടി വാസുദേവൻ നായരുടെ *ഒരു വടക്കൻ വീരഗാഥ*യെ മുൻനിർത്തി

പുനർരചനയുടെ പാഠങ്ങൾ വിശകലനം ചെയ്യുകയാണ് ഈ പ്രബന്ധം. കൂടാതെ *പെരുന്തച്ചൻ, വൈശാലി* എന്നീ പുനർരചനകളും ഇവിടെ പഠനവിധേയമാക്കുന്നു.

വടക്കൻ പാട്ടുകൾ വാമൊഴിയായി കൊണ്ടു നടക്കുന്ന ഒരു ജനത ഇന്നില്ല. ഞാറ്റുപാട്ടായ വടക്കൻ പാട്ടുകൾ അന്യമായിത്തീരുന്ന ഒരു കൂട്ടായ്മക്ക് വ്യത്യസ്തങ്ങളായ ആശയവിനിമയോപാധികൾ ഇന്ന് ലഭ്യമാണ്. അവരനുഭവിക്കുന്ന പുതിയ ആശയവിനിമയ ഉപാധികളിലേക്ക് വടക്കൻപാട്ട് സന്ദേശങ്ങളെ സന്നിവേശിപ്പിക്കുന്നതിന്റെ ഫലമായി അവ ടിവി സീരിയലായും സിനിമയായും രൂപപ്പെടുന്നു. അറുപതുകൾക്കുശേഷമാണ് മലയാളസിനിമയിൽ വടക്കൻപാട്ടുകളുടെ സ്വാധീനം കണ്ടുതുടങ്ങുന്നത്. *ഉണ്ണിയാർച്ച* (1961), *പാലാട്ട് കോമൻ* (1962), *തച്ചോളി ഒതേനൻ* (1964), *ആരോമലുണ്ണി, കടത്തനാടൻ അമ്പാടി* എന്നിവ ചില ഉദാഹരണങ്ങളാണ്. പാട്ടുകളിലെ സംഭാഷണശൈലി, കഥാപാത്രങ്ങളുടെ നിർവചനം, നാടകീയ സന്ദർഭങ്ങൾ കൈകാര്യം ചെയ്യുന്നതിലുള്ള സൂക്ഷ്മത തുടങ്ങിയ അനേകം ഗുണങ്ങൾ മറ്റ് വടക്കൻപാട്ട് സിനിമകളിൽ നിന്നും *ഒരു വടക്കൻവീരഗാഥ*യെ മാറ്റി നിർത്തുന്നുവെന്ന് കെ പി കുമാരൻ അഭിപ്രായപ്പെടുന്നു. എം ടി യുടെ പുനരാഖ്യാനത്തിൽ ചന്തുവിനെ ഉദാത്തവൽക്കരിക്കുവാനുള്ള ശ്രമത്തിൽ ഉണ്ണിയാർച്ച, ആരോമൽ ചേകവർ എന്നീ കഥാപാത്രങ്ങളെ ഇരുട്ടിലാഴ്ത്തിക്കളഞ്ഞു എന്ന് കെ പി കുമാരൻ വിമർശിക്കുന്നുണ്ട്. ചന്തു എന്ന കഥാപാത്രത്തെ നായകനാക്കിയുള്ള വടക്കൻപാട്ടിന്റെ ഒരു പാഠം മാത്രമാണിതെന്നും ഇതിനും നിരവധി പ്രശ്നസാധ്യതകൾ ഉണ്ടെന്നും തിരിച്ചറിയേണ്ടത് ഫോക്‌ലോർ പഠനത്തിൽ പ്രാധാന്യമേറിയതാണ്. അതായത് വടക്കൻ പാട്ടിനെ അതിന്റെ സാഹചര്യങ്ങളിൽ നിന്ന് മാറ്റി നിറുത്തി അതിന്റെ പാഠവും ചേരുവയും പാഠപരിസരവും പരിവർത്തിപ്പിക്കുകയാണ് ഈ സിനിമയിൽ ചെയ്തിരിക്കുന്നത്.

*വടക്കൻ വീരഗാഥ*യിൽ ചന്തുവിന്റെ ആഖ്യാനത്തിലൂടെയാണ് കഥ നീങ്ങുന്നത്. അതുകൊണ്ട് തന്നെ വടക്കൻപാട്ടിലെ വൈവിധ്യമാർന്ന സ്വര ബാഹുല്യത്തെ തകർത്ത് ആഖ്യാതാവ് ഇവിടെ മേധാവിത്വം പുലർത്തുന്നു. ഇവിടെ ചന്തു എന്ന് മാലോകർ പറഞ്ഞുകൊണ്ടിരിക്കുന്ന കഥയെ ചന്തുവിന്റെ സംഭാഷണത്തിലൂടെ കഥാകാരൻ പുനരാവിഷ്കരിക്കുമ്പോൾ വാമൊഴികൾ തകിടം മറിയുന്നു. മുഖ്യകഥാപാത്രത്തിന്റെ കാഴ്ചാനുഭവങ്ങളിലൂടെ കഥയുടെ ആഖ്യാനം കൊണ്ടുപോകുന്ന രചനാതന്ത്രം എം ടി യുടെ നോവലുകളിലും കാണാവുന്നതാണ്. ആധുനിക മനുഷ്യൻ നേരിടുന്ന സങ്കീർണമായ ജിവിത പ്രശ്നങ്ങൾ ചന്തുവിന്റെ ആത്മഭാഷണത്തിലൂടെ അവതരിപ്പിക്കുകയാണ് എം ടി ചെയ്തത്. താനുമായി അങ്കം വെട്ടി തന്റെ തലകൊയ്യാൻ വന്ന ആരോമലുണ്ണി

യുടെ മുഖത്തുനോക്കി ചന്തു പറയുന്നുണ്ട്. "തലവെട്ടിയെടുത്ത് അമ്മയുടെ കാൽക്കൽ വെച്ച് വണങ്ങേണം... നാടുവാഴിയിൽ നിന്ന് പട്ടും വളയും വാങ്ങണം. നിന്റെ പേരും പുകളും മാലോകർ വാഴ്ത്തട്ടെ. എനിക്ക് പിറക്കാതെ പോയ മകനാണ് നീ, ഉണ്ണീ! അവർ നിന്നെ വാഴ്ത്തട്ടെ." പിതൃസ്നേഹത്തിന്റെ ഉദാത്ത ബിംബമായി ചന്തു ഇവിടെ മാറുന്നു. മകനുമായി വീണ്ടും യുദ്ധം ചെയ്താലും താൻ തന്നെ ജയിക്കുമെന്നും അതിനാൽ പുത്രഹത്യ പാപമാണെന്ന ബോധവുമാണ് ചന്തു സ്വന്തം നെഞ്ചിൽ വാൾ കുത്തിയിറക്കി മരിക്കാൻ കാരണം. വടക്കൻ പാട്ടിൽ പുത്തൂരം വീട്ടിലെ ആരോമൽ ചേകവർക്ക് ഭാര്യയായ കുഞ്ചുണ്ണൂലിയെ കൂടാതെ തുമ്പോലാർച്ചയെന്ന സ്ത്രീയുമായി ബന്ധം ഉണ്ടായിരുന്നു. അത് വീരത്വത്തിന്റെ അടയാളമായും കരുതിപ്പോന്നു. വടക്കൻപാട്ടിൽ പറഞ്ഞുകേൾക്കുന്ന കഥാപ്രകാരം അരിങ്ങോടരും ആരോമൽചേകവരും തമ്മിലുള്ള അങ്കം നിശ്ചയിച്ചപ്പോൾ ചുരിക കടയിക്കാൻ പോയ ചന്തുവിനെ വശീകരിച്ച് അരിങ്ങോടർ തന്റെ മകളായ കുഞ്ചുണ്ണൂലിയേയും മരുമകളായ കുട്ടിമാണിയേയും ചന്തുവിന്റെ കയ്യിൽ ഏൽപ്പിച്ചു എന്നു പറയുന്നു. എന്നാൽ ചന്തു നായകനായ ഒരു വടക്കൻ വീരഗാഥയിൽ ഇത്തരം ഒരു രംഗമില്ല. ഇവിടെ ചന്തുവിനുള്ള ഒരേ ഒരു ഇഷ്ടം ഉണ്ണിയാർച്ചയോട് മാത്രമാണ്. ആധുനികമായ സദാചാരബോധത്തിലാണ് എം ടി തന്റെ നായകനായ ചന്തുവിനെ സൃഷ്ടിച്ചിരിക്കുന്നത്. ആധുനിക കർത്തൃത്വനിർമിതിയുടെ രൂപമാണ് ഇതിലെ ചന്തു എന്ന കഥാപാത്രം. ഏക ഭാര്യാ സങ്കൽപ്പവും പിതൃബോധവും സങ്കലനം ചെയ്തിരിക്കുന്ന വ്യക്തിത്വമായി ചന്തു ഇവിടെ ആവിഷ്കരിക്കപ്പെടുന്നു. ചന്തു കുട്ടിമാണിയോട് പറയുന്നത് നോക്കുക. "പതിനെട്ട് കൊല്ലം എന്നെ പരിചരിച്ച നിന്നോട് ദയ.. സ്നേഹം തരാൻ കഴിയാത്തതിന് നീയും എന്നോട് പൊറുക്ക്. ചന്തുവിന്റെ ഉണ്ണിയാർച്ചയോടുള്ള സ്നേഹബന്ധത്തിന്റെ ആഴം അദ്ദേഹത്തിന്റെ പിൽക്കാലജീവിതത്തെത്തന്നെയും അലട്ടിക്കൊണ്ടിരുന്നുവെന്ന് ഈ സംഭാഷണത്തിൽ നിന്ന് വ്യക്തമാണ്. "ഒരുപാട് അങ്കങ്ങൾ ജയിക്കുകയും കണ്ണപ്പൻ ചേകവൻ കൂടി ഭയപ്പെടുകയും ചെയ്തിരുന്ന അരിങ്ങോടർ അന്നത്തെ കിടയറ്റ ഒരഭ്യാസി തന്നെ. ഈ അരിങ്ങോടരെ, ആർക്കോവേണ്ടി അങ്കം വെട്ടിജീവിക്കാൻ ബാധ്യസ്ഥരായ, ചേകവന്മാരുടെ യഥാർഥ പ്രതിനിധിയായി ഞാൻ കാണുന്നു. അരിങ്ങോടരെ ഇരുട്ടിൽനിന്ന് വെളിച്ചത്തിലേക്ക് ഒന്നുമാറ്റിനിറുത്തി ചാവേർപ്പടയാളിയുടെ മനസ്സ് കാണാൻ ശ്രമിക്കണമെന്ന് ഞാൻ നിശ്ചയിച്ചു. വടക്കൻ വീരഗാഥയിലെ ഒരു വ്യതിയാനം ഇതാണെന്ന് എം ടി പറയുന്നുണ്ട്. വടക്കൻപാട്ടിൽ ചതി അടവുകൾ അറിയുന്നവനാണ് അരിങ്ങോടർ എന്ന് പറയുന്നുണ്ട്." ഇതിൽ നിന്ന് വ്യത്യസ്തനായി ഇവിടെ അരിങ്ങോടരെ സത്യസന്ധനായ ചേകവനായും ചാവേർപ്പടയാളിയായി വിധിക്കപ്പെട്ട

ചേകവന്റെ അവസ്ഥയിൽ ദുഃഖിക്കുന്നവനായും അവതരിപ്പിക്കുന്നു. “എന്റെ കഴുത്തരിയാൻ വിധിച്ച ഒരു ചുറ്റിക എവിടെയോ ഉണ്ട്. അങ്കം പിടിച്ചാലും ഒഴിഞ്ഞാലും അതെന്നെ തേടിവരും”. എന്ന അരിങ്ങോടരുടെ വാക്കുകൾ മധ്യകാലഘട്ടത്തിലെ ജാതി–ജന്മി നാടുവാഴിത്തത്തിന്റെ സങ്കീർണമായ സാമൂഹികാവസ്ഥയിലേക്ക് വിരൽ ചൂണ്ടുന്നു. അരിങ്ങോടരിലൂടെ നാടുവാഴിത്തത്തിന്റെ ഇത്തരം സമ്പ്രദായത്തെ വിമർശിക്കുകയാണ് എം ടി ചെയ്തത്.

ഒരു ജനതയെ സംബന്ധിച്ചിടത്തോളം വളരെ പ്രധാനപ്പെട്ടതാണ് ഐതീഹ്യങ്ങളും പുരാവൃത്തങ്ങളും. ഒരു ഐതീഹ്യമോ, പുരാവൃത്തമോ നിലനിൽക്കുന്നത് ആ ജനതയുടെ ജീവിതത്തിൽ അത് സ്വാധീനം ചെലുത്തുന്നതുകൊണ്ടാണ്. ഇത് ശുദ്ധമായ കഥകളായി മാത്രം വിലയിരുത്തുന്നത് ശരിയായ രീതിയല്ല. ചിലപ്പോൾ അധികാരത്തിന്റെ അധീശ താൽപ്പര്യങ്ങൾ ഈ ഐതീഹ്യങ്ങളിൽ ഉൾച്ചേർന്നിരിക്കുന്നുണ്ടാവും. അതിനാൽ കാലഘട്ടം മാറുമ്പോൾ ഇത്തരം കഥകളെ പുനരാഖ്യാനം ചെയ്യുന്നത് സ്വാഭാവികമാണ്. അത് ചിലപ്പോൾ ആ കാലഘട്ടത്തിന്റെ ആവശ്യവുമായിരിക്കാം. പെരുന്തച്ചൻ എന്ന ഐതീഹ്യത്തെ പുനരാഖ്യാനം ചെയ്യുന്നതിലൂടെ എം ടി വാസുദേവൻനായർ, സമൂഹ മനസിൽ ഈ ഐതീഹ്യം ചെലുത്തിയ സ്വാധീനത്തിൽ അൽപ്പം മാറ്റം വരുത്തിയേക്കും. “പെരുന്തച്ചനേക്കാൾ കഴിവുള്ളവനായി മകൻ വളർന്നപ്പോൾ പെരുന്തച്ചന് മകനോട് അസൂയയുണ്ടാവുകയും ഇവൻ ജീവിച്ചിരുന്നാൽ തന്റെ യശസ്സിനു ഹാനി ഭവിക്കുമെന്നും അതിനാൽ ഏതുവിധവും ഇവന്റെ കഥ കഴിക്കണമെന്നും പെരുന്തച്ചൻ മനസിൽ ഉറച്ചു. പെരുന്തച്ചൻ അമ്പലത്തിന്റെ മുകളിലിരുന്നുകൊണ്ട് താഴെ കുനിഞ്ഞിരുന്ന് പണിയുന്ന മകന്റെ കഴുത്തിലേക്ക് ഒരു വലിയ ഉളി കൈമോശം വന്നു പോയി എന്ന ഭാവത്തിൽ ഇട്ടു, ഉളി വന്നു വീണ് കഴുത്തു രണ്ടായി മുറിഞ്ഞു മകൻ മരിക്കയും ചെയ്തു.” ഈ ഐതീഹ്യത്തിന്റെ അന്വേഷണത്തിൽ എത്തിച്ചേരുന്നത് പിതൃഹത്യ ചിന്തയുടെ ഭാരതീയമായ ആവിഷ്കാരമാണ് *പെരുന്തച്ചൻ* എന്നതിലാണ്. ഇന്ത്യൻ ഈഡിപ്പസ് കഥകളിൽ മകൻ അച്ഛനെ കൊല്ലുന്നു എന്ന് കഥയിലൂടെ പോലും പറയാൻ സാധിക്കാത്ത സാഹചര്യമുള്ളതുകൊണ്ട് ആ കാര്യത്തിൽ ഒരു കീഴ്മേൽ മറിച്ചിൽ നടക്കുന്നതായി രാഘവൻ പയ്യനാട് അഭിപ്രായപ്പെടുന്നുണ്ട്.

തിരക്കഥയിൽ എം ടി വരുത്തിയ പ്രധാനമാറ്റങ്ങൾ വിശദമാക്കാം. സതീർഥ്യനായിരുന്ന ഉണ്ണിത്തമ്പുരാന്റെ ഭാര്യയോട് പെരുന്തച്ചന് തോന്നിയ ആകർഷണം, ശിൽപ്പവേലയുടെ തിരക്കിൽ വ്യക്തിജീവിതം നഷ്ടമാകുന്നതിന്റെ വിഷാദം, മകനായ കണ്ണന്റെ പാരമ്പര്യത്തെയും ജാത്യാചാരത്തെയും ലംഘിക്കുന്ന പ്രവർത്തനം, കണ്ണന് ഉണ്ണി നമ്പൂതിരിയുടെ മകളായ കുഞ്ഞിക്കാവമ്മയോടുള്ള പ്രണയം എന്നിവയാണ് എം

ടി പെരുന്തച്ചനിൽ വികസിപ്പിച്ച് ആവിഷ്കരിച്ചത്. പണിത്തിരക്കിനിടയിലും പെരുന്തച്ചൻ തന്റെ ജീവിതത്തെപ്പറ്റി ചിന്തിക്കുന്നുണ്ട്. "ഭാര്യ പ്രസവത്തിൽ തന്നെ മരിച്ചു. കുട്ടിയുണ്ട്. പിറന്നപ്പോഴേ തള്ളപോയി. ഇനി തന്തയ്ക്കെന്ത് കരുതിവെച്ചേക്കണമെന്ന് അറിയില്ലല്ലോ" എന്ന് ഉണ്ണി നമ്പൂതിരിയോട് പെരുന്തച്ചൻ പറയുമ്പോൾ അദ്ദേഹത്തിന്റെ വൈയക്തികജീവിതദുഃഖമാണ് തെളിയുന്നത്. "ദേവിമാഹാത്മ്യം കേൾക്കുന്നത് പുണ്യം, നിലവിളക്കിന്റെ വെളിച്ചത്തിൽ തമ്പുരാട്ടിയുടെ മുഖം കാണുന്നത് ഭാഗ്യം" എന്ന പെരുന്തച്ചന്റെ സംഭാഷണം തമ്പുരാട്ടിയോടുള്ള സ്നേഹം വ്യക്തമാക്കുന്നു. പിന്നീട് തമ്പുരാനില്ലാത്ത ദിവസം തമ്പുരാട്ടിയുടെ വാതിൽക്കലെത്തിയിട്ട് കുറ്റബോധത്തോടെ അയാൾ തിരിച്ച് പോകുന്നത് തമ്പുരാനോടും പാരമ്പര്യത്തോടും ജാതി ജന്മിത്വത്തോടുമുള്ള അനുസരണകൊണ്ടാണ്. എന്നാൽ താൻ അടക്കിപ്പിടിച്ച സദാചാരമൂല്യങ്ങൾ മകനായ കണ്ണൻ ലംഘിക്കുന്നത് കാണുമ്പോൾ പെരുന്തച്ചന് രോഷമുണ്ടാകുന്നു. പാരമ്പര്യത്തെയും ബ്രാഹ്മണീയ മേധാവിത്വത്തെയും ലംഘിക്കുന്ന വ്യക്തിത്വമാണ് കണ്ണന് എം ടി നൽകിയിരിക്കുന്നത്. "കുഞ്ഞിക്കാവമ്മയെ പടിയടച്ച് പിണ്ഡം വച്ചാൽ അവളുടെ രക്ഷയ്ക്ക് തച്ചന്റെ ചാളയുണ്ടാകും" എന്ന് ധൈര്യത്തോടെ പറയുന്നതും ആശാരിമാർക്കെന്തെ നല്ല വീടില്ലാത്തത്. മരക്കൊത്തിന് പണിക്കൂലി കൂടുമെന്ന് പറയുന്നതും കണ്ണന്റെ സ്വഭാവത്തെ തിരിച്ചറിയുന്ന സംഭാഷണങ്ങളാണ്. അമ്പലത്തിന്റെ കൂടം പിടിപ്പിക്കാനുള്ള കണ്ണന്റെ ശ്രമം വിഫലമായപ്പോൾ പെരുന്തച്ചൻ അത് സമർഥമായി ചെയ്യുന്നു. എന്നാൽ കണ്ണനും കുഞ്ഞിക്കാവമ്മയും കണ്ണിമ ചിമ്മാതെ പ്രണയാർദ്രമായി നോക്കിക്കൊണ്ടിരിക്കുമ്പോൾ തന്റെ കൈയിലെ ഉളി പെരുന്തച്ചൻ മകന്റെ കഴുത്തിനുനേരെ വിടുന്നു. ഇവിടെ ബ്രാഹ്മണിക അധികാരത്തെയും പാരമ്പര്യത്തെയും ചോദ്യം ചെയ്യുന്ന മകനെ സ്വന്തം പിതാവുതന്നെ വധിക്കുകയാണ്. "കല്ല് ദേവിയായി കഴിഞ്ഞു, ഇനി ആശാരിമാർ തീണ്ടാപ്പാടകലെ" എന്ന് ഒരിക്കൽ പെരുന്തച്ചൻ പറയുന്നുണ്ടെങ്കിലും ബ്രാഹ്മണിക അധികാരത്തിന്റെ വിധേയത്വമാണ് പെരുന്തച്ചന്റെ ഐതീഹ്യത്തെ പുനരാവിഷ്കരിക്കുന്നതിലൂടെ വായിച്ചെടുക്കാവുന്ന പാഠം. സ്വന്തം മകനെ കൊന്ന പെരുന്തച്ചൻ എന്തുകൊണ്ട് കേരളീയ സമൂഹ

ത്തിൽ നൂറ്റാണ്ടുകളായി ഐതീഹ്യത്തിലൂടെ നിലനിന്നു എന്നന്വേഷി ക്കേണ്ടതുണ്ട്. ബ്രാഹ്മണനായ വരരുചിക്ക് പറയീ സ്ത്രീയിൽ ഉണ്ടായ മക്കൾ പതിനൊന്നു ജാതികളിലായി ജീവിച്ചു പോന്നു. ആശാരിയായ പെരുന്തച്ചൻ ബ്രാഹ്മണിക മൂല്യങ്ങളോട് വിധേയത്വം കാണിക്കുന്നവ നും, പിതൃ അധികാര (ബ്രാഹ്മണനായ വരരുചി)ത്തോട് വിധേയത്വം കാണിക്കുന്നതും കൊണ്ടായിരിക്കണം പെരുന്തച്ചൻ ഐതീഹ്യം നില നിന്നത്. കേരളത്തിലെ നാനാജാതിക്കാർക്ക് കാൽപ്പനിക സ്വർഗം കാണാനും ബ്രാഹ്മണിക അധികാരത്തെ അനുസരിച്ച് ജീവിക്കാനും ഒരു തരത്തിൽ പെരുന്തച്ചൻ ഐതിഹ്യം കാരണമായിരുന്നേക്കാം. മകന്റെ കഴിവിന്റെ വളർച്ച ബ്രാഹ്മണിക/പിതൃ അധികാര വ്യവസ്ഥയ്ക്കെതിരെ യുള്ള മറുമരുന്നായിരിക്കാമെന്നും അതിനാൽ മകന്റെ വളർച്ച തകർത്ത പെരുന്തച്ചന്റെ (ബ്രാഹ്മണിക പ്രത്യയശാസ്ത്രത്തിന്റെ) ഐതീഹ്യം നില നിൽക്കേണ്ടതാണെന്നും വന്നു. അങ്ങനെ നാനാജാതിക്കാർ കൊണ്ടാ ടുന്ന ഐതീഹ്യം സംശയം കൂടാതെ കേരളത്തിൽ നിലനിന്നു. എം ടിയുടെ പുനർരചനയിൽ ബ്രാഹ്മണിക ആധിപത്യത്തെ ചോദ്യം ചെയ്യ പ്പെടാവുന്ന ഒന്നായും പെരുന്തച്ചൻ തിരക്കഥ മാറിയെന്നാണ് ഇവിടെ തിരിച്ചറിയേണ്ടത്.

വ്യാസമഹാഭാരതത്തിലെയും വാല്മീകിരാമായണത്തിലെയും ഋഷ്യശൃംഗമഹർഷിയുടെ വിപുലീകരിച്ച പുനരാവിഷ്കാരമാണ് എം ടി യുടെ *വൈശാലി*. വൈശാലിയെന്ന ദേവദാസിയെ കേന്ദ്രമാക്കി ഋഷ്യ ശൃംഗകഥയെ സമീപിക്കുമ്പോൾ നിരവധി കൂട്ടിച്ചേർക്കലുകൾ ഇവിടെ സംഭവിക്കുന്നുണ്ട്. അംഗരാജ്യത്ത് മഴ പെയ്യാത്തതിനാൽ രാജാവായ ലോമപാദൻ ഇതിനു കാരണം കണ്ടെത്തുകയും സ്ത്രീദർശനം അറി യാത്ത ഋഷ്യശൃംഗൻ എന്ന ബ്രഹ്മചാരി യാഗം ചെയ്താൽ മഴ പെയ്യു മെന്നും മനസിലാക്കി. രാജാവ് രാജ്യത്തെ ദേവദാസികളെ കൗശികി നദീ തീരത്തുള്ള ഋഷ്യശൃംഗന്റെ ആശ്രമത്തിലേക്കയക്കുകയും അവർ മുനി കുമാരനെ വശീകരിച്ച് രാജ്യത്തിലേക്ക് കൊണ്ടുവരികയും ചെയ്യുന്നു. മുനികുമാരന്റെ യാഗത്താൽ രാജ്യത്ത് മഴ പെയ്യുകയും പിന്നീട് അദ്ദേഹം തന്റെ മകളായ ശാന്തയെ (ശാന്ത ദശരഥമഹാരാജാവിന്റെ പുത്രിയാ ണെന്നും പറയുന്നുണ്ട്) മുനികുമാരന് വിവാഹം ചെയ്ത് കൊടുക്കുന്നു. ഈ കഥയെ എം ടി വികസിപ്പിച്ചപ്പോൾ ദേവദാസികളിൽ നിന്ന് രാജ്യത്തെ രക്ഷിക്കാൻ വരുന്ന ദേവദാസികളായ മാലിനിയും മകൾ വൈശാലിയും കേന്ദ്രകഥാപാത്രങ്ങളാകുന്നു. രാജാവായ ലോമപാദന് ദേവദാസിയായ മാലിനിയിൽ ഉണ്ടായ കുട്ടിയാണ് വൈശാലിയെന്ന് വരുത്തുന്നു. മുനി കുമാരനെ വശീകരിക്കുമ്പോൾ വൈശാലിക്ക് അയാളോട് പ്രണയം തോന്നുന്നു. ഈ രീതിയിലുള്ള മാറ്റത്തിൽ എം ടി ആധുനിക കർത്തൃത്വ നിർമിതിയുടെ യുക്തിയാണ് പ്രയോഗിച്ചിരിക്കുന്നത്. എം ടി യുടെ ഒരു

*വടക്കൻ വീരഗാഥ*യിലെ ഉണ്ണിയാർച്ച പാത്രസൃഷ്ടിയിലും ആധുനിക വ്യക്തിഭാവം പ്രകടമാണ്. ചന്തുവിനോട് പ്രേമമുണ്ടായിട്ടും ആങ്ങള വിവാഹം ഉറപ്പിച്ചതിന്റെ പേരിൽ കുഞ്ഞിരാമനുമൊത്ത് ജീവിതം നയിക്കുന്നതിൽ ദുഃഖിക്കുന്നവളാണ് ഉണ്ണിയാർച്ച. കുഞ്ഞിരാമനില്ലാത്ത നേരം നോക്കി ചന്തുവിനെ തന്റെ മുറിയിലേക്ക് ക്ഷണിക്കുന്ന ഉണ്ണിയാർച്ച, അപ്രതീക്ഷിതമായി ഭർത്താവ് വന്നപ്പോൾ ചന്തുവിനെ മുറിയിൽ നിന്ന് ആട്ടിപ്പുറത്താക്കുന്നു. ആധുനികമായ സദാചാരബോധമാണ് ഉണ്ണിയാർച്ചയുടെ കർത്തൃനിർമിതിയിൽ കാണുന്നത്. ആർക്കുമറിയാതെ ചന്ത്വേട്ടന്റെ കുഞ്ഞിനെ പെറ്റുവളർത്തണമെന്നാണ് മോഹം. അറപ്പുര വാതിൽ തുറന്നുവെച്ചതും വിളിച്ചതും പിന്നെന്തിനായിരുന്നു? എന്ന ഉണ്ണിയാർച്ചയുടെ വാക്കുകളിൽ ചന്തുവിനോടുള്ള ഇഷ്ടം സ്പഷ്ടമാണ്., ഉണ്ണിയാർച്ചയുടെ വടക്കൻപാട്ടിലെ അങ്കവും ധൈര്യവുമെല്ലാം ഇവിടെ ചോർന്നുപോവുകയും അവൾ സദാചാരത്തിന്റെ അനുസരിക്കപ്പെട്ട സ്ത്രീത്വമായിമാറുകയും ചെയ്യുന്നതാണ് ഇവിടെ ദൃശ്യവൽക്കരിക്കപ്പെട്ടത്.

പെരുന്തച്ചന്റെ മകനായ കണ്ണന്റെ സ്വഭാവചിത്രീകരണത്തിലും എം ടി ഇത്തരമൊരു രചനാരീതിയാണ് അവലംബിച്ചിരിക്കുന്നത്. പെരുന്തച്ചന്റെ കാലത്ത് ചോദിക്കാൻ സാധ്യതയില്ലാത്ത കാര്യങ്ങളാണ് കണ്ണനിലൂടെ എം ടി നടത്തിയിരിക്കുന്നത്. വർത്തമാനകാലത്തിന്റെ ആവശ്യങ്ങൾക്കും ലക്ഷ്യങ്ങൾക്കും പാകത്തിനുള്ള ഒരു വ്യക്തിത്വത്തെ ഭൂതകാലത്തിലേക്ക് കടത്തിവിടുകയാണ് എം ടി വാസുദേവൻനായർ ചെയ്തിരിക്കുന്നത്. പറഞ്ഞു വന്നത് ഇത്തരം ഒരു വ്യക്തിത്വം ദേവദാസിയായ വൈശാലിയിലും കാണാൻ സാധിക്കുമെന്നാണ്. ദാസിയായ വൈശാലിയുടെ ജോലിയാണ് മുനികുമാരനെ അംഗരാജ്യത്തേക്ക് കൊണ്ടുവരികയെന്നത്. രാജ്യത്തിന്റെ ഐശ്വര്യത്തിനും രാജാക്കന്മാർക്കും വേണ്ടിയുള്ളതാണ് ദാസിമാരുടെ ജീവിതം. എന്നാൽ വൈശാലി മുനികുമാരനെ സ്നേഹിക്കുന്നതിലൂടെ അവരുടെ വ്യക്തിത്വം എം ടി പുനഃസൃഷ്ടിച്ചിരിക്കുകയാണ്. ആധുനികമായ സ്ത്രീത്വത്തിന്റെ ദുഃഖമായി വൈശാലിയുടെ ജീവിതം മാറുന്നുവെന്ന് പറയാം. വൈശാലിയുടെ ദുരന്തം വായനക്കാർ അനുഭവിക്കുന്നത് മേൽപ്പറഞ്ഞ സംഘർഷങ്ങളുടെ പരിസരത്ത് ആയതുകൊണ്ടാണ്. രാജാവും പ്രജകളും ആനന്ദോത്സവങ്ങളിൽ നൃത്തം ചെയ്യവേ, ചവിട്ടിമെതിക്കപ്പെട്ട് ആരാലും ശ്രദ്ധിക്കപ്പെടാതെ അകലങ്ങളിലേക്കു നീക്കപ്പെടുന്ന വൈശാലിയുടെയും മാലിനിയുടെയും ദൃശ്യം അവഗണിക്കപ്പെടുന്ന സ്ത്രീത്വത്തിന്റെ പ്രതീകമാവുന്നു. പുരുഷാധിപത്യപരമായ രാഷ്ട്രത്തിൽ സ്ത്രീകളെ ചൂഷണം ചെയ്ത് വികസനത്തിലേക്ക് നീങ്ങുന്ന ഭരണരീതികളാണ് *വൈശാലി*യുടെ വായനയിലൂടെ പുറത്തുവരുന്നത്. രാജാവായ ലോമപാദന്റെ മകളാണ് വൈശാലിയെന്ന

രഹസ്യവും അധികാരകേന്ദ്രിതമായ സമൂഹത്തിൽ നടുക്കമുളവാക്കുന്ന സംഗതിയാണ്. വൈശാലിയുടെ പിതൃസ്ഥാനം രാജാവ് ഏറ്റെടുത്ത് ജനതയുടെ മുമ്പാകെ പ്രഖ്യാപിക്കുമെന്ന മാതാവായ മാലിനിയുടെ ആശയവും ആധുനിക കുടുംബവ്യവസ്ഥയുടെ സ്ത്രീത്വനിർമിതിയിൽ അടിസ്ഥാനമാക്കി രൂപീകരിക്കപ്പെട്ടതാണ്. *ഒരു വടക്കൻ വീരഗാഥ*യിൽ കുഞ്ചുണ്ണൂലി തന്റെ ഭർത്താവായ ആരോമൽ ചേകവരുടെ പ്രവൃത്തികളെക്കുറിച്ചോർത്ത് ദുഃഖിക്കുന്നുണ്ട്. പകിടകളിക്കാനെന്നും പറഞ്ഞ് പോയിതുമ്പോലാർച്ചയുമായി അന്തിയുറങ്ങി അവൾക്കിപ്പൊരുകുട്ടിയുണ്ടെന്ന് ചന്തുവിനോട് കുഞ്ചുണ്ണൂലി പറയുമ്പോൾ ഏക ഭാര്യ–ഭർത്തൃബന്ധത്തിന്റെ യുക്തിയെ പിൻപറ്റുന്ന വ്യക്തിത്വമാണ് അവളുടേതെന്ന് മനസ്സിലാക്കാൻ സാധിക്കും.

തകരുന്ന തറവാടിന്റെ നാലുകെട്ടിൽ നിന്ന് രക്ഷപ്പെട്ട് തനിക്കു താൻ പോന്നവളായി വളർന്ന് ആധുനിക ലോകത്തിലേക്കു പ്രവേശിച്ച യുവാവിന്റെ അനുഭവങ്ങളാണ് എം ടി യുടെ കൃതികളിൽ കൂടുതലായി കാണപ്പെടുന്നതെന്ന് പൊതുവെ ഒരഭിപ്രായമുണ്ട്. മനുഷ്യത്വത്തിന്റെ മഹത്വം സ്വന്തം പ്രവൃത്തിയിലൂടെ അന്ധമായ ജാതി സമൂഹത്തെ പഠിപ്പിച്ച അസുരവിത്തിലെ ഗോവിന്ദൻകുട്ടിയും ദാരിദ്ര്യത്താൽ മതവിശ്വാസത്തെ ചോദ്യം ചെയ്ത് പള്ളിവാള് വിൽക്കാൻ ശ്രമിച്ച *നിർമ്മാല്യ*ത്തിലെ വെളിച്ചപ്പാടിന്റെ മകൻ അപ്പുവും ആധുനികസമൂഹത്തിലെ ശക്തമായ വ്യക്തിത്വങ്ങളാണ്. *ഓപ്പോൾ* എന്ന സിനിമയിലെ അവിവാഹിതയായ അമ്മയും അസുരവിത്തിലെ കുഞ്ഞോപ്പോളും തന്നെ ഉപേക്ഷിച്ചുപോയ കാമുകനെ കാത്തിരിക്കുന്ന *മഞ്ഞി*ലെ വിമലയും പുരുഷമേൽക്കോയ്മയുടെ സുഖഭോഗങ്ങൾക്കുശേഷം അടിഞ്ഞുപോയവരാണ്. പറഞ്ഞുവന്നത് എം ടി യുടെ രചനകളിലെ ഈ സവിശേഷതകൾ ഇവിടെ വിവരിച്ച തിരക്കഥകളിലും കാണാൻ സാധിക്കുമെന്നാണ്.

മുൻകാലകഥയെ അന്തർലീന പാഠമാക്കി ഒരു പുതിയ കഥ പറയുമ്പോൾ ആഖ്യാനത്തിനു കൈവരുന്ന സാന്ദ്രത വായനക്കാരുടെ ബോധപ്രതിബോധ മണ്ഡലത്തിൽ ധ്വന്യാത്മകമായി പ്രവർത്തിക്കുന്നുവെന്ന് അയ്യപ്പപ്പണിക്കർ അഭിപ്രായപ്പെടുന്നുണ്ട്. വായനയിൽ ഇത്തരം പ്രവർത്തനങ്ങൾ നടക്കുന്നുണ്ടെങ്കിലും പാഠങ്ങൾ വ്യത്യസ്തമായി തിരിച്ചറിയപ്പെടുന്നുണ്ട്. അതുപോലെ മുൻകാല തിരക്കഥകളുമായി പിൽക്കാലതിരക്കഥകൾ നിലനിറുത്തുന്ന പാഠാന്തരബന്ധവും എം ടി യുടെ എഴുത്തിൽ നിന്നും കാണാവുന്നതാണ്. വൈശാലിയെ സ്നേഹിക്കുന്ന പുരോഹിതന്റെ മകനും പെരുന്തച്ചന്റെ മകനെ സ്നേഹിക്കുന്ന തമ്പുരാട്ടിയും എം ടി യുടെ കൃതികളിൽ കാണുന്ന ബന്ധത്തിന്റെ തുടർച്ചയാണ്. പുനർരചനകൾ പഴയ മൂല്യങ്ങളെ പുനഃപരിശോധിക്കുന്നതോടൊപ്പം പുതിയ പാഠങ്ങളെ മുന്നോട്ടു വയ്ക്കുന്നവയാണ്. ഇത്തരത്തിൽ ആധുനികമായ

സ്വത്വനിർമിതിയിലൂടെ ചരിത്രത്തെ സൂക്ഷ്മവിശകലനം ചെയ്യുകയാണ് എം ടി വാസുദേവൻ നായരുടെ തിരക്കഥകൾ.

കുറിപ്പുകൾ

1. രാഘവൻ പയ്യനാട് (എഡി) 2000 വടക്കൻ പാട്ടുപഠനങ്ങൾ, സെന്റർ ഫോർ ഫോക്‌ലോർ സ്റ്റഡീസ്, യൂണിവേഴ്സിറ്റി ഓഫ് കാലിക്കറ്റ് പേജ് 341.
2. എം ടി വാസുദേവൻ നായർ, നാലു തിരക്കഥകൾ, സഹൃദയ ബുക്സ് പാല, പേജ് 80
3. കൊട്ടാരത്തിൽ ശങ്കുണ്ണി: ഐതിഹ്യമാല – 1998 കറന്റ് ബുക്സ് കോട്ടയം, പേജ് 54.
4. രാഘവൻ പയ്യനാട്, 2003, നേരിന്റെ മൊഴി എഫ് എഫ് എം പബ്ലിക്കേഷൻസ്, പയ്യന്നൂർ. പേജ് 104.
5. ഡോ. എം എം ബഷീർ (എഡി). 1996 എം ടി കഥയും പൊരുളും. കറന്റ് ബുക്സ് തൃശൂർ പേജ് 146.

മലയാളസിനിമയിലെ ഫ്യൂഡലിസത്തിന്റെ ദൃശ്യപാഠങ്ങൾ

മലയാളസിനിമയുടെ തുടക്കം മുതലേ അതിനു സാഹിത്യമായുള്ള ബന്ധം കാണാവുന്നതാണ്. സി വി രാമൻപിള്ള, ഒ ചന്തുമേനോൻ, കേശവദേവ്, തകഴി, പൊൻകുന്നം വർക്കി, ബഷീർ എന്നിവരുടെ സൃഷ്ടികൾ കേരളത്തിലെ പുരോഗമനാശയങ്ങൾക്ക് വഴിതെളിയിക്കുകയും ചെയ്തു. ഇവരുടെ സൃഷ്ടികൾ സിനിമയാക്കിയപ്പോഴും പ്രേക്ഷകർ അതു രണ്ടു കൈയും നീട്ടി സ്വീകരിക്കുകയാണ് ചെയ്തത്. കേരളത്തിലെ കമ്യൂണിസ്റ്റ് സോഷ്യലിസ്റ്റ് ആശയങ്ങളുടെ സ്വാധീനവും മറ്റ് പിന്നോക്ക സമുദായ സംഘടനകളുടെ പ്രവർത്തനവുമെല്ലാമാണ് നവോത്ഥാനമൂല്യങ്ങൾ ഉൾക്കൊണ്ട സിനിമകൾ മലയാളത്തിൽ നിർമിക്കപ്പെടാൻ പ്രധാനകാരണമായത്. സാമൂഹ്യപരിഷ്കരണം, മുതലാളിത്ത/ജന്മിത്ത ചൂഷണത്തെ വെല്ലുവിളിക്കുക, കർഷകരും റിക്ഷാവലിക്കുന്നവരുമായ അധ്വാനിക്കുന്ന ജനവിഭാഗത്തിന്റെ ജീവിതത്തെ ആവിഷ്കരിക്കുക എന്നിവയെല്ലാം ഇക്കാലത്തെ സിനിമകളിൽ കാണുന്നുണ്ട്. *നീലക്കുയിൽ* (1954) രാമുകാര്യാട്ട്/പി ഭാസ്കരൻ, *രണ്ടിടങ്ങഴി* (1958) പി സുബ്രഹ്മണ്യം, *ഓടയിൽനിന്ന്* (1965) കെ എസ് സേതുമാധവൻ, *നിങ്ങളെന്നെ കമ്മ്യൂണിസ്റ്റാക്കി* (1970), തോപ്പിൽഭാസി എന്നീ സിനിമകൾ അവയിൽ ചിലതാണ്.

ആധുനികതയെക്കുറിച്ചുള്ള അവബോധവും, നവോത്ഥാന പ്രസ്ഥാനങ്ങളുടെ പ്രവർത്തനവും, പാശ്ചാത്യവൽക്കരണ ചിന്തയും, വ്യാവസായീകരണവും, ജനാധിപത്യ-സോഷ്യലിസ്റ്റ്- കമ്യൂണിസ്റ്റ് ആശയങ്ങളുമെല്ലാം മലയാള സിനിമയുടെ ദൃശ്യാവിഷ്കാരങ്ങളിൽ തെളിഞ്ഞു കാണാവുന്നതാണ്. കേരളത്തിലെ ഫ്യൂഡലിസത്തിന്റെ സിനിമയിലെ ചിത്രീകരണം വിശകലനം ചെയ്യുകയാണ് ഈ പ്രബന്ധത്തിന്റെ ലക്ഷ്യം. കേരള സംസ്കാരത്തിലെ ഫ്യൂഡലിസത്തിന്റെ പരിവർത്തനങ്ങളെ അടയാളപ്പെ

ടുത്തുന്ന ചിത്രങ്ങളായ *മുടിയനായപുത്രൻ* (തോപ്പിൽ ഭാസി/രാമുകാര്യാട്ട് (1961)), *എലിപ്പത്തായം* (അടൂർഗോപാലകൃഷ്ണൻ (1981)), *ദേവാസുരം* (രഞ്ജിത്ത്/ഐ വി ശശി (1993)), എന്നീ ചിത്രങ്ങളാണ് ഇവിടെ പഠനത്തിനെടുക്കുന്നത്.

പേരുകേട്ട നായർ തറവാടായ കളരിക്കൽ കുടുംബത്തിലെ ഇളയ പുത്രനായ രാജശേഖരൻപിള്ള താന്തോന്നിയും ചട്ടമ്പിയുമാണ്. തന്റെ ജ്യേഷ്ഠൻ ഗോപാലപിള്ളയുമായി അയാൾ വഴക്കിട്ട് കഴിയുകയാണ്. കളരിക്കൽ കുടുംബത്തിലെ കെട്ടുറപ്പിനെപ്പറ്റി അവരുടെ കുടിയാനായ ചാത്തൻ പറയുന്നുണ്ട്. "ഇവിടത്തെ മുമ്പുണ്ടായിരുന്ന മൂന്നു തമ്പ്രാക്കന്മാർക്കു കൂടി ഒരു സംബന്ധമാണെന്ന്." ഇത് നായർ തറവാടിന്റെ പഴയകാല ചിത്രത്തെയാണ് ആവിഷ്കരിക്കുന്നത്. 1944 ൽ നമ്പൂതിരി യോഗക്ഷേമ മഹാസഭയുടെ 34-ാം വാർഷികയോഗത്തിലെ ഇ എം എസ് നമ്പൂതിരപ്പാടിന്റെ പ്രസംഗത്തിൽ പറഞ്ഞിരുന്നു. നായന്മാരുടെ കുടുംബബന്ധത്തിലും ജീവിതരീതിയിലും മൗലികമായൊരു മാറ്റമാണ് കഴിഞ്ഞ അരനൂറ്റാണ്ടുകാലമായി വന്നുകൊണ്ടിരിക്കുന്നത്. മരുമക്കത്തായം മക്കത്തായമായി മാറി. കൂട്ടുകുടുംബങ്ങൾ പൊളിഞ്ഞു ചെറുകുടുംബങ്ങൾ ഭാഗിച്ചുപോയതിനാലും പണ്ടത്തെ മിതമായ നാടൻ ജീവിതരീതിക്കു പകരം ഇന്നത്തെ വർധിച്ച ചെലവുള്ള നവീന രീതി വന്നതിനാലും ജീവിക്കാനുള്ള വിഷമം വർധിച്ചു. (ഇ എം എസ്, 1996:29) മുടിയനായ പുത്രനിൽ രാജശേഖരൻപിള്ളയുടെ കാമുകിയായ രാധയെ ജ്യേഷ്ഠൻ വിവാഹം കഴിച്ച് മാറി താമസിക്കുന്നതോടെ രാജനും അമ്മയ്ക്കും പെങ്ങൾക്കും ജീവിക്കാൻ ബുദ്ധിമുട്ടേണ്ടി വരുന്നു. രാജന്റെ താന്തോന്നിത്തരവും, വീട്ടിലെ പല വസ്തുവിൽക്കുന്നതുമെല്ലാം കുടുംബത്തിന്റെ ദാരിദ്ര്യാവസ്ഥയ്ക്ക് കാരണമാകുന്നു.

തറവാടിന്റെ ദാരിദ്ര്യസ്ഥിതി കാരണം കൃഷിചെയ്യാൻ അവർക്ക് സാധിക്കുന്നില്ല. അവരുടെ കുടിയാനായ ചാത്തൻ പുലയന് ഈ കാര്യത്തിൽ വളരെയേറെ സങ്കടമുണ്ട്. "നിങ്ങൾ ഈഴവൻ ജോലി ചെയ്യുന്നത് കൂലിക്കാ, പെലേൻ ജോലി ചെയ്യുന്നത് വീട്ടിലെ അറനിറയ്ക്കാനാ. ഭൂമി ഇങ്ങനെ കിടക്കേണ കണ്ടാൽ എന്റെ ചങ്കുപിടയും." എന്ന് ചാത്തൻ പറയുന്നതിലൂടെ ഈഴവന്റെ അവകാശങ്ങൾ അവർ സംഘടിതമായി നേടിയെടുക്കുന്നുവെന്നും, പുലയൻ ഭൂമിയോട് കൂറ് പുലർത്തുന്നവനും ജന്മിയുടെ ഔദാര്യങ്ങൾക്ക് കീഴിൽ നിൽക്കുന്നവനാണെന്നും കാണുന്നു. "ഈ നിൽക്കുന്ന ശരീരം നമ്മുടെ ചോറാ" എന്ന് ഈഴവന്റെ പ്രഖ്യാപനം പുരോഗമനപരമായ ആശയമണ്ഡലത്തിന്റെ സ്വാധീനം മൂലമാണ്. ജാതി വിവേചനം അവസാനിപ്പിക്കണമെന്നും സർക്കാർ ജോലികളിൽ പിന്നോക്ക ജാതിക്കാരെയും പ്രവേശിപ്പിക്കണമെന്നും ആവശ്യപ്പെട്ടുകൊണ്ട് നൽകപ്പെട്ട ഈഴവമെമ്മോറിയൽ ഇത്തരം പ്രഖ്യാപനങ്ങൾക്ക് മുന്നോടിയാണ്. വളർന്നുവരുന്ന തൊഴിലാളി പ്രശ്നങ്ങളുടെ സമരങ്ങൾ

ചിത്രത്തിൽ കാണുന്നതും കേരളത്തിലെ ഫ്യൂഡലിസത്തിൽ വന്ന പരിവർത്തനം തന്നെയാണ് അടയാളപ്പെടുത്തുന്നത്.

ഇന്ത്യയുടെ സ്വാതന്ത്ര്യത്തിനുശേഷം നാടുവാഴിത്ത- രാജഭരണ വ്യവസ്ഥ അവസാനിച്ചുവെങ്കിലും കേരളത്തിലെ ഫ്യൂഡലിസത്തിന്റെ രൂപങ്ങളായ സവർണ ജാതി മേധാവിത്തം, ജന്മി-ഭൂവുടമാവ്യവസ്ഥ, ക്ഷേത്ര-പൗരോഹിത്യ വിശ്വാസാധികാരം, പുരുഷാധിപത്യം എന്നിവ അവസാനിച്ചിരുന്നില്ല. ചാതുർവർണ്യ വിഭജനം കേരളത്തിൽ ഇല്ല. അതിനു പകരം ഇവിടെ മറ്റൊന്നാണ്. സവർണജാതിക്കാരെല്ലാം തമ്മിൽ കുറെ വ്യത്യാസങ്ങളുണ്ടെങ്കിലും ആ വ്യത്യാസം ചിലപ്പോൾ വൈരുധ്യമായി വരും. എങ്കിൽപോലും സാമ്പത്തികവും രാഷ്ട്രീയവുമായുള്ള അധികാരം, സാമൂഹ്യവും സാംസ്കാരികവുമായ മേധാവിത്തം ഇതെല്ലാം വെച്ചു നോക്കിയാൽ ഈ സവർണ ജാതിക്കാർ മുഴുവൻ കൂടി അവർണ ജാതിക്കാരുടെയും അഹിന്ദുക്കളുടെയും മേൽ ആധിപത്യം നടത്തലാണ് കേരളത്തിലെ വർഗവിഭജനമെന്നും പറയാം.

മുടിയനായ പുത്രൻ എന്ന സിനിമയിൽ രാജശേഖരൻപിള്ളയുടെ താന്തോന്നിത്തരം കൊണ്ടും, അശ്രദ്ധകൊണ്ടും വസ്തുവകകൾ വിൽക്കുകയും കൃഷി കാര്യങ്ങൾ ശ്രദ്ധിക്കാതെ വരികയും ചെയ്യുമ്പോൾ ഇവരുടെ കുടുംബത്തിലെ അവസ്ഥ പരിതാപകരമാകുന്നുവെങ്കിലും സവർണജാതി മേൽക്കോയ്മ തുടർന്നുപോകുന്നുണ്ട്. ചാത്തൻ പുലയന്റെ മകളായ ചെല്ലമ്മയെ ബലാൽക്കാരമായി കടന്നുപിടിക്കുന്നതും ചാത്തൻ പുലയനെ കോപത്തോടെ ശകാരിക്കുന്നതും ഈഴവനായ വാസുവിനെ തല്ലുന്നതും, സവർണ ജാതിമേധാവിത്വത്തിന്റെ പ്രവൃർത്തികളാണ്. ജന്മി-ഭൂവുടമാവ്യവസ്ഥയിൻ കീഴിൽ കഴിയുന്ന ചാത്തനോട് "ചെല്ലമ്മേ ആരെങ്കിലും കൊണ്ടുപോകുമ്പോൾ തമ്പുരാൻ പണം എന്നെയേൽപ്പിക്കണമെന്ന്" രാജശേഖരൻപിള്ളയ്ക്ക് പറയാൻ പറ്റുന്നത് ജന്മി -ഭൂവുടമാവ്യവസ്ഥയുടെ അധികാരബലം കൊണ്ടാണ്. ജ്യേഷ്ഠനായ ഗോപാലപിള്ളയുടെ കാര്യസ്ഥനായ കൃഷ്ണൻ നായരുടെ രാമായണ വായന നവോത്ഥാനകാലത്തും പിന്തുടരുന്ന ക്ഷേത്രപൗരോഹിത്യവിശ്വാസത്തെ കാണിക്കുന്നു. ഫ്യൂഡലിസ്റ്റ് സ്വഭാവരീതി തന്നെയാണ് കുടുംബത്തിനകത്തെ സ്ത്രീകളോടും ഇവർ കാണിച്ചിരുന്നത്. "വീടിനപുറത്തു ജന്മിയോടും മുതലാളിയോടും സമരം ചെയ്യുന്ന കർഷനും തൊഴിലാളിയും വീടിനുള്ളിൽ സ്ത്രീകളോട് ജന്മിയെപ്പോലെയും മുതലാളിയെപ്പോലെയും പെരുമാറി. വീടിനു പുറത്ത് സാമ്പത്തികമായി നില നിന്ന അടിമയുടെ ബന്ധം വീടിനുള്ളിലെ സ്ത്രീപുരുഷന്മാർക്കിടയിൽ ലിംഗപരമായി പുനരുൽപ്പാദിക്കപ്പെട്ടു. പ്രസ്തുത സിനിമകളിലെ നായികമാർ ഫ്യൂഡലായ സദാചാരമൂല്യം സ്വഭാവത്തിൽ അനുവർത്തിക്കുന്നവരായിരുന്നു. അതേസമയം മുതലാളിത്തത്തിന്റെ വിപണന തന്ത്രങ്ങൾക്കനുയോജ്യമായി ക്യാമറക്കണ്ണുകൾ അവരുടെ ശരീരചേഷ്ടകൾ ഒപ്പിയെടുക്കുകയും ചെയ്തു." (ഗീത 2001: 19) രാജശേഖരൻപിള്ളയുടെ കാമുകി

യായ രാധയെ വിവാഹം കഴിച്ച ഗോപാലപിള്ള രാജന്റെ അടുത്തു പോകുമ്പോൾ അകാരണമായി സംശയിക്കുകയും ചീത്ത പറയുകയും ചെയ്യുന്നു. അവളുടെ നൃത്താഭിരുചിയെ എതിർക്കുന്ന ആണത്തമാണ് ഗോപാലപിള്ള കാണിക്കുന്നത്. ഇതിൽ നിന്ന് ഒട്ടു വ്യത്യസ്തമല്ല രാജശേഖരൻപിള്ളയുടെ സ്വഭാവവും. ബി എ വരെ പഠിച്ച രാധ തന്റെ പ്രണയബന്ധം വീട്ടുകാരോട് പറയുമ്പോൾ നിന്നെ പഠിപ്പിച്ചതാണോ, ഞങ്ങടെ കുറ്റം. നീ അച്ഛനെ അനുസരിക്ക് എന്നു പറയുന്നതും പെണ്ണായാൽ പലതും മറക്കേം ക്ഷമിക്കേം വേണം എന്നു പറയുന്നതുമായ രാധയുടെ അമ്മ പുരുഷാധിപത്യവ്യവസ്ഥയിലെ വിധേയത്വമനോഭാവമാണ് പ്രകടിപ്പിക്കുന്നത്. സ്നേഹം മാത്രം നൽകുന്ന അമ്മയും ഭർത്താവിനെ ജീവനുതുല്യം സ്നേഹിക്കുന്ന ഭാര്യയും ഫ്യൂഡൽ സദാചാരമൂല്യം വഹിക്കുന്നവരാണ്. "സ്ത്രൈണതാഗവേഷണങ്ങൾ തേടിപ്പിടിക്കുന്ന സ്ത്രീഗുണങ്ങൾ– സ്നേഹം, കാരുണ്യം, പരിചരണശേഷി, ക്ഷമ, സഹവർത്തിത്വം, സഹിഷ്ണുത മുതലായവ പുരുഷാധികാരത്തിൻ കീഴിൽ സ്ത്രീകളിൽ വാർത്തെടുക്കപ്പെടുന്നവയാണെന്നും അവരുടെ കീഴാളനിലയെ ഉറപ്പിക്കുന്നവയാണെന്നും സംശയങ്ങൾ ഉന്നയിക്കപ്പെടുന്നു. അതുപോലെ എത്ര തന്നെ അഹിംസാപരവും ധിക്കാരവിരുദ്ധവുമാണെന്ന് സ്വയം പ്രഖ്യാപിച്ചാലും സ്ത്രീഗുണങ്ങളെ ഇത്തരത്തിൽ വാഴ്ത്തുന്ന രീതി മറ്റൊരു അധികാരക്കളി തന്നെയാണെന്ന് ഓർമിക്കപ്പെടുന്നു." (ജെ ദേവിക: 2000: 31) ചെല്ലമ്മയും രാധയും ഇത്തരത്തിൽ സ്ത്രീഗുണങ്ങൾ നിർവഹിച്ച് പുരുഷാധിപത്യത്തിൽ കീഴിൽ കഴിയുന്നവരാണ്. രാജശേഖരൻപിള്ള എപ്പോഴും കൈയിൽ കൊണ്ടുനടക്കുന്ന കത്തി പുരുഷാധിപത്യത്തിന്റെ ചിഹ്നമായി വ്യാഖ്യാനിക്കാവുന്നതാണ്.

നെഹ്റുവിയൻ ദേശരാഷ്ട്രപുരോഗതിയുടെ സാക്ഷാൽക്കാരത്തിന് ജാതി ഭേദമെന്യേ ജനങ്ങൾ പങ്കെടുക്കുന്ന കാഴ്ച സിനിമയിൽ കാണാവുന്നതാണ്. ഗോപാലൻ പിള്ള ജന്മിത്വത്തിന്റെ ചുറ്റുപാടിൽ ആധുനിക മുതലാളിത്ത വ്യവസ്ഥയിലേക്ക് പ്രവേശിക്കാൻ ശ്രമിക്കുന്ന വ്യക്തിത്വമാണ്. മതസംഘടനകളെ പിടിച്ചായാലും തന്റെ റോഡ് കോൺട്രാക്ടർ പണി മുന്നോട്ട്കൊണ്ടുപോകണമെന്നാണ് അയാളുടെ ആഗ്രഹം. കേരളത്തിലെ വ്യവസായ ബൂർഷ്വാസിക്ക് ആശയമണ്ഡലത്തിൽ ജാതിജന്മിനാടുവാഴിത്തത്തിന്റെ പ്രപഞ്ചബോധത്തിൽ നിന്നോ സാമൂഹ്യബന്ധങ്ങളിൽ നിന്നോ വിട്ടുപോരാൻ കഴിഞ്ഞിരുന്നില്ല.(പി പവിത്രൻ: 2002:280)

ഈഴവനായ വാസുവിനോട് നീ നായന്മാരുടെ കാര്യത്തിലെന്തിനാ ഇട പെടുന്നത് എന്നു ചോദിക്കുന്നതും അമ്മയോട് സംഘത്തിനു പിരിവു കൊടുക്കാതെ സമുദായക്കാരെ വെറുപ്പിച്ചാൽ ഒരുത്തനും അടുക്കയില്ല, പറഞ്ഞേക്കാം എന്നു പറയുന്നതും ജാതി ജന്മി അധികാരവ്യവസ്ഥയെ പിൻപറ്റുന്നതുകൊണ്ടാണ്. റോഡ് കോൺട്രാക്ടറായ ഗോപാലപിള്ള യുടെ തൊഴിലാളികൾ കൂലി കൂടുതൽ ചോദിച്ചു കുടിശ്ശിക ആവശ്യ പ്പെട്ടു പണി മുടക്കുന്നു. തൊഴിലാളികൾക്കും സംഘമുണ്ടാക്കി ഗവൺമെന്റിൽ പരാതിപ്പെടാമെന്ന് മനസിലാക്കിയ അവർ ഗോപാലപി ള്ളയുടെ കോൺട്രാക്ടർ സ്ഥാനം തെറിപ്പിച്ച് റോഡ് പണി സ്വയം ഏറ്റെ ടുക്കുന്നു. കേരളത്തിലെ കമ്യൂണിസ്റ്റ് പ്രസ്ഥാനത്തിന്റെ നട്ടെല്ല് ഈ തൊഴിലാളി പ്രസ്ഥാനത്തിന്റെ വളർച്ചയാണ്. 1920 കളിലും മുപ്പതുക ളിലും തിരുവിതാംകൂറിൽ വളർന്നുവന്ന ഈഴവ സാമൂഹിക പരിഷ്കര ണപ്രസ്ഥാനം, മലബാറിലെ സാമൂഹിക പ്രതിഷേധ പ്രസ്ഥാനങ്ങൾ, മല ബാറിലെ കർഷകസമരങ്ങൾ, തിരുവിതാംകൂറിൽ ഭരണകൂടത്തിനെതി രായ ജനകീയ സമരങ്ങൾ തുടങ്ങി നിരവധി മേഖലകളിൽനിന്ന് പുരോ ഗമനവാദികളായിട്ടുള്ളവർ കമ്യൂണിസ്റ്റ് പ്രസ്ഥാനത്തിലേക്ക് ആകർഷി ക്കപ്പെട്ടു എന്ന് കെ എൻ ഗണേഷ് അഭിപ്രായപ്പെടുന്നുണ്ട്. (കെ എൻ ഗ ണേഷ്: 1997: 395) നാടിനു വേണ്ടവരെ രക്ഷിക്കാൻ വാസു അവൻ പുറ ത്തുവരണം എന്ന് പറഞ്ഞ് ജയിലിലേക്കു പോകുന്ന രാജശേഖരൻര പിള്ള തൊഴിലാളി പ്രസ്ഥാനത്തിന്റെ പുരോഗതിക്ക് സഹായകമാവുന്നു. വാസുവിനുവേണ്ടി നാടിനുവേണ്ടി ജയിൽ പോകുന്നതും ചെല്ലമ്മയെ ഭാര്യയായി സ്വീകരിക്കാൻ തയ്യാറാകുന്നതും ഒരു തരത്തിൽ സവർണ ഔദാര്യ/അധികാരത്തിന്റെ പുനർനിർമിതിയാണെന്നു വ്യാഖ്യാനിക്കാവു ന്നതാണ്. “ഫ്യൂഡൽ കുടുംബത്തിലെ പ്രണയം എന്നു പറയുന്നത് ഒരു തരത്തിൽ ചുറ്റുപാടുള്ള തടസ്സങ്ങളെയെല്ലാം മാറ്റി യഥാർഥവും മെലോ ഡ്രാമാറ്റിക്കുമായ സൗന്ദര്യാനുഭൂതികളെ ഒന്നാക്കുന്ന പ്രക്രിയയാണ്. ഫ്യൂഡൽ പ്രണയബന്ധങ്ങൾക്ക് സംഭവബഹുലവും സ്തോഭജനകവു മായ ശുഭപര്യവസാനമാണ് കാണുന്നത്.” (മാധവപ്രസാദ് 2000: 55) തനി ക്കുവേണ്ടി മാത്രം ജീവിച്ച രാജശേഖരൻപിള്ള നാടിനുവേണ്ടി ജയിലിൽ പോകുകയും പുലയത്തിയായ ചെല്ലമ്മയെ തന്റെ ഭാര്യയാക്കി സ്വീകരി ക്കുകയും ചെയ്യുന്നു. ഫ്യൂഡൽ വ്യവസ്ഥിതിയിൽ നിന്ന് ആധുനിക ദേശ രാഷ്ട്രപൗരന്റെ സാമൂഹ്യമൂല്യങ്ങളുടെ പാതയിലേക്കാണ് രാജശേഖ രൻപിള്ളയുടെ ഈ ജീവിതമാറ്റം അർഥമാക്കുന്നത്. ഇത്തരത്തിൽ ഫ്യൂഡൽ മേധാവിത്വത്തിന്റെ തകർച്ചയും തൊഴിലാളി പ്രസ്ഥാനത്തിന്റെ വളർച്ചയുമാണ്. ഗോപാലപിള്ളയുടെ കോൺട്രാക്ടർ ക്യാൻസലായി അത് തൊഴിലാളികൾക്ക് ലഭിക്കുന്നതും തൊഴിലാളികൾക്ക് വേണ്ടി, നാടി നുവേണ്ടി രാജശേഖരൻപിള്ള ജയിലിൽ പോകുന്നതും ചിത്രീകരി ക്കുന്നതു വഴി വായിച്ചെടുക്കാവുന്ന ദൃശ്യപാഠങ്ങൾ.

ഏറ്റവും മൗലികവും ഭാവാനാത്മകവുമായ ചിത്രത്തിനുള്ള ബ്രിട്ടീഷ്

ഫിലിം ഇൻസ്റ്റിറ്റ്യൂട്ടിന്റെ അവാർഡ് ലഭിച്ച *എലിപ്പത്തായം* കേരളത്തിലെ ഫ്യൂഡൽ വ്യവസ്ഥയുടെ ശൈഥില്യം ചിത്രീകരിക്കുന്നു. എലിപ്പത്തായത്തിൽ കാണുന്ന ഉള്ളുറക്കുത്തിയ നാലുകെട്ട് മുമ്പുതന്നെ കാലത്തിന്റെ ശിക്ഷ ഏറ്റുവാങ്ങിയ ഒരു സ്ഥാപനമാണ്. സിനിമയിലെ പ്രധാനകഥാപാത്രമാത്രമായ ഉണ്ണിയെ സംബന്ധിച്ചിടത്തോളം ബാഹ്യയാഥാർഥ്യത്തിന്റെ നേർക്ക് മനസിന്റെ ജാലകങ്ങൾ കൊട്ടിയടച്ച നിലയിലാണ് അയാളെ നാമാദ്യം കാണുന്നത്. പേടിയും ദുരഭിമാനവും ഭീരുത്വവും നിറഞ്ഞ തന്റെ അവബോധത്തിന്റെ കെണിയിൽ അയാൾ മോചനമില്ലാത്ത വണ്ണം അകപ്പെട്ടിരിക്കുന്നു." (വി രാജകൃഷ്ണൻ 1992: 91) 1957 ലെ കമ്യൂണിസ്റ്റ് മന്ത്രിസഭയിൽ ഭൂപരിഷ്കരണബിൽ വേണമെന്ന് ആവശ്യം 1969 ൽ പാസാക്കുകയും 1970 ജനുവരി 1 ന് പ്രാബല്യത്തിൽ വരുകയും ചെയ്തു. ഇതോടെയാണ് ജന്മിത്വം നിയമപരമായി കേരളത്തിൽ അവസാനിച്ചത്. എന്നാൽ ജന്മിത്തം അവസാനിച്ചിട്ടും അതിന്റെ പ്രപഞ്ചബോധത്തിന്റെ വിട്ടുമാറാതെ നിൽക്കുന്ന കഥാപാത്രമാണ് ഉണ്ണി. കൂട്ടുകുടുംബവ്യവസ്ഥ മാറി അണുകുടുംബവ്യവസ്ഥയിലേക്ക് സമൂഹം മാറിയിട്ടും അതിനെ തിരിച്ചറിയാതെ സമ്പത്തിന്റെ കൈവശപ്പെടുത്തലിലൂടെ കാരണവരുടെ അധികാരസ്ഥാനത്ത് തുടരുകയാണയാൾ. ഉണ്ണിയുടെ മൂത്ത സഹോദരിയായ ജാനമ്മയുടെ നെല്ലിന്റെ വീതം ചോദിക്കാൻ വന്ന അവരുടെ മകൻ രവിക്കുട്ടനോട് വീതം തരുന്നില്ലെന്ന് പറയുന്നത് ഇത്തരം കൂട്ടുകുടുംബവ്യവസ്ഥയുടെ പുരുഷാധികാരബോധം വഹിക്കുന്നതുകൊണ്ടാണ്. വെള്ളം ചൂടാക്കിയേ കുളിക്കുകയുള്ളൂ എന്ന വാശിയും, ഭക്ഷണം കഴിക്കുമ്പോൾ കറികൾക്ക് ഉപ്പും മുളകമൊന്നുമില്ല എന്ന മുഖഭാവവുമെല്ലാം പുരുഷാധിപത്യത്തിനെ ഹാസ്യമായി ചിത്രീകരിക്കുന്ന ദൃശ്യങ്ങളാണ്.

സവർണജാതി മേധാവിത്വത്തിന്റെയും ജന്മിഭൂവുടമാവ്യവസ്ഥയുടെയും ആശയബോധത്തിന്റെ പെരുമാറ്റങ്ങൾ ഉണ്ണിയുടെ സ്വഭാവത്തിൽ കാണാവുന്നതാണ്. ഉണ്ണിയുടെ നേരെ ഇളയസഹോദരിയായ രാജമ്മയ്ക്ക് വിവാഹകാര്യവുമായി വരുന്ന കേശോമ്മാവനോട് "എന്റെ ഉടപ്പിറന്നോളെ കല്യാണം കഴിക്കാൻ രണ്ടാംകെട്ടുകാരൻ തന്നെ വേണോ?" എന്നു ചോദിക്കുന്നുണ്ട്. വിവാഹപ്രായം കഴിഞ്ഞവളും സ്വത്തില്ലാത്തതുമായ തന്റെ സഹോദരിയെ രണ്ടാം കെട്ടുകാരന് വിവാഹം കഴിപ്പിച്ചുകൊടുക്കാൻ സവർണപാരമ്പര്യമൂല്യങ്ങൾ അയാളെ അനുവദിക്കുന്നില്ല. ഗൾഫിൽ പോയി പണം സമ്പാദിച്ചുവന്ന കറിയാമാപ്പിളയുടെ മകനായ മത്തായിക്കുട്ടിയോട് ആതിഥ്യമര്യാദയോടെ പെരുമാറാൻ അയാൾ ശ്രമിക്കുന്നില്ല. തങ്ങളുടെ കാര്യസ്ഥന്റെ മകനല്ലേ എന്ന ജന്മിത്വവ്യവസ്ഥയുടെ അധികാരഭാവമാണയാൾ പ്രകടിപ്പിക്കുന്നത്. 1970 കൾക്ക് ശേഷം പ്രബലമായ വിദേശമലയാളികളുടെ വളർച്ചയും അവർ കേരളത്തിലേക്കൊഴുക്കിയ പണത്തിന്റെ അധികാരവുമെല്ലാം തിരിച്ചറിയാതിരിക്കുകയാണ് *എലിപ്പത്തായ*ത്തിലെ ഉണ്ണി. ഗൾഫ് പണം കൊണ്ട് കുടുംബ, സാമൂഹ്യവ്യവ

സ്ഥയെ വെല്ലുവിളിക്കുന്ന ഒരു വിഭാഗം കേരളത്തിൽ ഉയർന്നുവരുന്നതിന്റെ സൂചനയാണ് മത്തായിക്കുട്ടിയുടെ വരവിലൂടെ അടൂർ ഗോപാലകൃഷ്ണൻ ചിത്രീകരിക്കുന്നത്.

ശ്രീദേവി, രാജമ്മ എന്നീ രണ്ടു സ്ത്രീ കഥാപാത്രങ്ങളെ അവതരിപ്പിച്ചിരിക്കുന്നത് വ്യത്യസ്ത ആശയ പ്രതിനിധാനങ്ങളായാണ്. ഫ്യൂഡലിസ്റ്റ് വ്യവസ്ഥിതിയിൽ നിന്ന് രക്ഷപ്പെടാൻ ആഗ്രഹമുള്ള രാജമ്മ തകർച്ചയിലേക്കാണ് പോകുന്നത്. എന്നാൽ മാറി വരുന്ന സാമൂഹ്യമാറ്റങ്ങളോട് ആകർഷിക്കപ്പെടുന്ന ശ്രീദേവി ഈ വ്യവസ്ഥിതിയിൽ നിന്ന് രക്ഷപ്പെടുന്നതായും കാണിക്കുന്നു. ജന്മിത്വ കുടുംബവ്യവസ്ഥയെ വെല്ലുവിളിക്കുന്ന ആഭ്യന്തരശക്തികൾ കുടുംബത്തിനകത്തുതന്നെ വളർന്നുവരുന്നതായിട്ടാണ് ശ്രീദേവിയിലൂടെ ഈ സിനിമ പറയുന്നത്. പാടത്തു പണി ചെയ്യുന്ന മീനാക്ഷിയുടെ ചിത്രീകരണത്തിൽ അവൾ ഉണ്ണിയുടെ പറമ്പിൽ നിന്ന് കശുവണ്ടി മോഷ്ടിക്കുന്നവളായും പുരുഷനെ വശീകരിക്കാൻ സാമർത്ഥ്യമുള്ളവളായും കാണുന്നു. അവർണവിഭാഗത്തിനെ എപ്രകാരമാണ് ചിത്രീകരിച്ചതെന്നാണ് ഇവിടെ മനസിലാക്കേണ്ടത്.

ഫ്യൂഡലിസത്തിന്റെ സമ്പൂർണമായ തകർച്ച എന്നാൽ ജാതി മേധാവിത്വത്തിൽ നിന്നും ജാത്യേതര സാമൂഹ്യബോധത്തിലേക്കും, ജന്മി-ഭൂവുടമാവ്യവസ്ഥയിൽ നിന്നും മുതലാളിത്ത/സോഷ്യലിസ്റ്റ് സാമൂഹ്യബന്ധങ്ങളിലേക്കും, നാടുവാഴി- രാജവ്യവസ്ഥയിൽ നിന്നും ബൂർഷബ്യൂറോക്രാറ്റിക്/സോഷ്യലിസ്റ്റ് പാർലമെന്ററി വ്യവസ്ഥയിലേക്കും ക്ഷേത്രാധികാരത്തിൽ നിന്ന് ശാസ്ത്രീയ വീക്ഷണത്തിലേക്കും സ്ത്രീപുരുഷബന്ധങ്ങളിൽ മുതലാളിത്ത/സോഷ്യലിസ്റ്റ് ബന്ധവ്യവസ്ഥയിലേക്കുമുള്ള മാറ്റമാണ്." (പി പവിത്രൻ/ 2002/281) എന്നാൽ ഫ്യൂഡലിസത്തിന്റെ സമ്പൂർണമായ തകർച്ച കേരളസംസ്കാരത്തിൽ സംഭവിച്ചിരുന്നില്ലായെന്ന് ഇന്ന് തിരിച്ചറിയുന്നു. സിനിമയുടെ അവസാനം ജനങ്ങൾ ഉണ്ണിയെ എടുത്തുകൊണ്ടുപോയി കുളത്തിലിട്ടതിനുശേഷം അയാൾ എണീറ്റുവന്ന് കൈകൾ രണ്ടും നെഞ്ചോട് ചേർത്ത് പിടിച്ച് കൂനിക്കൂടി, മേൽപ്പടിയിലേക്ക് ഒരു കാലുയർത്തിവച്ച് നിൽക്കുന്നത് നവഫ്യൂഡലിസത്തിന്റെ ഉയർന്നുവരവായി വ്യാഖ്യാനിക്കാവുന്നതാണ്.

സാമ്പത്തികവും രാഷ്ട്രീയവുമായ ഭൗതിക അടിത്തറയിലാണ് ഫ്യൂഡലിസത്തിന്റെ അവശിഷ്ടങ്ങൾ ഉയിർത്തെഴുന്നേൽക്കുന്നത്. നവോത്ഥാനത്തിനുശേഷം രൂപപ്പെട്ട ജനാധിപത്യപൊതുമണ്ഡലം ജാതിമത സംഘടനകളാൽ പുതിയ രൂപം പ്രാപിക്കുന്ന സാംസ്കാരിക സ്ഥിതിവിശേഷമാണ് ഇന്ന് കേരളത്തിൽ കാണുന്നത്. ഫ്യൂഡൽ പാരമ്പര്യത്തിന്റെ ചിഹ്നങ്ങൾ ദൃശ്യമാധ്യമങ്ങളിലുൾപ്പെടെ ജീവിതത്തിന്റെ സമസ്ത മണ്ഡലങ്ങളിലേക്കും കടന്നുവരുന്നു. *ദേവാസുരം* എന്ന സിനിമയിൽ മുണ്ടയ്ക്കൽ ഉത്സവം തുടങ്ങുമ്പോൾ അത് മംഗലശ്ശേരി നീലകണ്ഠന്റെ അനുയായികൾ അലങ്കോലപ്പെടുത്തി മുടക്കുന്നു. മുണ്ടയ്ക്കൽ ഉത്സവം കുഞ്ഞികൃഷ്ണൻ നമ്പ്യാരുടെ തറവാടിന്റെ ഉത്സവം കൂടിയാണ്. ആ

ഉത്സവമാണ് ചട്ടമ്പിയും കലാസ്വാദകനുമായ മംഗലശ്ശേരി നീലകണ്ഠൻ മുടക്കുന്നത്. ബ്രാഹ്മണാധിപത്യത്തിന്റെ പൗരോഹിത്യയുക്തിയെ നില നിറുത്തിയതും ശക്തിപ്പെടുത്തിയതും ക്ഷേത്രങ്ങളാണ്. ആ ക്ഷേത്രസം സ്കാരങ്ങളുടെ പ്രാധാന്യമാണ് *ദേവാസുര*മെന്ന സിനിമയിൽ ഉടനീളം കാണാനാവുന്നത്. ഏഴില്ലക്കര അമ്പലത്തിലെ പാട്ടുപുര പുതുക്കി പണി യാൻ നായകകഥാപാത്രമായ മംഗലശ്ശേരി നീലകണ്ഠൻ തയ്യാറാവുന്നതും പൗരോഹിത്യയുക്തിയുടേയും, ക്ലാസിക്കൽ കലകളുടെ സാംസ്കാരിക മൂല്യത്തിന്റെ അധികാരയുക്തിയെയും അടയാളപ്പെടുത്തുന്നു. *ആര്യൻ, അഭിമന്യു, മഹാത്മ, നരസിംഹം, കമലദളം, സോപാനം, സർഗം* എന്നീ ചിത്രങ്ങൾ ഈ പറഞ്ഞതിന് ഉദാഹരണങ്ങളാണ്.

നവോത്ഥാനകാലത്ത് അപ്രതീക്ഷിതമായി എന്നു നാം കരുതിയ പല ഘടകങ്ങളും അന്ധവിശ്വാസങ്ങളും വീണ്ടും കേരളസംസ്കാരത്തിൽ വന്നുകൊണ്ടിരിക്കുന്നു. ആഗോളബഹുരാഷ്ട്രമുതലാളിത്ത വ്യവസ്ഥ യിൽ മതാത്മകചിഹ്നങ്ങൾ വൻലാഭം കിട്ടുന്ന കച്ചവടചരക്കാകുന്നു. “അമ്പലം വലത്തു വെക്കൽ, ചന്ദനക്കുറി തൊടൽ, ജാതകം ഗണിക്കൽ, പ്രശ്നം വയ്ക്കൽ വ്യത്യസ്ത ജാത്യാചാരങ്ങളുടെ പ്രകടമായ ആവി ഷ്കാരങ്ങൾ എന്നിവ മുൻകാല സിനിമകളെ അപേക്ഷിച്ച് ഇന്ന് മല യാള സിനിമയിൽ ആധിപത്യം സ്ഥാപിച്ചിരിക്കുന്നതു കാണാം. *ധ്രുവം, പൈതൃകം, ദേശാടനം* എന്നിവ ചില ഉദാഹരണങ്ങൾ മാത്രമാണ്. (ഗീത 1990:10) കേരളസംസ്കാരത്തിൽ ഇന്ന് പ്രബലമായി കൊണ്ടിരിക്കുന്ന മതപരമായ അന്ധവിശ്വാസങ്ങളും വിവാഹസമ്പ്രദായങ്ങളും, ആൾദൈവ വിശ്വാസങ്ങളുമാണ് ഇത്തരം സിനിമയിൽ കാണുന്നത്.

തറവാടുകൾ കേന്ദ്രമാകുന്നതും, ജനാധിപത്യമൂല്യങ്ങളെ അപ്രസ ക്തമാക്കുംവിധമുള്ള നാടുവാഴിത്തരീതിയും മലയാള സിനിമയിൽ കണ്ടു വരുന്നുണ്ട്. ഭാരതപ്പുഴയും നാലുകെട്ടും ക്ലാസിക്കൽ കലകളും വള്ളുവ നാടൻ ഭാഷയും എല്ലാം തറാവടിത്തത്തിന്റെ ചിഹ്നങ്ങളായി കൊണ്ടാട പ്പെടുന്നു. തറവാട്,ക്ഷേത്രം, അച്ഛൻ എന്നിവ പ്രധാനമാകുന്ന അധികാ രസ്ഥാനങ്ങൾ ഉയർന്നുവരുന്നു. ഇംഗ്ലണ്ടിൽ പോയി പഠിച്ചവനും ജഡ്ജി യുമായിരുന്ന മംഗലശ്ശേരി മാധവന്റെ മകൻ അദ്ദേഹത്തിന്റെ പേരിൽ അഹ ങ്കരിക്കുന്നു. നീലകണ്ഠന്റെ പ്രവൃത്തികളിൽ പാരമ്പര്യത്തിന്റെ ഈ അധി കാരഭാവം കാണുന്നുണ്ട്. കവലയിൽ തല്ലുണ്ടാക്കിയ നീലകണ്ഠനോട് സംസാരിക്കുന്ന പൊലീസുകാരനോട് “എന്റെ ഭീഷണിയെന്ന് പറഞ്ഞാൽ ചില ഊച്ചാളി രാഷ്ട്രീയക്കാരെപ്പോലെ സ്ഥലം മാറ്റിക്കളയുമെന്നല്ലാ, കൊന്നുകളയും ഞാൻ” എന്ന് പറയുമ്പോൾ ജനാധിപത്യത്തിന്റേതായ കീഴ്വഴക്കങ്ങൾ തകിടം മറിയുകയും പകരം ഏകാധിപത്യത്തിന്റെയും നാടുവാഴിത്തത്തിന്റെയുമായ ഭീഷണികളും ഉയർന്നു വരുന്നതായി മന സ്സിലാക്കാം.

ജന്മി നാടുവാഴിത്തമൂല്യങ്ങളും മുതലാളിത്തമൂല്യങ്ങളും ഒപ്പം കൊണ്ടു നടക്കുന്ന സ്ത്രീകഥാപാത്രമാണ് ഭാനുമതി. ആദർശസ്ത്രീമാ

തൃകയും തറവാടിന് വെളിച്ചമാകേണ്ടവളും കലാസമ്പന്നയുമായ ഭാനുമതി സ്വയമേവ നീലകണ്ഠനെ സ്വീകരിക്കുന്നു. ഡൽഹിയിൽ നൃത്തം പഠിക്കാനും, പഠിപ്പിക്കാനും ആഗ്രഹമുള്ള ഭാനുമതി, തന്റെ അരങ്ങേറ്റം ഏഴില്ലക്കര അമ്പലത്തിലെ പാട്ടുപുരയിൽ വച്ചാകണമെന്ന് ആഗ്രഹിക്കുന്നു. തന്നെ അപമാനിച്ച നീലകണ്ഠനോട് നിങ്ങളെപ്പോലൊരു ആഭാസന്റെ മുമ്പിൽ നൃത്തമാടിയപ്പോൾ ദൈവദത്തമായ കലയാണ് കളങ്കപ്പെട്ടത് എന്ന് വീറോടും വാശിയോടും കൂടി അവൾ പറയുന്നു. താനിനി നീലകണ്ഠൻ മരിക്കാതെ ചിലങ്കയണിയില്ലെന്ന് പറയുന്ന ഭാനുമതി അവസാനം തന്റെ ശാപം കൊണ്ടാണ് അയാൾക്ക് ഈ ദുർവിധി വന്നത് എന്നോർത്ത് ദുഃഖിച്ച് നീലകണ്ഠന്റെ മുമ്പിൽ അഭയം പ്രാപിക്കുന്നു. പുരുഷന്റെ കീഴിൽ അടങ്ങിയൊതുങ്ങി കഴിയേണ്ടവളാണ് സ്ത്രീയെന്ന സാമ്പ്രദായിക സങ്കൽപ്പത്തെയാണ് ഈ സിനിമയും ചിത്രീകരിക്കുന്നത്.

നീലകണ്ഠന്റെ അച്ഛന്റെ സ്വത്തായ മേലേടത്ത് പറമ്പ് വിൽക്കുന്നുണ്ടെന്ന് കേട്ട് മസ്കറ്റിൽ നിന്ന് വന്ന വീരാൻകുട്ടി ആ സ്ഥലം വാങ്ങാനായി വരുമ്പോൾ അയാൾ കോപത്തോടെ "നിന്റെ അച്ഛൻ അന്ത്രുമാപ്പിള തേങ്ങ മോഷ്ടിച്ചപ്പോൾ പ്ലാവിൻ മേൽ കെട്ടിയിട്ട് തല്ലിയിട്ടുണ്ട്" എന്ന പഴയകഥ പറഞ്ഞ് അയാളെ ഓടിക്കുന്നു. മുസ്ലീം സ്വത്വത്തെ കള്ളനും ശത്രുവുമായി ചിത്രീകരിക്കുന്ന സിനിമകൾ മലയാളത്തിൽ തൊണ്ണൂറുകൾക്ക് ശേഷം പ്രബലമായി കണ്ടുവരുന്നു. ഇന്ത്യയിൽ തൊണ്ണൂറുകൾക്ക് ശേഷം സംഭവിച്ച ബാബറി-മസ്ജിദ് പ്രശ്നവും ബോംബെ കലാപവും നവഹൈന്ദവതയുടെ വളർച്ചയും ബി ജെ പിയുടെ രാഷ്ട്രീയാധികാരവുമെല്ലാം ഈ സന്ദർഭത്തിൽ കൂട്ടിവായിക്കാവുന്ന സംഗതികളാണ്. ഇത്തരം മാറിവരുന്ന സാംസ്കാരിക രാഷ്ട്രീയത്തെ മലയാളസിനിമകൾ എങ്ങനെ ആവിഷ്കരിക്കുന്നു എന്നതിന് *ദേവാസുരം, ധ്രുവം, വിയറ്റ്നാം കോളനി, ഗുരു, വല്യേട്ടൻ, ഉസ്താദ്, ഭരത് ചന്ദ്രൻ* എന്നിങ്ങനെ നിരവധി സിനിമകൾ ഉദാഹരണങ്ങളാണ്. മതേതരത്വത്തിന് സംഭവിച്ചുകൊണ്ടിരിക്കുന്ന മാറ്റത്തെയും ഹൈന്ദവാശയങ്ങളുടെ വളർച്ചയേയും ഇത്തരം സിനിമകൾ ആവിഷ്കരിക്കുന്നതായി കാണാം.

"വ്യക്തിയെ ദേശത്തിൽ ഉൾപ്പെടുത്തുമ്പോൾ അയാളുടെ വർഗം, ലിംഗം, മതം, ജാതി എന്നിവ ശേഖരിക്കുകയും ഫ്യൂഡലിസ്റ്റ് മുതലാളിത്ത, പുരുഷാധിപത്യ ശ്രേണിവ്യവസ്ഥയെന്ന സാമൂഹ്യചലനത്തിലൂടെ അയാളെ ദേശ-രാഷ്ട്രത്തിന് അനുസൃതമായി പാകപ്പെടുത്തുകയും ചെയ്യുന്നു." (ജ്യോതിക വിർദി 2004:206) അതുകൊണ്ട് നവഹിന്ദുത്വത്തിന്റെ വളർച്ചയെ അടയാളപ്പെടുത്തുന്ന *ദേവാസുര*ത്തിൽ മുസ്ലീം സ്വത്വങ്ങൾ പണ്ട് കള്ളനെന്ന പാരമ്പര്യമുള്ളതും ഇപ്പോൾ പണം സമ്പാദിച്ച് ഞെളിയുന്നവനും തന്റെ അനുചരൻമാരിലൊരാൾ എന്ന രീതിയിലും (അതായത് തന്റെ സേവകൻ) പ്രതിനിധാനം ചെയ്യപ്പെടുന്നു, സ്ത്രീകൾ

പുരുഷന്റെ തണലിലും, സവർണ ഹൈന്ദവന്റെ തീണ്ടാപ്പാടകലെ ദളിതനും (*ദേവാസുര*ത്തിൽ ദളിതരെ കാണുന്നില്ല) ചിത്രീകരിക്കപ്പെടുന്നു.

1970 കളിലാണ് മുഖ്യമായും ദളിതുകൾ കീഴ്ജീവനക്കാരായി സർക്കാർ സർവീസിൽ പ്രവേശിക്കുന്നത്. എന്നാൽ ഇന്ന് ക്ലാസ് വൺ ഉദ്യോഗസ്ഥാനത്തേക്ക് പോലും അവർ വരുന്നു. വർണവ്യവസ്ഥയനുസരിച്ച് ശൂദ്രനുപോലും ക്ലാസ് വൺ ഉദ്യോഗത്തിലിരിക്കാൻ യോഗ്യതയില്ലാത്തപ്പോഴാണ് അതിനുപുറത്തു നിൽക്കുന്ന ദളിതൻ ഈ സ്ഥാനം നേടുന്നത്. മലയാള സിനിമയിൽ ഇന്ന് ദളിതനെ അപഹാസ്യനായും വില്ലനായും നായകന്റെ ആട്ടും തുപ്പും കിട്ടുന്നവനായും ചിത്രീകരിക്കുന്നുണ്ട്. ദളിതൻ ഭരണമേഖലകളിലെത്തിയതുകൊണ്ടാണ് ജനാധിപത്യം ദുഷിച്ചതെന്ന ആശയവും മലയാളസിനിമയിൽ കാണാവുന്നതാണ്.

ആഗോളമുതലാളിത്തഫലമായി ക്ലാസിക്കൽ കലകൾക്ക് കിട്ടിക്കൊണ്ടിരിക്കുന്ന പ്രാധാന്യം സിനിമയിൽ കാണാവുന്നതാണ്. ഇടയ്ക്ക കൊട്ടുന്ന പെരിങ്ങോട് ശങ്കരമാരാർക്ക് സായ്പിൽ നിന്ന് വിദേശത്തേക്ക് പോകുവാനുള്ള ക്ഷണവും നീലകണ്ഠന്റെ സുഹൃത്ത് സി എസ്, നാഷണൽ ടി വി ക്കുവേണ്ടി നടത്തുന്ന ക്ലാസിക്കൽ കലകളുടെ പ്രോഗ്രാമും ശ്രദ്ധിക്കേണ്ടതാണ്. കേരളസംസ്കാരത്തിന്റെ അന്തർഘടനയിൽ ഫ്യൂഡലിസത്തിന്റെ അവശിഷ്ടങ്ങൾ മായാതെ കിടക്കുന്നതുകൊണ്ടും അത് വിറ്റഴിക്കാവുന്ന ഒന്നാണെന്ന തിരിച്ചറിവുമൂലമാണ് ആഗോളമുതലാളിത്തം ഇത്തരം കലകൾ എറ്റെടുക്കുന്നതിന്റെ കാരണങ്ങളിലൊന്നായി കാണാം. കലയുടെ ആസ്വാദനം നീലകണ്ഠന്റെ കൈകാലുകൾ അനങ്ങാനും സുഖം പ്രാപിക്കുവാനും കാരണമാവുന്നു. നീലകണ്ഠന്റെ പ്രതിനായകനായ ശേഖരന്റെ ഒരു കൈ അമ്പലമുറ്റത്തുവച്ച് അരിഞ്ഞുവീഴ്ത്തുന്നതിലൂടെ ഫ്യൂഡൽ മൂല്യങ്ങളുടെ വളർച്ചയാണ് കാണുന്നത്. ഇത്തരത്തിൽ ജന്മിനാടുവാഴിത്തമൂല്യങ്ങളും സ്ത്രീവിരുദ്ധ, മതേതരജനാധിപത്യവിരുദ്ധമായ നിലപാടുകളുമാണ് ഈ സിനിമ പുലർത്തുന്നത്.

കേരളത്തിലെ ഫ്യൂഡലിസത്തിന്റെ പരിവർത്തനത്തെ മലയാള സിനിമയിൽ എപ്രകാരമാണ് ചിത്രീകരിച്ചതെന്നാണ് ഇവിടെ വിശദീകരിച്ചത്. *മുടിയനായ പുത്രനിൽ* ഫ്യൂഡലിസത്തിൽനിന്ന് നവോത്ഥാനമൂല്യങ്ങളുടെയും നെഹ്റുവിയൻ ദേശരാഷ്ട്രരൂപീകരണത്തിന്റെയും തൊഴിലാളിസംഘടനകളുടെയും വളർച്ചയിലേക്ക് കേരളസംസ്കാരം മാറുന്നതായി ചിത്രീകരിക്കുന്നു. ഫ്യൂഡൽ മൂല്യങ്ങൾ പേറുന്ന നായകൻ, മതചിന്തകൾ വെടിഞ്ഞ് പുലയത്തിപ്പെണ്ണിനെ സ്വീകരിച്ച് ജനങ്ങളുടെ സർവസമ്മതനാകുന്നു. *എലിപ്പത്തായ*ത്തിൽ ഫ്യൂഡലിസത്തിന്റെ പൂർണ തകർച്ച ഉണ്ണിയുടെ കുടുംബത്തിന്റെ തകർച്ചയിലൂടെ കലാത്മകമായി അവതരിപ്പിക്കുന്നു. അണുകുടുംബത്തെയും ഗൾഫ് പണത്തിന്റെ ഫലമായി കേരളത്തിലുണ്ടായ മാറ്റത്തെയും *എലിപ്പത്തായ*ത്തിൽ അടയാളപ്പെടുത്തുന്നുണ്ട്. ജന്മിത്വവ്യവസ്ഥയെ വെല്ലുവിളിക്കുന്ന ശക്തികൾ കുടുംബത്തിനകത്തുതന്നെ വളർന്നു വരുന്നതായും ഈ സിനിമ പറയുന്നു. *ദേവാ*

സുരത്തിൽ ജന്മിനാടുവാഴിത്തമൂല്യങ്ങൾ പുതിയ രൂപം പ്രാപിച്ച് ആഗോളമുതലാളിത്തമൂല്യങ്ങളോടൊപ്പം വളർന്നുവരുന്നതായി ആഖ്യാനം ചെയ്തിരിക്കുന്നു. മതേതര, ജനാധിപത്യവിരുദ്ധവും സ്ത്രീവിരുദ്ധവുമായ ഒട്ടേറെ നിലപാടുകളിലൂടെ ഫ്യൂഡൽ മൂല്യങ്ങളെ പുനർ നിർമിക്കുന്ന കേരളസംസ്കാരത്തിന്റെ ഒരു ദൃശ്യമാണ് സിനിമയിൽ ചിത്രീകരിച്ചിരിക്കുന്നത്.

കുറിപ്പുകൾ

1. ഗീത മലയാളത്തിന്റെ വെള്ളിത്തിര, 2001, സമത പബ്ലിക്കേഷൻസ് തിരൂർ.
2. ഗീത– സിനിമയുടെ കൈയേറ്റങ്ങൾ 1999 ചിന്ത പബ്ലിഷേഴ്സ് തിരുവനന്തപുരം.
3. ഗണേഷ് കെ എൻ. കേരളത്തിന്റെ ഇന്നലെകൾ 1997 സാംസ്കാരിക പ്രസിദ്ധീകരണവകുപ്പ്.
4. ദേവിക ജെ, ഫെമിനിസം 2000, ഡി സി ബുക്സ്. കോട്ടയം.
5. നമ്പൂതിരിപ്പാട് ഇ എം എസ്, തിരഞ്ഞെടുത്ത പ്രസംഗങ്ങൾ, 1996, ഡി സി ബുക്സ്, കോട്ടയം.
6. പവിത്രൻ പി. ഫ്യൂഡലിസത്തിന്റെ തകർച്ചയും അവശിഷ്ടങ്ങളും – നമ്മുടെ സാഹിത്യം നമ്മുടെ സമൂഹം, വാല്യം–3. എം എൻ വിജയൻ (എഡി) 2002.
7. രാജ കൃഷ്ണൻ വി. കാഴ്ചയുടെ അശാന്തി 1992 കേരള ഭാഷാ ഇൻസ്റ്റിറ്റ്യൂട്ട് തിരുവനന്തപുരം.
8. Madhava Prasad M. Ideology of the Hindi Film A Historical Codnstruction 2000. Oxford University Press, New Delhi.
9. Jyothika Virdh, Cinematic Imagination Indian Popular Films&Social History. 2004 Permanent black, New Delhi.

ഗ്രാമഫോൺ
ജൂതരുടെ പ്രതിനിധാന രാഷ്ട്രീയം

സ്റ്റീഫൻ സ്പീൽബെർഗ്

ലോകസിനിമകളിലെ ജൂതരുടെ പ്രതിനിധാനം വളരെയധികം പഠനങ്ങൾ ആവശ്യപ്പെടുന്നുണ്ട്. നാസികളുടെ, ജൂത പീഡനവും ജൂതരുടെ പലായനവും അവരുടെ സംസ്കാരത്തെയും ജീവിതത്തെയും എങ്ങനെ മാറ്റിമറിച്ചുവെന്നത് ചിന്തിക്കേണ്ടതാണ്. ഹോളിവുഡ് സിനിമ ഏതാണ്ട് 1950 കൾ മുതൽ ജൂത-നാസി സംഘർഷത്തിന്റെ പശ്ചാത്തലത്തിൽ സിനിമകൾ നിർമിക്കുകയുണ്ടായി. റഷ്യൻ, പോളണ്ട്, ജർമൻ, ഇറ്റലി എന്നീ രാജ്യങ്ങളിലും ഈ വിഷയത്തെ അടിസ്ഥാനമാക്കി സിനിമകൾ നിർമിച്ചിട്ടുണ്ട്. വ്യവസായിയും നാസി ഭരണാധികാരികളോട് അടുത്ത ബന്ധം പുലർത്തിയിരുന്ന ഓസ്കാർ വൈൽഡ് എന്ന ജർമൻകാരൻ മരണത്തെ തൃണവൽഗണിച്ച് നൂറുകണക്കിന് ജൂതന്മാരെ സ്വന്തം ഫാക്ടറിയിൽ ജോലിക്കു നിറുത്തി രക്ഷപ്പെടുത്തിയ ചരിത്രമാണ് സ്റ്റീഫൻ സ്പീൽബെർഗ് സംവിധാനംചെയ്ത *ഷിൻഡ്ലേഴ്സ് ലിസ്റ്റ്* (1993) പറയുന്നത്. ഇറ്റാലിയൻ സംവിധായകനായ റോബർട്ടോ ബനീത്തിയുടെ *ലൈഫ് ഈസ് ബ്യൂട്ടിഫുൾ* (1999) എന്ന സിനിമ നാസി ഫാസിസത്തിനിരയായ ജൂതരുടെ ജീവിതത്തെ കറുത്ത ഹാസ്യത്തിലൂടെ അവതരി

പ്പിക്കുന്നു. റൊമാൻ പൊളാൻസ്കിയുടെ *പിയാനിസ്റ്റ്* (2002/ഫ്രാൻസ്', കാരോലൈൻ ലിൻകിന്റെ *നോ വെയർ ഇൻ ആഫ്രിക്ക* (2003/ ജർമനി) എന്നീ നിരവധി സിനിമകളും ജൂതവിഷയങ്ങളെ വ്യത്യസ്തമായി അവതരിപ്പിക്കുന്നുണ്ട്.

ലോകത്തിലെ സമ്പന്നരായ യൂദമതക്കാർ അമേരിക്കൻ ഐക്യനാടുകളിലാണ് താമസിക്കുന്നത്. യഹൂദന്മാരുടെ ജനസംഖ്യ 1998–ലെ കണക്കനുസരിച്ച് 1,45,51,000 ആണ്. 1986 ലെ എൻസൈക്ലോപീഡിയ ബ്രിട്ടാനിക്കയുടെ കണക്കനുസരിച്ച് വടക്കേ അമേരിക്കയിൽ 59,96,000 ഉം തെക്കേ ഏമേരിക്കയിൽ 11,21,000 യഹൂദന്മാരും താമസിക്കുന്നുണ്ട്. 1948–ൽ ജൂതന്മാരുടെ രാഷ്ട്രമായ ഇസ്രായേൽ രൂപീകൃതമായി. പിന്നീട് ഇസ്രായേലിന്റെ അതിക്രൂരമായ കടന്നാക്രമണങ്ങൾക്ക് പലസ്തീൻ ജനത ഇരയായി. ഇസ്രായേലിനെ അനുകൂലിക്കുന്ന നിലപാടുകളാണ് അമേരിക്ക ചെയ്തുപോരുന്നത്. ഇത് ഇവിടെ സൂചിപ്പിച്ചു വന്നത് ഹോളിവുഡ് സിനിമ ജൂതപീഡനകഥകൾ ചിത്രീകരിക്കുന്നതിന്റെ പിന്നിലെ രാഷ്ട്രീയ താൽപ്പര്യം മനസിലാക്കുന്നതിനുവേണ്ടിയാണ്. അമേരിക്കയുടെ മൂന്നാം ലോകരാജ്യങ്ങൾക്കു നേരെയുള്ള ഇന്നത്തെ അതിക്രമങ്ങൾ മൂടിവയ്ക്കുന്നതിനും നാസി–ജൂതകഥകൾ സഹായമാകുന്നുണ്ട്. റഷ്യൻ, പോളണ്ട്, ഇറ്റലി, ജർമനി തുടങ്ങിയ രാജ്യങ്ങളിൽ നിന്നുമുള്ള സിനിമകളിലും ഇതേ പ്രമേയങ്ങൾ വ്യത്യസ്തമായി അവതരിപ്പിക്കപ്പെട്ടിട്ടുണ്ട്.

കമൽ സംവിധാനം ചെയ്ത *ഗ്രാമഫോൺ* കൊച്ചി ജൂതടൗണിന്റെ പശ്ചാത്തലത്തിൽ പ്രശസ്ത പാട്ടുകാരനായിരുന്ന രവീന്ദ്രനാഥിന്റെ മകനായ സച്ചിദാനന്ദന്റെയും ജൂതപെൺകുട്ടിയായ ജെന്നിഫറിന്റെയും പ്രണയം പ്രമേയമാക്കുന്നു. സ്ഥിരമായ തൊഴിലില്ലാത്ത സച്ചിദാനന്ദന് ജെന്നിഫർ ധനസഹായം ചെയ്യാറുണ്ട്. രണ്ടുപേരുടെയും മതപരമായ ജീവിതത്തെ ആവിഷ്കരിക്കാൻ ശ്രമിക്കാത്ത സിനിമ അവർക്ക് കുടുംബത്തോടുള്ള അതിയായ സ്നേഹത്തെ ചിത്രീകരിക്കുവാൻ ശ്രമിക്കുന്നു. വീടിനകത്തും, തൊഴിലിടത്തും, സേട്ടുപാപ്പയുടെ കടയിലും മറ്റുമായാണ് ജെന്നിഫറിന്റെ ലോകം ചിത്രീകരിച്ചിരിക്കുന്നത്. മറ്റു ജൂതപെൺകുട്ടികളുമായുള്ള ബന്ധമോ, ജൂതസമൂഹവുമായുള്ള ബന്ധമോ ഇവിടെ കാണുന്നില്ല. ഇത് സിനിമയുടെ ആഖ്യാനകേന്ദ്രം വംശീയവിഷയമല്ല, ഇവരുടെ പ്രണയ ജീവിതമാണ് എന്നതിന്റെ അടിസ്ഥാനത്തിലാണ്. മതപരമായ ചിഹ്നങ്ങൾ കൊടുത്ത് വ്യക്തിത്വ പ്രകാശനത്തിന്റെ ഒരു സാധ്യതയാക്കി ജെന്നിഫറിനെ ദൃശ്യവൽക്കരിക്കുവാൻ സിനിമ ശ്രമിക്കുന്നില്ല. ദരിദ്രനായിട്ടും, സച്ചിദാനന്ദന്റെ സ്നേഹത്തിന്റെ ഉറവ തേടിയെത്തുന്ന ജനപ്രിയ സിനിമയിലെ ടൈപ്പ് നായികയായി ജെന്നിഫറിനെ ആഖ്യാനം ചെയ്തിരിക്കുന്നു.

കൊച്ചിയിലെ ജൂതരെ 'വെളുത്ത ജൂതന്മാർ' എന്നും 'കറുത്ത ജൂതന്മാർ' എന്നും ചരിത്രകാരന്മാർ രണ്ടായി തിരിച്ചിരിക്കുന്നു. ചില പണ്ഡിതന്മാർ 'തവിട്ടുനിറമുള്ള ജൂതന്മാർ' എന്ന മൂന്നാമതൊരു വിഭാഗമുള്ള

തായും പറഞ്ഞിരിക്കുന്നു. ഇത്തരം വിഭജനം തന്നെ ജൂതരെ അന്യരായി (other) കാണുന്ന പ്രവണതയാണെന്ന് മനസിലാക്കാം. കേരള സംസ്കാരത്തിൽ പ്രബലരല്ലാത്ത ഒരു വിഭാഗമാണ് ജൂതരെന്നതിനാൽ തദ്ദേശീയർ അപരരെന്ന കാഴ്ചപ്പാടാണ് വച്ചു പുലർത്തിയിരുന്നത്.

"ഇന്ത്യയുടെ സ്വാതന്ത്ര്യലബ്ധിയെ തുടർന്ന് അധികം താമസിയാതെ തന്നെ ഇസ്രായേൽ രാഷ്ട്രവും സ്ഥാപിതമായി. ഇസ്രായേൽ രാജ്യത്തേക്ക് പോകുവാനും അവിടെ തങ്ങളുടെ പുണ്യഭൂമിയുടെ നിർമാണത്തിൽ പങ്കുകൊള്ളുവാനും ഉള്ള മതപരമായ അഭിനിവേശം കൊച്ചിയിലെ ജൂതന്മാർക്കിടയിൽ സംജാതമായി. മാളയിലെ ജൂതസമുദായമാണ് ആദ്യമായി അങ്ങോട്ട് പോയത്. ജൂതപ്പള്ളിയും ശ്മശാനസ്ഥലവും മാള പഞ്ചായത്തിനെ ഭരണമേൽപ്പിച്ച് 1954 ഡിസംബർ 12-ാം തീയതി മാളയിലെ ജൂതസമുദായം ആകമാനം ഇസ്രായേലിലേക്ക് കപ്പൽകയറി. കൊച്ചിയിൽ കടവുംഭാഗത്തും തെക്കുംഭാഗത്തുമുള്ള ജൂതപ്പള്ളികളും ചേന്ദമംഗലം ജൂതപ്പള്ളിയും, ഭൂരിഭാഗം ജൂതന്മാർ ഇസ്രയേലിലേക്ക് പോയിക്കഴിഞ്ഞതുകൊണ്ട് ഇപ്പോൾ അടച്ചിട്ടിരിക്കുകയാണ്. ഇങ്ങനെ മറ്റ് ജൂതന്മാരെപ്പോലെ തങ്ങളുടെ നാട്ടിലേക്ക് പോകുവാൻ ഗ്രിഗറിയും കുടുംബവും ആഗ്രഹിക്കുകയാണ്. തന്റെ മക്കളുടെ ഭർത്താക്കന്മാരാൽ ഇസ്രായേലിലേക്കു പോകാൻ ഗ്രിഗറിക്കു സാധിച്ചില്ല. ജെന്നിഫറിലൂടെ തന്റെ മോഹം സഫലമാവാൻ കാത്തിരിക്കുകയാണ്. ജെന്നിഫറിനെ വിവാഹം ചെയ്യാൻ വരുന്ന ഇഷാക്കിന്റെ മാതാപിതാക്കളാണ് ഈ സിനിമയിൽ പ്രത്യക്ഷപ്പെടുന്ന മറ്റൊരു ജൂതകുടുംബം. ഗ്രിഗറിയും കുടുംബവും സമൂഹവുമായി യാതൊരു ബന്ധവും പുലർത്തുന്നില്ല. കൊച്ചിയിൽനിന്ന് ഏതാണ്ട് എല്ലാ ജൂതകുടുംബവും ഇസ്രായേലിലേക്ക് പോയിക്കഴിഞ്ഞ അവസ്ഥയിലായിരിക്കണം "സ്വർഗം ഇസ്രായേലിലാണ്, എനിക്കവിടെ ക്കിടന്ന് മരിക്കണം" എന്ന മോഹം ഗ്രിഗറിയിൽ ചൂടുപിടിക്കുന്നത്. പാലസ്തീനിൽ ജൂതരാഷ്ട്രം നിലവിൽ വന്നതിനുശേഷം ലോകത്തിന്റെ നാനാ രാഷ്ട്രങ്ങളിൽ നിന്നുമുള്ള ജൂതന്മാർ ഇസ്രായേലിലേക്കു വരുവാൻ തുടങ്ങി. ഈ വംശീയ രാഷ്ട്രബോധമാണ് വൈകിയാണെങ്കിലും ഗ്രിഗറിയിൽ കാണുന്നത്. ഇവിടെ പലസ്തീനിലെ ഒരു വിഭാഗം ജനങ്ങളെ സ്വന്തം രാജ്യത്തുനിന്ന് പുറത്താക്കിയ ഇസ്രായേലിന്റെ സമകാലികമുഖം ഓർക്കേണ്ടതാണ്. ഒരു രാജ്യത്തിലെ ജനങ്ങളെ അഭയാർഥികളായി വിട്ടിട്ടാണ് ഇവർ ഇസ്രായേൽ രാഷ്ട്രം രൂപീകരിച്ച് കുടിയേറിയത്. നാസികളാൽ പീഡിപ്പിക്കപ്പെട്ട ജനത ഇന്ന് മറ്റൊരു വിഭാഗത്തെ പീഡിപ്പിക്കുന്നതിന്റെ ചരിത്രസന്ദർഭത്തിലാണ് ഗ്രിഗറിയുടെയും കുടുംബത്തിന്റെയും ആഗ്രഹത്തെയും വിശകലനം ചെയ്യേണ്ടത്. പിറന്ന മണ്ണിനെക്കാൾ ഇസ്രായേലിനെ സ്വർഗമായി തോന്നുന്നത് ഈ നാടിനോടുള്ള അന്യതാംകൊണ്ടാണ്.

ജൂതജനതയെ പാപവിമുക്തരാക്കാൻ ദൈവദൂതൻ വരുമെന്ന വിശ്വാസം എല്ലാ ജൂതന്മാർക്കിടയിലുമുണ്ട്. കടുത്ത യാഥാസ്ഥിതി

കരിൽനിന്ന് വ്യത്യസ്തമായി മറ്റുള്ളവർ ദൈവദൂതൻ ഒരു വ്യക്തിയായോ പാപവിമോചകനായോ ആയിട്ടല്ലാ ദർശിക്കുന്നത്. മറിച്ച് നീതിയുടെയും ന്യായത്തിന്റെയും നന്മയുടെയും വിളനിലമായി മാറി അങ്ങനെ സ്വർഗ രാജ്യം ലഭ്യമാക്കുന്നതിനുവേണ്ടി ഒത്തൊരുമിച്ച് പ്രവർത്തിക്കുന്ന മനുഷ്യസമൂഹത്തെയാണ് അവർ ദൈവദൂതനിലൂടെ കാണുന്നത്. ഇഷാക്കിനെക്കുറിച്ച് ഗ്രിഗറിയുടെ അഭിപ്രായത്തിൽ "ദൈവം തമ്പുരാന് ഇവന്റെ മുഖമാണ്" എന്നാണ്. ഈ നാട്ടിൽ കിടന്ന് ഇങ്ങനെ നരകിക്കുമ്പോൾ നമ്മെ രക്ഷിക്കാൻ വന്ന ദൈവദൂതനായി ഇഷാക്കിനെ കരുതുന്നു.

ഗ്രിഗറിയെ ആദ്യമായി അവതരിപ്പിക്കുന്ന രംഗത്ത് അയാളെ കളിയാക്കിക്കൊണ്ടുള്ള നായകകഥാപാത്രത്തിന്റെ നടത്തം കാണാവുന്നതാണ്. അതുപോലെ പാട്ടുസേട്ടിന്റെ കടയിൽ ഗ്രിഗറി കയറി വരുമ്പോൾ "അതിർത്തിയിലേക്കു നുഴഞ്ഞു കയറാൻ ശ്രമിച്ച വൃത്തികെട്ട ഒരു വൃദ്ധനെ ഇസ്രായേൽ അഞ്ചംഗസംഘം കല്ലെറിഞ്ഞും വെടിവെച്ചും ശ്വാസംമുട്ടിച്ചും കൊന്നു" എന്ന് കളിയാക്കി പത്രവാർത്തയായി പറയുന്നുണ്ട്. ഇത് കേവലം കളിതമാശയ്ക്കപ്പുറം ഇന്നത്തെ പലസ്തീൻ-ഇസ്രായേൽ പ്രശ്നത്തിന്റെ അടിസ്ഥാനത്തിൽ വിശകലനം ചെയ്യേണ്ടതാണ്. ലോകരാഷ്ട്രീയ സംഭവവികാസങ്ങൾക്കകത്താണ് ഈ ഹാസ്യം നിലനിൽക്കുന്നത്. പാട്ടുസേട്ട് ഇഷാക്കിനെക്കുറിച്ച് പറയുന്നത് നോക്കുക. "ഇഷാക്ക് ഇവിടെ തെണ്ടിത്തിരിഞ്ഞു നടന്നയാളാണ്. ഇസ്രായേലിലേക്കു പോയപ്പോഴാണോ അയാൾ കേമനായത്." ഇവിടെ ഇസ്രായേലിന്റെ വിശുദ്ധതയും, ഇഷാക്കിന്റെ കേമത്തവും ചോദ്യംചെയ്യപ്പെടുന്നു. നാട്ടിൽ അലഞ്ഞു നടന്നയാൾ ഇസ്രായേലിന്റെ മണ്ണിൽ ചെന്ന് സമ്പന്നനാകുമ്പോൾ അയാൾക്കു വന്നുചേർന്ന കേമത്തം ജന്നിഫറിനെ സ്നേഹിക്കുന്ന സച്ചിദാനന്ദന് ഇല്ല എന്നതും ഈ വർത്തമാനത്തിൽ ഉൾച്ചേർന്നിരിക്കുന്നു. എൻ എസ് മാധവന്റെ ആദ്യനോവലായ *ലന്തൻബത്തേരിയിലെ ലുത്തിനിയകളിൽ* ജൂതനെ പരാമർശിക്കുന്ന ഒരു രംഗം നോക്കുക.

"ചേന്ദമംഗലത്തെ മുട്ടക്കച്ചവടക്കാരായ കറുത്ത ജൂതന്മാരുടെ കൂട്ടത്തിൽനിന്ന് ലന്തൻബത്തേരിയിലേക്കു കുടിയേറിയ ഏലിയാസാണ് ആംഗ്ലോ-ഇന്ത്യക്കാർക്ക് വാത്തുമുട്ട വിറ്റിരുന്നത്. അയാൾ ശാരദാമ്മയെ തിരഞ്ഞു കണ്ടെത്തി അച്ചുകുത്തിയിരുന്നു. മുട്ടക്കച്ചവടക്കാരനായ ജൂതനെ മണ്ടനായിട്ടാണ് ലന്തൻബത്തേരിക്കാർ കണ്ടിരുന്നത്. സ്വമേധയാ അച്ചുകൂടി സ്വീകരിച്ചപ്പോൾ അയാൾ കൂടുതൽ മണ്ടനായി. ജൂതന് ബുദ്ധി ഉണ്ടാകണമെങ്കിൽ പീഡനം അനുഭവിച്ചിരിക്കണം എന്ന് ഒരു വിശ്വാസം ലന്തൻബത്തേരിയിൽ പരന്നു."

ഇത്തരത്തിൽ ജൂതരെ ചിത്രീകരിക്കുന്നത് ജൂതരുടെ സംസ്കാരം അന്യമായി കാണുന്നതുകൊണ്ടാണ്. അതോടൊപ്പം ലോകവ്യാപകമായി അവർ അനുഭവിച്ച പീഡനത്തിന്റെ ക്രൂരമായ മുഖം തദ്ദേശീയർ ഹാസ്യാത്മകമായി കാണുന്നതിന്റെ ആവിഷ്കാരവുമാണിത്. കേരളീയ സംസ്കാരത്തിലെ സാമ്പത്തിക, രാഷ്ട്രീയ മേഖലയിൽ ജൂതസമൂഹം കാര്യമായ

പങ്കുവഹിക്കുന്ന ഒരു അധികാര വർഗമല്ലാത്തതുകൊണ്ട് മറ്റു വിഭാഗങ്ങൾ മതേതരത്വം പുലർത്താത്ത രീതിയിൽ കണ്ടു. അവഹേളനപരമായി ചിത്രീകരിക്കുന്നതിലെ ആശയങ്ങൾ ഇതാണ് സൂചിപ്പിക്കുന്നത്. ജൂതസമൂഹത്തെ ദേശീയസ്വത്വത്തിന്റെ ഭാഗമായി കാണാതെ ഭൂരിപക്ഷത്തിന്റെ സംസ്കാരത്തെ രാജ്യത്തിന്റെ സംസ്കാരമായി സാമാന്യവൽക്കരിക്കുന്ന രീതിയുടെ സൂചനകൂടിയാണിത്.

ഗ്രാമഫോണിൽ സമാന്തരമായി തുടരുന്ന മറ്റൊരു പ്രധാനകഥ ബോംബെയിൽനിന്ന് വന്ന പ്രശസ്ത പാട്ടുകാരി ആര്യാദേവിയുടെയും മകളുടെയുമാണ്. രവീന്ദ്രനാഥിന്റെ പാട്ടുപാടി പണവും പ്രശസ്തിയും നേടിയ അവർ നിലംകുത്താൻ സ്ഥലംകിട്ടാത്ത അവസ്ഥയിലാണിന്ന്. ഒരു സംഗീത ആൽബത്തിനുവേണ്ടി സച്ചിദാനന്ദനെയും കൂട്ടരെയും പ്രേരിപ്പിക്കുകയും അവസാനം അവരെ ചതിക്കുകയും ചെയ്യുന്നു. "സകല ലക്ഷ്വറിയോടുകൂടി താമസിച്ച അമ്മയും മകളും ഇന്ന് നിലംകുത്താൻ സ്ഥലംകിട്ടാത്ത അവസ്ഥയിലാണെന്ന് മകൾ പൂജ പറയുന്നുണ്ട്. രവീന്ദ്രനാഥിന്റെ സംഗീതം അവർക്ക് തുണയായതുപോലെ, മകന്റെ സംഗീതവും അവരെ രക്ഷിച്ചു. കൊച്ചി ജൂതതെരുവിൽ അരങ്ങേറുന്ന ഹിന്ദുസ്ഥാനി ഗാനങ്ങളും, ഗസലുകളും *ഗ്രാമഫോണിൽ* കാണുന്നുണ്ട്. ജൂതരുടെ പാട്ടിൽ ഹിന്ദുസ്ഥാനി സംഗീതവും, മലയാള സിനിമാസംഗീതവുമെല്ലാം ചേർന്നിരിക്കുന്നത് ജൂതസംസ്കാരത്തെ ഇവ സ്വാധീനിച്ചതായി മനസിലാക്കാം.

ഇഷാക്ക് എല്ലാവർക്കും വിസകൊണ്ടു വന്നിട്ടുണ്ടെന്നറിഞ്ഞ് ഗ്രിഗറിയുടെ കുടുംബം സന്തോഷിക്കുന്നു. ഈ വൃത്തികെട്ട ഭൂമിയിലേക്ക് ഇനിയില്ല എന്നുപറഞ്ഞ് വീടിന്റെ ഉടമസ്ഥനോട് യാത്രയും പറഞ്ഞുപോകുന്ന അവരെ ഇഷാക്ക് പറ്റിക്കുന്നു. ജെന്നിഫറിന് മാത്രമേ വിസകൊണ്ടുവന്നിട്ടുള്ളൂ എന്നറിഞ്ഞ വൃദ്ധൻ ജൂതടൗണിൽ വരുമ്പോൾ തന്റെ ആദ്യംപറഞ്ഞ അഭിപ്രായങ്ങൾ മാറ്റുന്നു" ആരുപറഞ്ഞു ഇത് ഡേർട്ടി ലാൻഡ് ആണെന്ന്. ഞങ്ങൾ ജനിച്ച നാടല്ലേ ഇത്. ജനിച്ച നാടല്ലേ ഞങ്ങൾക്ക് പ്രോമിസ്ഡ് ലാൻഡ്. ഇത് ഗോഡ്സ് ഓൺ കൺട്രിയാ. ഞങ്ങൾ ഇനി മറ്റെങ്ങുമില്ല" എന്നുപറയുന്നു. ഇസ്രായേലിലേക്കുള്ള അവസാന പ്രതീക്ഷയും പൊലിഞ്ഞ ഗ്രിഗറിക്കും കുടുംബത്തിനും ഇത് പറയേണ്ടി വരുന്നത് ഇഷാക്കിന്റെ ചതിമൂലമാണ്. പ്രത്യക്ഷതലത്തിൽ രാഷ്ട്രീയ സൂചനകളില്ലെങ്കിലും ഇസ്രയേൽ പലസ്തീൻ ദേശത്തോടു കാണിക്കുന്ന അതിക്രമം (പ്രത്യേകിച്ചും മതരാഷ്ട്രം എന്നപേരിൽ) ജൂതപൗരനിൽ കാണുമെന്ന സൂചനചിത്രം നൽകുന്നു. ഗ്രിഗറിയുടെ പെരുമാറ്റം അവസരവാദമായും കാണാവുന്നതാണ്. ജൂതകുടുംബം മറ്റു സമൂഹവുമായി ബന്ധപ്പെടാതെ ജീവിക്കുന്നത് ഇവർ അന്യരാണെന്ന സൂചന സിനിമ നൽകുന്നു. ഇസ്രായേലിലേക്ക് പോകാനാവാതെ വന്ന ജന്നിഫറിനെ തൊഴിലില്ലാത്തവനായ നായകൻ സ്നേഹപൂർവം സ്വീകരിക്കു

ന്നു. ഇവിടെ സച്ചിദാനന്ദന് രക്ഷകന്റെ സ്ഥാനമാണുള്ളത്. ജൂതരാൽ പറ്റിക്കപ്പെട്ട കുടുംബത്തിന്റെ രക്ഷകനായി സച്ചിദാനന്ദൻ മാറുന്നു.

അന്തിമമായി, ഇസ്രായേലിന്റെ അതിക്രൂരമായ പാലസ്തീൻ കടന്നാക്രമണങ്ങളുടെ ലോകവ്യാപകമായ പ്രതിഷേധവും, കേരളത്തിന്റെ സാമൂഹിക, സാമ്പത്തിക, രാഷ്ട്രീയ മേഖലയിൽ ജൂതവംശജരുടെ അഭാവവും, അതുമൂലമുണ്ടാക്കിയ അന്യത്വവുമാണ് *ഗ്രാമഫോണി*ലെ രാഷ്ട്രീയബോധമായി പ്രവർത്തിക്കുന്നത്. പ്രത്യക്ഷത്തിൽ ജൂത–ഹിന്ദു പ്രണയം ചിത്രീകരിച്ചിരിക്കുന്ന *ഗ്രാമഫോണിൽ* സമകാലിക ചരിത്രത്തിന്റെ ജൂതവിദ്വേഷത്തിന്റെ അടയാളങ്ങളാണ് ചിത്രീകരിച്ചിരിക്കുന്നതെന്ന് മനസിലാക്കാനാകും. അതോടൊപ്പം ദൈവത്തിന്റെ സ്വന്തം നാടാണ് കേരളമെന്നും, ഇവിടത്തെ സംസ്കാരമെന്നും രക്ഷകനായ നായകനാൽ ആഖ്യാനം ചെയ്യപ്പെടുന്നു.

സിനിമാ ഗാനാവതരണം വിപണിയുടെ മാറുന്ന സമവാക്യങ്ങൾ

മലയാള സിനിമയുടെ ആദ്യകാലം മുതൽ തന്നെ സിനിമാഗാനങ്ങൾ ആവിഷ്കരിക്കപ്പെട്ടു കാണുന്നുണ്ട്. അന്നുവരെ കേരളീയ സമൂഹത്തിൽ വളരെയധികം പ്രാധാന്യമുണ്ടായിരുന്ന ഗാനസംസ്കാരത്തെ സിനിമയിലേക്കു കൊണ്ടുവരുന്നതിനു പല കാരണങ്ങളുമുണ്ടായിരുന്നു. ജനങ്ങളെ പുതിയ കലയായ സിനിമ കാണുവാൻ പ്രേരിപ്പിക്കുക എന്നതാണ് ഒരു മുഖ്യകാരണം. മറ്റൊരു കാരണം അന്ന് സമൂഹത്തിൽ ജനപ്രിയങ്ങളായിരുന്ന സംഗീത നാടകം, കാക്കാരശ്ശി നാടകം, ബാലെ, കഥാപ്രസംഗം, തുള്ളൽ, കഥകളി, കൂടിയാട്ടം തുടങ്ങിയ ഒട്ടേറെ ദൃശ്യകലാരൂപങ്ങളിൽ സംഗീതത്തിനു വളരെ പ്രാധാന്യമുണ്ടായിരുന്നതും. ഈ ജനപ്രിയ ക്ലാസിക്കൽ കലകളുടെ പ്രേക്ഷകരെയാണ് സിനിമയെന്ന കലാരൂപം സ്വീകരിച്ച് തിയറ്ററിലേക്ക് ആകർഷിച്ചത്. ഇതിന് സംഗീതം ഒരു വഴിയായിരുന്നു. ഇത്തരത്തിൽ സിനിമയിൽ വന്നുപെട്ട സിനിമയിലെ ഗാനങ്ങൾക്കും അവതരണങ്ങൾക്കും കാലാകാലങ്ങളിൽ എന്തുമാറ്റമാണ് വന്നത്? ഗാന സംസ്കാരത്തിലും സിനിമയുടെ സൗന്ദര്യതലത്തിലും വന്ന ഈ മാറ്റങ്ങൾ വിപണിയെ കേന്ദ്രീകരിച്ചായിരുന്നില്ലേയെന്നും അന്വേഷിക്കേണ്ടതുണ്ട്. അതോടൊപ്പം ഗാനാവതരണങ്ങൾ നമ്മുടെ സംസ്കാരത്തിൽ കൊണ്ടുവന്ന ആശയങ്ങൾ പരിശോധിക്കപ്പെടേണ്ടതുണ്ട്. ഇത്തരത്തിൽ മലയാളഗാനാവതരണത്തിന്റെ സാംസ്ക്കാരിക രാഷ്ട്രീയമാണ് ഈ ലേഖനത്തിൽ വിശകലനം ചെയ്യുന്നത്.

സിനിമാഗാനങ്ങൾ ജനപ്രിയതയുടെ ഒരു ഘടകമാണ്. ഇന്ത്യൻ സിനിമയിൽ ആദ്യകാലം മുതൽതന്നെ ഗാനങ്ങൾ ആവിഷ്കരിക്കുന്നുണ്ട്. പിന്നീട് പാശ്ചാത്യ സിനിമാസങ്കൽപ്പമനുസരിച്ച് സമാന്തര സിനിമ/നവസിനിമ തുടങ്ങിയ സിനിമാസങ്കൽപ്പങ്ങളും രൂപങ്ങളും പ്രത്യക്ഷപ്പെ

ടുകയും സിനിമാഗാനാവതരണങ്ങൾ 'കച്ചവടതന്ത്ര'ത്തിനുവേണ്ടിയാണെന്ന ഒരു ലേബലിലേക്ക് ഒതുക്കപ്പെട്ടു. ജനപ്രിയ സിനിമയുടെ അവിഭാജ്യഘടകമായി ചലച്ചിത്ര ഗാനാവതരണങ്ങൾ കരുതപ്പെട്ടു. ഇന്ത്യൻ സിനിമയുടെ 'സ്വത്വ'മായി ചലച്ചിത്ര ഗാനങ്ങളെ കാണുവാൻ എഴുപതുകളിലെയും തുടർന്നും വന്ന നിരൂപകർ മറന്നു. കേവലം കച്ചവടത്തിനു മാത്രമുപയോഗിക്കുന്നതാണോ സിനിമാഗാനാവതരണങ്ങൾ? സിനിമയുടെ പ്രമേയത്തിനനുസരിച്ച് സിനിമയോടിണങ്ങി ഗാനാവതരണങ്ങൾ സൃഷ്ടിക്കുന്ന നല്ല സംവിധായകരും സിനിമകളും മലയാളത്തിലുണ്ട്. എന്നാൽ വിപണിയുടെ രാഷ്ട്രീയത്തെ കൃത്യമായി ഇത്തരം ഗാനാവതരണങ്ങളും ഉപയോഗപ്പെടുത്തുന്നുണ്ടാവാം.

മലയാളത്തിലെ ആദ്യത്തെ സൂപ്പർഹിറ്റ് സിനിമയായ *ജീവിതനൗക*യിൽ നിരവധി ഗാനങ്ങളുണ്ട്. ഈ ഗാനങ്ങളിൽ ഏറെയും നായകനും നായികയും പാടുന്നതായിട്ടാണ് ചിത്രീകരിച്ചിരിക്കുന്നത്. പ്രണയത്തിലും ശോകത്തിലുമെല്ലാം ഇവർ പാട്ടുപാടുന്നതായിട്ടാണ് ഗാനാവതരണം. സിനിമയിൽ 'പാട്ട്'പാടേണ്ടതാണ് എന്ന 'യാഥാർത്ഥ്യ'ബോധമാണ് ഇത്തരത്തിലുള്ള ഗാനാവതരണത്തിന് കാരണം. മറ്റ് കലകളിൽ കാണുമ്പോലെ തൽസമയം പാടുന്ന രീതിയാണ് ആദ്യകാല സിനിമയിൽ കാണുന്നത്. കൂടാതെ നായകനും നായികയും സ്ഥലപശ്ചാത്തലം മാറാതെ തന്നെ ഒരു ഗാനം പാടിത്തീർക്കുകയും ചെയ്യുന്നു. ഇതെല്ലാം 'യഥാതഥത്വ'ത്തെ സംബന്ധിച്ച സങ്കൽപ്പങ്ങളെയാണ് കാണിക്കുന്നത്.

പ്രണയഭാവമുൾക്കൊണ്ട് പാടി അഭിനയിക്കുന്ന നായകനായികമാർ, വിരഹത്തിൽ വിരഹഭാവം തകർത്തഭിനയിക്കുന്നതും കാണാം. നാടകത്തിലെ അതിവൈകാരികാഭിനയ രീതിയാണ് ഇത്തരം സിനിമയിലും കാണുന്നത്. സംഗീത നാടകത്തിലെയും കഥകളിയിലെയും അഭിനയത്തിന്റെ ചില തന്ത്രങ്ങൾ ഇവിടെ പരീക്ഷിക്കപ്പെടുന്നുണ്ട്. സിനിമ ഒരു ആധുനിക കലയാണെങ്കിലും സിനിമയുടെ തുടക്കത്തിൽ കാണുന്ന അഭിനയരീതികൾക്ക് അതിനു മുമ്പുണ്ടായിരുന്ന പല ദൃശ്യകലാഭിനയരീതികളുമായി ബന്ധമുണ്ടായിരുന്നുവെന്നാണ് ഇതെല്ലാം വ്യക്തമാക്കുന്നത്. *നീലക്കുയിൽ* സിനിമയിലെ ഗാനാവതരണങ്ങളിൽ കാണുന്നത് കേരളീയതയുടെ ചില ചിഹ്നങ്ങളാണ്. പ്രകൃതിരമണീയത, മതേതരത്വം, പൊതു ഇടങ്ങൾ, നാടോടി സംസ്കാരം എന്നിവയെല്ലാം ഈ സിനിമയുടെ ഗാനാവതരണങ്ങളിൽ മുഴച്ചുനിൽക്കുന്നുണ്ട്. ഗാനാവതരണങ്ങളിൽ യാഥാർത്ഥ്യവും സ്വപ്നവുമെല്ലാം അന്നും ആവിഷ്കരിക്കുന്നുണ്ട്. സ്വപ്നത്തെ അതായി കാണുവാനും യാഥാർത്ഥ്യത്തെ യാഥാർത്ഥ്യമായി കാണുവാനും ഗാനാവതരണങ്ങൾ ശ്രദ്ധിച്ചിരുന്നു.

അറുപതുകളിൽ സിനിമയുടെ ടെക്നോളജിയിലുണ്ടായ മാറ്റങ്ങൾ സിനിമയുടെ ഗാനാവതരണത്തിലും ശ്രദ്ധേയമായിരുന്നു. ക്യാമറയുടെ വിവിധതരത്തിലുള്ള ചലനങ്ങളിലൂടെ ഗാനരംഗങ്ങൾ ചടുലമായി മാറി. ആദ്യകാലത്തെ നാടകരംഗങ്ങളെ ഓർമിപ്പിക്കുംവിധമുള്ള നിശ്ചല

ഫ്രെയിം ഇവിടെ ചലിക്കുംവിധം രൂപപ്പെട്ടു തുടങ്ങിയെന്നാണ് സൂചിപ്പിച്ചത്. പ്രകൃതിദൃശ്യങ്ങളിലേക്കും നായികനായകന്മാരുടെ അംഗവർണനകളിലേക്കും ക്യാമറ ചൂഴ്ന്നിറങ്ങുന്നതിന്റെ തുടക്കവും അറുപതുകളിൽ തുടങ്ങുന്നു.

സാഹിത്യകൃതികളെ ഉപജീവിച്ചു വന്ന അക്കാലത്തെ സിനിമകളിൽ സ്ത്രീവർണനകളുടെയും മതേതരത്വത്തിന്റെയും ഗാനാവതരണങ്ങൾ കാണാമായിരുന്നു. കൂടാതെ മറ്റു കലാരൂപങ്ങൾ (ഗാനമേള, നൃത്തം, കഥകളി തുടങ്ങിയവ) ഗാനരംഗങ്ങളിൽ തന്നെ അവതരിപ്പിക്കപ്പെടുന്ന പതിവും ഉണ്ടായിരുന്നു. പലതരത്തിലുള്ള കലകളുടെ സമ്മേളനം ആണ് ഒരർഥത്തിൽ സിനിമാഗാനരംഗങ്ങൾ. ഇക്കാലത്ത് ഗാനരംഗങ്ങളിൽ കോറസ് പ്രത്യക്ഷപ്പെട്ടിരുന്നില്ല. എന്നാൽ കഥാസന്ദർഭത്തിന് യോജിച്ച വിധത്തിൽ ഒരു ജനക്കൂട്ടായ്മയുടെ നൃത്തരംഗങ്ങളും ആഘോഷങ്ങളും ചിത്രീകരിച്ചിരുന്നു. കൂടാതെ ചില സിനിമകളിൽ ഹിന്ദി, തമിഴ് സിനിമകളെ അനുസ്മരിപ്പിക്കും വിധത്തിൽ ബാർ കാബറേ ഡാൻസുകൾ കാണാമായിരുന്നു. വില്ലന്റെ കാഴ്ചക്കോണിൽ നിന്നോ, മദ്യലഹരിയിൽപ്പെട്ട മറ്റു ഉപനായകരുടെ കാഴ്ചക്കോണിൽ നിന്നോ ആയിരിക്കും കാബറേ നൃത്തരംഗങ്ങൾ അവതരിപ്പിക്കുന്നത്.

ഓടയിൽനിന്ന്, ഇരുട്ടിന്റെ ആത്മാവ്, വാഴ്വേമായം, അരനാഴികനേരം എന്നു തുടങ്ങിയ നിരവധി സിനിമകളിലെല്ലാം ഗാനങ്ങൾക്ക് വളരെയധികം പ്രാധാന്യമുണ്ടായിരുന്നു. റേഡിയോവിലൂടെയും മറ്റു ഉച്ചഭാഷിണിയിലൂടെയും ഇത്തരം ഗാനങ്ങൾ കേരളീയ മനസുകളിൽ അലയടിച്ചിരുന്നു. പ്രണയത്തിലും വിരഹത്തിലും ആഘോഷത്തിലും ഗാനങ്ങൾ സിനിമയ്ക്കകത്തും (പുറത്തും) വേണമെന്നായി. ജാതിമതഭേദമില്ലാതെ ഇത്തരം ഗാനങ്ങൾ സ്വീകരിച്ചു തുടങ്ങി. അക്കാലത്തെ സിനിമാഗാനങ്ങളിൽ നഗര-ഗ്രാമ ചിത്രീകരണവും, വൈകാരികതയുടെ വിഭിന്ന ഭാവങ്ങളും ചിത്രീകരിച്ചിരുന്നു. ക്യാമറയുടെ പാനിങ്ങും ടിൽറ്റിങ്ങും ട്രോളി ഷോട്ടും സൂമിങ്ങുമെല്ലാം ഗാനാവതരണത്തിന് ജനപ്രിയതയേകി. പാടിയഭിനയിക്കുന്ന രീതിയിൽ നിന്നും ഗാനരംഗങ്ങൾ മാറി തുടങ്ങിയതും ഇക്കാലഘട്ടത്തിന്റെ അവസാനത്തോടെയാണ്. പശ്ചാത്തലത്തിൽ കഥാസന്ദർഭത്തിനനുസരിച്ച് ഗാനാവതരണങ്ങൾ (ആരും പാടാതെതന്നെ) ചിത്രീകരിച്ചു കണ്ടുതുടങ്ങി.

കണ്ടംബെച്ച കോട്ട്, ചെമ്മീൻ തുടങ്ങിയ സിനിമകളോടെ ഗാനരംഗങ്ങളിൽ വിവിധ കളർകോമ്പിനേഷനുകൾ ഉപയോഗിച്ചു തുടങ്ങി. കളർ സിനിമകളുടെ ഉത്ഭവം പിൽക്കാലത്ത് വടക്കൻപാട്ട് സിനിമകൾക്കും പുരാണ സിനിമകൾക്കും ഗാനരംഗങ്ങളിൽ തിളങ്ങുന്ന വസ്ത്രങ്ങൾ കൊണ്ടുവരുവാനിടയാക്കി. പശ്ചാത്തലത്തിന്റെ കൃത്രിമമായ സൗന്ദര്യവും പ്രകൃതിഭംഗിയും ആവിഷ്കരിക്കുന്നതിന്റെ തുടർച്ചകൾ ഇക്കാലത്തുമുണ്ടായി. അറുപതുകളിലും എഴുപതുകളിലുമെല്ലാം ഗാനരംഗങ്ങളിൽ നായികാനായകന്മാർ വളരെ ഇഴുകി അഭിനയിക്കുന്നവരായിരുന്നു. ആലിം

ഗനത്തിന്റെയും മുഖമുരുമലിന്റെയും മൃദുലൈംഗിക ചേഷ്ടകൾ ഇക്കാലങ്ങളിലെ ഗാനരംഗങ്ങളിൽ കാണാം. എൺപതുകൾ മുതൽ മുഖ്യധാരാ സിനിമകളിൽനിന്ന് ഇത്തരത്തിലുള്ള ഗാനരംഗങ്ങൾ അപ്രത്യക്ഷമായിത്തുടങ്ങിയിരുന്നു. പിന്നീട് 'അഡൽട്ട് ഒൺലി' (അശ്ലീല) സിനിമകൾ ഇത്തരത്തിലുള്ള ഗാനരംഗങ്ങൾ ഏറ്റെടുത്തുതുടങ്ങുകയും ചെയ്തു. കേരളീയ സമൂഹത്തിൽ മുഖ്യധാരയിൽനിന്ന് ലൈംഗികതയുടെ രംഗാവതരണം മാഞ്ഞുപോകുന്നത് ഇക്കാലം മുതലായിരിക്കാം.

ബോധമനസിൽ അടിച്ചമർത്തപ്പെട്ടതും അബോധമനസിൽ ഉണർന്നിരിക്കുന്നതുമായ ലൈംഗികചോദനകളുടെ ആവിഷ്കാരമാണ് സിനിമാഗാനരംഗങ്ങളിൽ കാണുന്നത്. ഗാനരംഗങ്ങളേറെയുംതന്നെ പുരുഷലൈംഗിക കാഴ്ചക്കോണിലൂടെ ചിത്രീകരിക്കപ്പെടുന്നവയാണ്. ചലച്ചിത്രഗാനങ്ങളുടെ ദൃശ്യങ്ങളിലൂടെയും വരികളിലൂടെയും അനുഭവിക്കുന്ന കൃത്രിമമായ ലൈംഗിക സംതൃപ്തിയുടെ ശൂന്യതയും അപകടവും 'ചിത്രഗീതങ്ങൾ– ലൈംഗിക സ്വപ്നങ്ങൾ' എന്ന ലേഖനത്തിൽ വി കെ ജോസഫ് വിശദീകരിക്കുന്നുണ്ട്.

> അസംസ്കൃതമായ വിലക്കപ്പെട്ട ലൈംഗിക മോഹങ്ങളുടെ സാക്ഷാൽക്കാരമാണ് ഓരോ പ്രേക്ഷകനും സ്ക്രീനിൽ തേടുന്നത്. അത് ഇന്ത്യൻ സമൂഹത്തിന്റെ ഒരു പൊതുസ്വഭാവമായി നിലനിൽക്കുകയും ചെയ്യുന്നു. നമ്മുടെ സിനിമയിലേതുപോലെ ലോകസിനിമയിലൊരിടത്തും നായികാനായകന്മാരുടെ പ്രണയചേഷ്ടകൾ പാട്ടുകളിലൂടെയും നൃത്തങ്ങളിലൂടെയും ആവിഷ്കരിക്കാറില്ല. ലൈംഗികതയോട് കുറേക്കൂടി ശാസ്ത്രീയവും ആരോഗ്യകരവുമായ ഒരു സമീപനം പുലർത്തുന്ന സമൂഹങ്ങളായതുകൊണ്ടാകാം ഈ തന്ത്രങ്ങൾ അവരുടെ ജനപ്രിയ സിനിമകളുടെ ഭാഗമാകാത്തത്.

ഇന്ത്യൻ സിനിമയിൽ സെൻസർ ബോർഡിന്റെ കർക്കശമായ നിയന്ത്രണവും മതപൗരോഹിത്യത്തിന്റെ സദാചാരവ്യവസ്ഥയും നിലനിൽക്കുന്നതുകൊണ്ട് ലൈംഗിതകയുടെ ആവിഷ്കരണത്തിന് വിലക്കുകളുണ്ട്. അതിനാൽ ലൈംഗികതയുടെ പൂർത്തീകരണത്തിനായി ഗാനരംഗങ്ങളിൽ മൃദുലൈംഗിക ബിംബങ്ങൾ ഉപയോഗിക്കുന്നു. വരികളിലും നൃത്തങ്ങളിലും ക്യാമറാ ചലനങ്ങളിലും ഇതു പടർന്നുകയറുന്നതു കാണാം.

എഴുപതുകൾ സമാന്തര, നവതരംഗ സിനിമകളുടെ കാലഘട്ടമായിരുന്നു. ഗാനരംഗങ്ങളെ പൂർണമായും ഉപേക്ഷിച്ചുകൊണ്ട് പാശ്ചാത്യ സിനിമകളുടെ 'യാഥാർഥ്യ'ബോധത്തെ ഉൾക്കൊണ്ട് സിനിമകൾ നിർമിക്കപ്പെട്ടു. എന്നാൽ അക്കാലത്തെ 'ജനപ്രിയ സിനിമ'കൾ സിനിമയിൽ ഗാനങ്ങളെ അവതരിപ്പിച്ചുകൊണ്ടുമിരുന്നു. വളരെ കാൽപ്പനിക ഗാനങ്ങളും അവതരണങ്ങളും ഇക്കാലത്ത് ചിത്രീകരിക്കപ്പെട്ടിരുന്നു. ഗാനരംഗങ്ങളിൽ 'കോറസ്' പ്രത്യക്ഷപ്പെടുന്നത്, കൂടുതലായി കണ്ടുവരുന്നത്

ഇക്കാലങ്ങളിലാണ്. കാടുകളിലോ, പാർക്കിലോ, വിജനമായ പ്രദേശങ്ങളിലോ നായികാനായകന്മാർ കോറസുകളോടൊപ്പം ആടിത്തിമർക്കുന്നത് ആവിഷ്കരിക്കപ്പെടുന്നു. ഗാനരംഗങ്ങളിൽ മാത്രം പ്രത്യക്ഷപ്പെടുന്ന ഇവരെ നായികാനായകന്മാരുടെ പ്രണയഭാവങ്ങളുടെ ശക്തികൂട്ടുവാനായാണ് ഉപയോഗിക്കുന്നത്. നായികാനായകന്മാരുടെ ഇഷ്ടത്തിനനുസരിച്ച് തുള്ളുന്നവരാണ് കോറസ്. സമൂഹത്തിന്റെ സദാചാര വ്യവസ്ഥയോടുള്ള ഒരു പ്രതികരണമാണ് കോറസുകളിലൂടെ നിറവേറ്റുന്നത്. കോറസുകൾ സ്വത്വബോധമില്ലാത്ത, അൽപ്പവസ്ത്രധാരികളോ, അപരിഷ്കൃതരോ, മാന്യവസ്ത്രധാരികളോ ആകാം. ഇവർ നായികാനായകന്മാരുടെ പ്രണയത്തിന് സ്തുതിഗാനവും നൃത്തവും ആടുന്നവരാണ്. സമൂഹത്തിന്റെ സമ്മതമാണ് ഇത്തരത്തിലുള്ള വ്യാജബിംബങ്ങളിലൂടെ, നായികാനായകന്മാർ (പ്രേക്ഷകരും) ആഗ്രഹിക്കുന്നത്. വിദേശികൾ ഗാനരംഗങ്ങളിൽ കോറസായി വരുന്നത് ഇന്നത്തെ സിനിമകളിൽ കാണുന്നുണ്ട്. കോളനീകരണത്തിന്റെ വിധേയത്വമോ, വിമർശനമോ ആകാം ഈ നവനൃത്തരംഗാവതരണങ്ങളിലൂടെ അർഥമാക്കുന്നത്.

ഇന്ത്യൻ സിനിമയിൽ ഗാനരംഗങ്ങൾക്ക് കഥാഗതിയെ മുന്നോട്ടുകൊണ്ടുപോകുവാൻ സാധിക്കുന്നുണ്ട്. എൺപതുകളിൽ പുറത്തുവന്ന നിരവധി സിനിമകളിൽ ഗാനരംഗങ്ങൾ കഥാസന്ദർഭവുമായി വളരെയധികം ഇഴചേർന്നിരിക്കുന്നു. അതുപോലെ കഥയുടെ വളർച്ചയെ ഒരു ഗാനത്തിലൂടെ അവതരിപ്പിക്കുവാനും ഇക്കാലത്ത് ശ്രമിച്ചിരുന്നു. ഗാനരംഗങ്ങൾ പരസ്യപ്പലകയായി രൂപപ്പെട്ടു തുടങ്ങുന്നതും ഈ സമയങ്ങളിലാണ്. ജ്വല്ലറിയിലും തുണിക്കടകളിലും കയറിഇറങ്ങുന്ന നായികാനായകന്മാരിലൂടെ ഇത്തരം കടകളുടെ പരസ്യവും സിനിമ നടത്തി തുടങ്ങുന്നു. വസ്ത്രം ആഭരണം, വീട്, വാഹനങ്ങൾ, ഗൃഹോപകരണങ്ങൾ എന്നിങ്ങനെ നിരവധി സാധനങ്ങളുടെ പരസ്യം സിനിമയിലെ ഗാനരംഗങ്ങളിലൂടെ ചിത്രീകരിച്ചു കാണുന്നുണ്ട്. ഗാനരംഗങ്ങൾ സമർഥമായി ഉൽപ്പന്നങ്ങളുടെ വിപണനത്തെ സഹായിക്കുന്ന മട്ടിൽ വളർന്നു വരുന്നതിന്റെ തുടക്കമാണ് ഇവിടെ കാണുന്നത്. വിദേശസ്ഥലങ്ങളിൽ ചിത്രീകരിക്കുന്ന സിനിമകളിൽ ഗാനരംഗങ്ങൾ ലോംഗ്ഷോട്ടുകളിലാണ് ചിത്രീകരിക്കുന്നത്. വിദേശ സ്ഥലങ്ങളുടെ സൗന്ദര്യം പ്രേക്ഷകർക്ക് ലഭിക്കാനാണ് ഇതുചെയ്യുന്നത്. ഇത്തരം ഗാനരംഗങ്ങളിൽ നായികാനായകന്മാർക്ക് അകമ്പടിയായി മനോഹരസ്ഥലങ്ങൾ പ്രത്യക്ഷപ്പെടുന്നു. കൂട്ടുകാർ ചേർന്നുള്ള പാട്ടും നൃത്തവുമെല്ലാം ഇക്കാലത്തെ സിനിമകളിൽ പ്രത്യക്ഷപ്പെട്ടിരുന്നു. ഏരിയൽ ഷോട്ടുകളും മൂവിങ്ഷോട്ടുകളും സ്ലോമോഷനുമെല്ലാം ഗാനരംഗങ്ങളെ മനോഹരമാക്കിക്കൊണ്ടിരുന്നു.

തൊണ്ണൂറുകൾക്കുശേഷം വരുന്ന സിനിമാഗാനരംഗങ്ങൾ സിനിമയുടെ പരസ്യത്തെ മുന്നിൽകണ്ടുകൊണ്ട് ചിത്രീകരിച്ചവകൂടിയായിരുന്നു. ദൂരദർശൻ, മറ്റു ചാനലുകൾ എന്നിവയിൽക്കൂടി ഗാനരംഗങ്ങൾ സംപ്രേക്ഷണം ചെയ്യുകയും ഇത്തരം ഗാനങ്ങൾ പ്രേക്ഷകരെ സ്വാധീ

നിക്കുകയും സിനിമ കാണാൻ പ്രേരിപ്പിക്കുകയും ചെയ്യുന്നു. എൺപതുകളുടെ മധ്യത്തോടെ ദൂരദർശനിൽ മലയാള സിനിമാഗാനരംഗങ്ങൾ സംപ്രേക്ഷണം ചെയ്യുന്ന പരിപാടികളും അവതരിപ്പിച്ചിരുന്നു. ഗാനരംഗങ്ങൾ ആവർത്തിച്ചാവർത്തിച്ച് ചാനലുകളിലൂടെ പ്രേക്ഷകർ കാണുകയും ഗാനരംഗം ഇഷ്ടപ്പെട്ട് സിനിമ കാണുവാൻ വരുന്ന സാഹചര്യവും അന്നുണ്ടായി. ഗാനരംഗങ്ങൾ വിജയിച്ചാൽ സിനിമ ഹിറ്റാകുമെന്നായി. അതിനാൽ സിനിമാഗാനരംഗങ്ങൾ മാത്രം ചിത്രീകരിക്കാൻ വിദേശത്തേക്ക് പോകുവാൻ സിനിമാലോകം തയ്യാറായി. സിനിമയിൽ നിന്ന് തീർത്തും മാറിനിൽക്കുന്ന സ്വപ്നലോകമായി വിദേശസ്ഥലങ്ങൾ മാറി. ഇവിടെയൊക്കെ പ്രേക്ഷകർ തീർത്തും ഒരു എന്റർട്രെയിനർ എന്ന മനോഭാവത്തിലൂടെയാണ് ഗാനങ്ങളെ കാണുന്നത്. സിനിമയിൽനിന്ന്, അതിന്റെ കഥാഘടനയിൽനിന്ന് ഒരു ബന്ധവുമില്ലാത്ത ഇത്തരം ഗാനരംഗങ്ങൾ പ്രേക്ഷകന്റെ വിനോദതാൽപ്പര്യങ്ങളെയാണ് സ്വാധീനിക്കുന്നത്.

സിനിമാഗാനരംഗങ്ങൾ പ്രത്യക്ഷത്തിൽ തന്നെ നിരവധി ഉൽപ്പന്നങ്ങളുടെയും കമ്പനികളുടെയും പരസ്യമായി മാറിത്തുടങ്ങുന്നത് രണ്ടായിരം മുതലാണ്. മുണ്ടുകളുടെയും ജ്വല്ലറികളുടെയും മൊബൈൽ കമ്പനികളുടെയും പാനീയങ്ങളുടെയും ഒക്കെ പരസ്യങ്ങൾ ഗാനരംഗങ്ങളിൽ അവതരിപ്പിക്കപ്പെട്ടു. കമ്പനികളുടെ സ്പോൺസറിലൂടെ ഗാനരംഗങ്ങൾ, അവരുടെ താൽപ്പര്യങ്ങൾക്കനുസരിച്ച് ചിത്രീകരിക്കപ്പെട്ടു. പ്രശസ്ത നടിമാരുടെയും അല്ലാത്തവരുടെയും 'ഐറ്റം ഡാൻസു'കൾ ഗാനരംഗങ്ങളിൽ കടന്നുവന്നു. മാദകനടിമാരുടെയും, മുൻനിര നടിമാരുടെയും പാട്ടുരംഗങ്ങൾ സിനിമയുടെ വിപണനത്തെ വളരെയധികം സഹായിച്ചു. ഇതേസമയം നടന്മാർ 'താരപദവി'യിലേക്ക് കുതിച്ചുയർന്നതോടെ വിപണിയിൽ ഇവർ ഒന്നാമതായി. സൂപ്പർ താരങ്ങളുടെ 'അതിമാനുഷികത' ഗാനരംഗങ്ങളിലൂടെ അവതരിപ്പിക്കപ്പെട്ടു. ചാനലുകളിലും ഇന്റർനെറ്റിലുമെല്ലാം സൂപ്പർതാരങ്ങളുടെ ഗാനരംഗങ്ങൾ തകർത്തോടി. ഇങ്ങനെ നടിമാർ അവരുടെ ശരീരപ്രദർശനത്തിലൂടെ കേരളീയ പ്രേക്ഷകസമൂഹത്തിൽ നിറഞ്ഞുനിൽക്കുവാൻ ശ്രമിച്ചുകൊണ്ടിരുന്നു.

ഇത്തരത്തിൽ ഗാനരംഗങ്ങൾ വിപണിയുടെ താൽപ്പര്യങ്ങൾക്കനുസരിച്ച് മാറിക്കൊണ്ടിരിക്കുകയാണ്. കഥയോടൊപ്പവും അല്ലാതെയും ഗാനരംഗങ്ങൾ ചിത്രീകരിക്കാമെന്നായി. നിരവധി ബ്രാൻഡുകളുടെ പരസ്യങ്ങളായി ഗാനരംഗങ്ങൾ മാറി. മാദകനൃത്തവും താരപദവിയും വിപണിയെ സഹായിക്കുന്ന ഘടകങ്ങളായി മാറി. സിനിമയുടെ പ്രമോഷനുവേണ്ടി 'പരസ്യഗാനരംഗങ്ങൾ' തന്നെ ചിത്രീകരിക്കുന്ന തലത്തിലേക്കും ഇതു വന്നെത്തിച്ചേർന്നിരിക്കുന്നു. സിനിമാഗാനരംഗങ്ങൾ തന്നെ ഒരു പ്രത്യേകഗണമായി, കേരളീയ ഗാനസംസ്കാരത്തിന്റെ അവഗണിക്കാനാവാത്ത ഒന്നായി മാറിയിരിക്കുന്നു.

ഗാനരംഗങ്ങളിൽ സ്ത്രീശരീരത്തെ മുറിച്ചു മുറിച്ചു കാണിക്കുന്ന (എഡിറ്റിങ്ങിൽ വന്ന പുതിയ സാങ്കേതികത വഴി) രീതി ഇന്നു കാണാം.

സ്ത്രീ സ്വത്വത്തെ കേവലം ഓരോരോ അവയവങ്ങളായി കാണിച്ച്, ചൂഴ്ന്നു നോക്കുന്ന ഗാനാവതരണങ്ങളാണവ. പ്രേക്ഷകരെ ഇത്തരം ഗാന രംഗങ്ങൾ അവരുടെ ലൈംഗികാനന്ദ തൃഷ്ണയെ പരിപൂർണതയിലെ ത്തിക്കാതെ തടഞ്ഞു നിർത്തുകയും ചെയ്യുന്നു. ഗ്രാഫിക്സും എഡി റ്റിങ്ങും ഗാനരംഗങ്ങളെ ചടുലമാക്കുന്ന പാശ്ചാത്യ സംഗീതവും റാപ്പും റെഗ്ഗെയുമെല്ലാംകൂടി കലരുന്ന സംഗീതമിശ്രണമായി പുതിയ ഗാനങ്ങൾ മാറുന്നു. കീഴാള സംഗീതസ്വരത്തിൽ മോഡേൺ വസ്ത്രമണിഞ്ഞ് നായി കാനായകന്മാർ നാടൻ നൃത്തമാടുന്ന ഗാനരംഗം പുതിയ കാലത്തിന്റെ കാഴ്ചയാണ്. മിന്നിമറയുന്ന നൃത്തച്ചുവടും ശരീരഭാഗങ്ങളും കൊണ്ടാ ടുന്ന ഗാനരംഗങ്ങളാണ് ഇന്ന് വ്യാപകമാകുന്നത്. ഏകസ്വരമല്ലാ, വൈവി ധ്യമാർന്ന സ്വരങ്ങളാണ് ഇന്ന് ഗാനങ്ങളിലൂടെ കേൾക്കുന്നത്. *ഫോർ ദി പീപ്പിളി*ലെ ഗാനങ്ങൾ സിനിമയുടെ വിജയത്തിനു കാരണമായതിന്റെ തെളിവാണ് സിനിമ കഴിഞ്ഞതിനുശേഷവും യുവതീയുവാക്കൾക്ക് നൃത്തംചെയ്യാൻ സിനിമയുടെ അവസാനവും ഗാനരംഗം (ലജ്ജാവതി യേ...) കൂട്ടിച്ചേർത്തത്. ഇന്ന് ഗാനരംഗങ്ങളിൽ ഗായകർ അഭിനയിക്കുന്ന രീതിയും (*ബോയ്ഫ്രണ്ട്, മൊഹബത്ത്*) കണ്ടുവരുന്നുണ്ട്. സിനിമയുടെ പരസ്യത്തിനു വേണ്ടി പ്രത്യേകം തയ്യാറാക്കിയ ഗാനരംഗങ്ങളിലും ഗായ കർ (*പെരുമഴക്കാലം, ബൽറാം v/s താരാദാസ്*) പ്രത്യക്ഷപ്പെടുന്നുണ്ട്.

പറഞ്ഞുവന്നതിത്രയുമാണ്. മലയാള സിനിമയുടെ വിപണനത്തിന് ഗാനവും ഗാനരംഗങ്ങളും വളരെയധികം സഹായിച്ചിരുന്നു. റേഡിയോ, ടേപ്പ് റെക്കോർഡ്, മറ്റു കലാ-സാംസ്കാരിക പരിപാടികൾ എന്നിവയി ലൂടെയും സിനിമാഗാനം കേരളീയ സംസ്കാരത്തിന്റെ പൊതുമുതലായി മാറി. റിയാലിറ്റി ഷോകൾ, മ്യൂസിക് ആൽബം, സ്റ്റേജ് പ്രോഗ്രാം, സിനി മാറ്റിക്ഡാൻസ് എന്നീ നിരവധി പരിപാടികളിലൂടെ ഈ ഗാനസംസ്കാരം പടർന്നു വളരുകയാണ്. വിപണനത്തിന്റെ മാറുന്ന സമവാക്യങ്ങൾക്ക നുസരിച്ച് ഗാനരംഗങ്ങളിൽ മാറ്റങ്ങളുണ്ടാകുന്നു. ടെക്നോളജി, സൗന്ദര്യ കുടുംബ മൂല്യങ്ങളിലുണ്ടാകുന്ന പരിണാമം, വിപണിയുടെ താൽപ്പര്യം എന്നിങ്ങനെയുള്ള നിരവധി ഘടകങ്ങൾ ഗാനരംഗാവിഷ്കാരങ്ങളെ നിര ന്തരം പുതുക്കിക്കൊണ്ടിരിക്കുകയാണെന്ന് ഇതിനാൽ മനസിലാക്കാം.

ഭാഗം II

ദ്രാവിഡ രാഷ്ട്രീയത്തിലെ വഴിമാറ്റം

"തലമുണ്ഡനം ചെയ്ത് എത്തുന്നവരും സ്ക്രീനിൽ അണ്ണൻ ആദ്യം വരുമ്പോഴും പ്രധാന ഗാനരംഗങ്ങൾക്ക് പൂക്കൾ വിതറാൻ താൽപ്പര്യപ്പെടുന്നവരും ദയവായി ഞങ്ങളുടെ ഓഫീസുമായി ഇന്ന് വീണ്ടും ബന്ധപ്പെടുക."

മലയാളി പ്രേക്ഷകരുടെ മുമ്പിൽ ഇത്തരത്തിലുള്ള ഒരു പത്രപ്പരസ്യം ആദ്യമായിരിക്കും. *ശിവാജി ദ ബോസ്* എന്ന സിനിമയുടെ റിലീസിങ്ങിന് പത്രത്തിൽ കൊടുത്ത ഈ പരസ്യം കേരളീയ സാംസ്കാരികാന്തരീക്ഷത്തിൽ രജനി പ്രതിഭാസം ഉയർത്തുന്ന സ്വാധീനത്തെ വിളിച്ചറിയിക്കുന്ന ഒന്നാണ്. *മാതൃഭൂമി* വാരാന്തപ്പതിപ്പിൽ 2007 ജൂൺ 10 ഞായറാഴ്ച വന്ന രജനിയുമായുള്ള അഭിമുഖം നോക്കുക. തിരിഞ്ഞുനോക്കുമ്പോൾ എന്നെ ഈ നിലയിൽ എത്തിച്ചതെല്ലാം ദൈവാനുഗ്രഹം മാത്രമാണെന്നു കാണാം. ആ കരുണയില്ലാതെ എനിക്ക് വളരാൻ കഴിയില്ല... ഋഷികേശിലെത്തി പത്തിരുപതു ദിവസം ഏകാന്തജീവിതം നയിച്ച് ഗുഹയ്ക്കുള്ളിൽ ധ്യാനവും നടത്തി കഴിയുമ്പോൾ ഞാൻ പുതുതായി പിറന്ന കുട്ടിയെപ്പോലെയാണ്. ആ മനസ്സുഖം പറഞ്ഞറിയിക്കാൻ പറ്റുന്നതല്ല. മനസ്സുഖമാണ് മുഖ്യം. മറ്റേതെല്ലാം രണ്ടാമത്തെ കാര്യം. സിനിമയ്ക്കു പുറത്തുള്ള രജനിയുടെ സ്വകാര്യജീവിതവും ആത്മീയ പ്രകടനവും രജനിയുടെ സിനിമകളുമായി കുറെയേറെ ബന്ധംപുലർത്തുന്നുണ്ട്. രജനിയുടെ സിനിമകളിലെ ഭൗതികാവസ്ഥയുടെ ഓരം ചേർന്നുനിൽക്കുന്ന ആത്മീയത, കഥാപാത്രങ്ങളുടെ സാമ്പത്തികവും, അധികാരപാത്രവുമായ വളർച്ച, കുട്ടികളുടെ പ്രകൃതത്തോടെയുള്ള അഭിനയം എന്നിവയെല്ലാം സിനിമയിൽ കാണുന്നതുപോലെ ഇത്തരം അഭിപ്രായങ്ങളിലും തെളിഞ്ഞു കാണാം.

*ശിവാജി*യുടെ കഥ മുതൽ ഷൂട്ടിങ് വരെ അതീവ രഹസ്യമായി വച്ചതാണ്. പത്രങ്ങളും സിനിമാ മാസികകളും മോഹൻലാൽ, അമിതാഭ് ബച്ചൻ തുടങ്ങിയവർ ഗസ്റ്റ് റോളിൽ അഭിനയിക്കുന്നുണ്ടെന്നുപോലും റിപ്പോർട്ട് ചെയ്തിരുന്നു. എന്നാൽ റിലീസിങ് സമയം അടുത്തപ്പോൾ കാര്യങ്ങൾ കുറെക്കൂടി വ്യക്തമായി. മാധ്യമങ്ങൾ തന്നെ സിനിമയുടെ പരസ്യം ഏറ്റെടുത്തു. കേരളത്തിന്റെ വിവിധ ജില്ലകളിൽ ഈ സിനിമയുമായി ബന്ധപ്പെട്ടു നടന്ന സംഭവങ്ങൾ മാധ്യമങ്ങൾ റിപ്പോർട്ട് ചെയ്യുകയുണ്ടായി. രജനി സ്റ്റൈൽ മാധ്യമങ്ങൾ നന്നായി ആഘോഷിച്ചു. രജനി സ്റ്റൈൽ എന്നത് 1975 ൽ കെ ബാലചന്ദർ സംവിധാനം ചെയ്ത *അപൂർവ രാഗങ്ങൾ* എന്ന സിനിമ തൊട്ട് തന്റെ മുപ്പതുവർഷത്തെ അഭിനയജീവിതത്തിനിടയിൽ അദ്ദേഹം ഉണ്ടാക്കിയെടുത്ത അഭിനയ ശൈലിയാണ്. ആദ്യചിത്രത്തിൽ ഏതാണ്ട് പതിനഞ്ചു മിനിറ്റേ പ്രത്യക്ഷപ്പെടുന്നുള്ളൂ വെങ്കിലും നായകനേക്കാൾ ആ കഥാപാത്രം ശ്രദ്ധിക്കപ്പെട്ടു. രജനിയുടെ നൂറാമത് തമിഴ് സിനിമയാണ് *ശിവാജി.* ഫാൻസ് അസോസിയേഷനുകളെ കൂട്ടുപിടിച്ചാണ് ഫിലിം വ്യവസായവും താരരാഷ്ട്രീയവും നിലനിൽക്കുന്നത്. അതുകൊണ്ട് നമ്മൾ കണ്ടുകഴിഞ്ഞ എം ജി ആർ, എൻ ടി ആർ പ്രതിഭാസം പുതിയ താരങ്ങളിലൂടെ പല വിധത്തിൽ ഇപ്പോഴും ആവർത്തിക്കുന്നത് സിനിമാവ്യവസായത്തിന്റെയും പ്രേക്ഷകസമൂഹത്തിന്റേയും താര ഉപഭോഗ ചോദനയെ തൃപ്തിപ്പെടുത്തിക്കൊണ്ടാണ്. രജനയുടെ ഷങ്കറിന്റെയും സിനിമകൾ വൻ ഹിറ്റുകളാണ്. ഷങ്കർ ഇതുവരെ തന്റെ സിനിമകളിലൂടെ കൊണ്ടുവന്ന രാഷ്ട്രീയ രജനി സിനിമകൾ മുന്നോട്ട് വച്ചുകൊണ്ടിരിക്കുന്ന രാഷ്ട്രീയവും തമ്മിൽ *ശിവാജി ദ ബോസ്* ഏതെല്ലാം വിധത്തിൽ ബന്ധപ്പെടുകയും ഇടയുകയും ചെയ്യുന്നുവെന്ന് അന്വേഷിക്കേണ്ടതുണ്ട്.

ജന്റിൽമാൻ മുതൽ അന്യൻ വരെ

ഷങ്കറിന്റെ ആദ്യകാല ഹിറ്റ് സിനിമയായ *ജന്റിൽമാൻ* (1993) മണ്ഡൽ വിരുദ്ധ പ്രക്ഷോഭത്തിന്റെ ന്യായീകരണമായി ചർച്ച ചെയ്യപ്പെട്ടിരുന്നു. വിദ്യാഭ്യാസമേഖലയിലുള്ള ബ്രാഹ്മണ്യത്തിന്റെ മേൽക്കൈയും അതുവഴി ഉണ്ടാകുന്ന ഭരണകൂട, സ്വകാര്യമേഖലയിലെ ഉന്നതജോലികളും നഷ്ടപ്പെടുന്നതിന്റെ വ്യാകുലതകളാണ് ഈ ചിത്രം മുന്നോട്ടുവയ്ക്കുന്നത്. ക്യാമ്പസ് പ്രണയത്തിന്റെ മാറുന്ന മുഖവും യുവതലമുറയുടെ അരാഷ്ട്രീയമായ അവസ്ഥയും ഉപഭോഗസംസ്കാരത്തിനോടുള്ള വിധേയത്വവും *കാതലൻ, കാതൽദേശം* എന്നീ സിനിമകൾ ദൃശ്യമാക്കുന്നു. *ജീൻസ്* സിനിമയിൽ വരേണ്യവിഭാഗത്തിന്റെ യൂറോ കേന്ദ്രീകൃത സ്വപ്നങ്ങളും പ്രണയസങ്കൽപ്പങ്ങളുമാണ്. തൊണ്ണൂറുകൾക്കുശേഷം രൂപപ്പെട്ട ആഗോളവൽക്കരണത്തിന്റെ അനന്തരഫലങ്ങളുടെ സാംസ്കാരിക മാറ്റ

ങ്ങൾ ഈ ചിത്രങ്ങളിൽ നമുക്ക് കാണാം. യൂറോ– അമേരിക്കൻ ഉന്നത വർഗത്തെ മാതൃകയാക്കുന്ന നാഗരിക യുവതലമുറ ഇവിടെ രൂപം കൊള്ളുന്നു. പുത്തൻ വിദ്യാഭ്യാസനയങ്ങൾ, ബഹുരാഷ്ട്ര കമ്പനികളുടെ ഇന്ത്യയിലേക്കുള്ള കടന്നുവരവ്, ഫാഷനിൽ കേന്ദ്രീകരിച്ച ജീവിതം എന്നിവയെല്ലാം ഇത്തരം ചിത്രങ്ങളുടെ പ്രമേയങ്ങളിൽ സൂക്ഷ്മമായി കടന്നുവരുന്നുണ്ട്.സ്വന്തം ജീവിതത്തിൽ മാത്രം ശ്രദ്ധ കേന്ദ്രീകരിച്ച് പാട്ടും നൃത്തവുമായി ജീവിതം ഉല്ലസിക്കുന്ന യുവതലമുറകളുടെ ജീവിതാവിഷ്കരണത്തിന് എ ആർ റഹ്മാന്റെ സംഗീതം സഹായകമാകുന്നു.

ഭരണകൂട അഴിമതികൾക്കെതിരെ ഒറ്റയാൻ പോരാട്ടം നടത്തുന്ന സ്വാതന്ത്ര്യ സമരസേനാനിയായ *ഇന്ത്യ*നിലെ വൃദ്ധൻ സ്വാതന്ത്ര്യാനന്തര ഇന്ത്യയുടെ വികസനത്തെക്കുറിച്ചുള്ള വിമർശമാണ് യഥാർഥത്തിൽ ഉന്നയിക്കുന്നത്. ഇയാളുടെ നാഗരികനായ മകൻ അഴിമതികളുടെ പിന്നാലെ പോകുന്നവനാണ്. മകനെ കൊന്നുപോലും ഇന്ത്യയെ അഴിമതി വിമുക്തമാക്കാൻ ഇന്ത്യൻ ശ്രമിക്കുന്നു. നഗരവാസിയായ പത്രപ്രവർത്തകൻ ഗവൺമെന്റ് ജോലി നേടാൻ ആഗ്രഹിച്ച്, അവിചാരിതമായി ഒരു ദിവസത്തെ മുഖ്യമന്ത്രിപദവി കിട്ടുമ്പോൾ തമിഴ്നാടിനെ അമേരിക്കയാക്കാൻ ശ്രമിക്കുന്നതാണ് *മുതൽവൻ* സിനിമയുടെ പ്രമേയം. രാഷ്ട്രവികസനത്തിനും നല്ല ഭരണത്തിനും തടസ്സം പൊതുമേഖലാസ്ഥാപനങ്ങളിലെ ഉദ്യോഗസ്ഥരാണെന്നും അവരുടെ നിഷ്കാസനത്തിലൂടെയേ പുരോഗതി അഥവാ സദ്ഭരണം ഉണ്ടാവുകയുള്ളൂ എന്നതാണ് സിനിമയുടെ ആശയം. രാഷ്ട്രീയത്തിന്റെ ഭരണസംവിധാനങ്ങളെല്ലാം തന്നെ അഴിമതി നിറഞ്ഞതാണെന്ന സാമാന്യബോധത്തെ കേവലം നായകന്റെ പ്രവൃത്തികൾകൊണ്ട് പരിഹരിക്കാമെന്ന വ്യാമോഹമാണ് സിനിമ മുന്നോട്ടുവയ്ക്കുന്നത്. തമിഴ്നാട്ടിൽ വൻ വിജയം നേടിയ *അന്യൻ* അതിന്റെ പ്രത്യയശാസ്ത്രപ്രവർത്തനം നിർവഹിക്കുന്നത് ബ്രാഹ്മണൻ, അബ്രാഹ്മണൻ എന്നീ നിർമിതികളെ സ്വാഭാവികവും പരസ്പരം എതിർനിൽക്കുന്നതും വീക്ഷിക്കുന്ന ഒരു ചട്ടക്കൂടിനുള്ളിലാണെന്ന സങ്കൽപ്പത്തെ നിരാകരിക്കുന്ന പഠനങ്ങളും വന്നിട്ടുണ്ട്. *അന്യനിൽ* വിദ്യാസമ്പന്നനും പുരോഗമന ചിന്താഗതിക്കാരനും യാഥാസ്ഥിതിക ബ്രാഹ്മണനുമായ അമ്പിയുടെ വ്യത്യസ്ത സ്വത്വപരിണാമങ്ങൾ അധികാരത്തിന് ഇളക്കം തട്ടുമ്പോൾ ഉണ്ടാകുന്ന ബ്രാഹ്മണിസത്തിന്റെ ഉത്കണ്ഠകളിൽനിന്ന് രൂപപ്പെട്ടതാണ്. സമകാലിക ഇന്ത്യയിൽ ബ്രാഹ്മണിസത്തിന് നൂറ്റാണ്ടുകളായി തുടരുന്ന തങ്ങളുടെ അധികാരം നിലനിർത്താൻ സ്വന്തം സ്വത്വത്തെ അഴിച്ചുപണിയേണ്ടതുണ്ട്. ഹിംസ ചെയ്യാൻ പാടില്ലാത്ത ബ്രാഹ്മണൻ (അമ്പി) അന്യനായി രൂപം പ്രാപിക്കുന്നത് ഇതിനാലാണ്. കൂടാതെ പാരമ്പര്യത്തിന്റെ ആചാര ക്രമങ്ങളിൽ തുടർച്ചയും ഇടർച്ചയും വരുത്തി ആഗോളപൗരമാതൃകയുടെ പ്രതീകമായി മാറാൻ ശ്രമിക്കുന്നു.

രജനിയും ദ്രാവിഡ രാഷ്ട്രീയവും

ഷങ്കറിന്റെ മുൻകാല സിനിമകളുടെ പ്രത്യയശാസ്ത്ര വിവക്ഷകൾ *ശിവാജി ദ ബോസി*ലും പിന്തുടരുന്നുണ്ട്. എൺപതുകോടി ചെലവിൽ പൂർത്തിയാക്കി. ഈ സിനിമയിൽ രജനീകാന്തിന് 25 കോടിയിലധികം കിട്ടുമ്പോൾ നടിയായ ശ്രേയക്ക് 30 ലക്ഷമാണ് കിട്ടുന്നത്. (സിനിമാരംഗത്തെ ലിംഗവ്യത്യാസം താരമൂല്യത്തെ ബാധിക്കുന്നതെങ്ങനെയെന്ന് വിശകലനം ചെയ്യാവുന്നതാണ്) 650 പ്രിന്റുകളുമായി ഇന്ത്യയിൽ റിലീസായ *ശിവാജി* ഇതിനകം തന്നെ മുടക്കുമുതൽ തിരിച്ചുപിടിച്ചു കഴിഞ്ഞതായി റിപ്പോർട്ടുകൾ വന്നിട്ടുണ്ട്. ശിവാജി പൊളിപ്പൻ സിനിമയായാലും മാർക്കറ്റിങ് രംഗത്ത് അതു കാണിക്കുന്ന പാടവം ശ്രദ്ധേയമാണ്. കേരളത്തിൽ സൂപ്പർതാരങ്ങളുടെ ചിത്രങ്ങൾ രണ്ടരക്കോടിക്കാണ് വിൽക്കുന്നതെങ്കിൽ ശിവാജി മൂന്നു കോടിക്കാണ് വിറ്റത്. കേരളത്തിൽ 86 തിയേറ്ററുകളിലാണ് ഈ പടം റിലീസ് ചെയ്തത്. മലയാള സിനിമകൾ എഴുപതു തിയേറ്ററിനപ്പുറം റിലീസിങ്ങ് നടന്നിട്ടില്ല. താരം എന്നതിനപ്പുറം രജനിയെ ചുറ്റിപ്പറ്റി നിൽക്കുന്ന തമിഴ് രാഷ്ട്രീയവും ഇത്തരം വിപണനത്തിന് കാരണമാണ്. തമിഴ്നാട് രാഷ്ട്രീയത്തിന് രജനി സിനിമയിൽ കാണുന്ന ബദൽ രാഷ്ട്രീയമാണ് മറ്റൊരുതരത്തിൽ ജനം ഉറ്റുനോക്കുന്നത്. എം ജി ആർ, ജയലളിത എന്നിവരെപ്പോലെ ജന്മം കൊണ്ട് തമിഴ്നാട്ടുകാരനല്ലാത്ത രജനീകാന്ത് എങ്ങനെ തമിഴ്ഭാഷയുടെയും സംസ്കാരത്തിന്റെയും സ്വത്വത്തെ സംരക്ഷിക്കാനും ഉയർത്തിപ്പിടിക്കാനും തക്കവിധത്തിലുള്ള ഒരു സ്വാധീനമായി മാറിയെന്നത് അന്വേഷണവിഷയമാണ്. ബ്രാഹ്മണവിരുദ്ധ മനോഭാവത്തിൽ പ്രവർത്തിച്ച് സ്വതന്ത്ര തമിഴകത്തിനുവേണ്ടി വാദമുയർത്തിയ ദ്രാവിഡ മുന്നേറ്റ കഴക (ഡി എം കെ) ത്തിന്റെ പ്രവർത്തകനായ എം ജി ആർ ആദ്യമേ തന്റെ സിനിമകളിലൂടെ ഇത്തരം ആശയങ്ങളെ പ്രചരിപ്പിക്കാൻ ശ്രമിച്ചിരുന്നു.

സവർണമേധാവിത്വത്തോടു കലഹിക്കുന്ന ദ്രാവിഡസൗന്ദര്യമാണ് രജനിയിൽ കാണുന്നതെങ്കിലും ആത്മീയതയെയും വരേണ്യതയെയും ആലിംഗനം ചെയ്ത് കീഴാളവിമോചനം കാൽപ്പനികമായി സിനിമയിലൂടെ യാഥാർഥ്യമാക്കുന്ന കഥാപാത്രങ്ങളാണ് അദ്ദേഹം അവതരിപ്പിച്ചിരുന്നത്. പഠിപ്പു കുറഞ്ഞവനും സാധാരണക്കാരനും കുടുംബം പുലർത്താൻ ശ്രമിക്കുന്ന ജ്യേഷ്ഠനും രജനിയുടെ കഥാപാത്രങ്ങളായി. പ്രതിനായക വേഷങ്ങളിൽ നിന്ന് നായകവേഷങ്ങളിലേക്ക് എൺപതുകളോടെ രജനി കൂടുമാറി. രജനിയുടെ ശരീരഭാഷയും സംഭാഷണവുമെല്ലാം ദ്രാവിഡന്റെ സവർണ അധികാരത്തോടുള്ള ഏറ്റുമുട്ടലുകളായി പ്രേക്ഷകർ സ്വീകരിക്കാൻ തുടങ്ങി. മറ്റൊരുവിധത്തിൽ പറഞ്ഞാൽ ഉത്തരേന്ത്യൻ സവർണ ബിംബങ്ങൾക്കെതിരെയുള്ള ദ്രാവിഡമുന്നേറ്റത്തിന്റെ പ്രതീകമായും രജനിയെ സാമാന്യബോധം സ്വീകരിച്ചു. തമിഴ് സിനിമ കൂടാതെ തെലുങ്ക്

(16) കന്നട (11), മലയാളം (2), ഹിന്ദി (24) ബംഗാളി (1) ഇംഗ്ലീഷ് (1) എന്നീ ഭാഷകളിലുള്ള സിനിമകളിലും രജനീകാന്ത് അഭിനയിച്ചിട്ടുണ്ട്.

പൊതുസമൂഹത്തിനു മുന്നിൽ താരപ്രതിഭാസമായും ആത്മാമ്പേഷിയായും പ്രത്യക്ഷപ്പെടുന്ന രജനി സിനിമയ്ക്ക് അകത്തും പുറത്തും വാച്യമായും വ്യംഗ്യമായും പുലർത്തിപ്പോന്ന രാഷ്ട്രീയ ഇടപെടലുകളിലൂടെയാണ് രജനീപ്രതിഭാസം രൂപപ്പെട്ടിരിക്കുന്നത്. 1990 കളോടെയാണ് രജനിയുടെ ചിത്രങ്ങൾ രാഷ്ട്രീയമായ കാര്യങ്ങളിൽ ഇടപെടലുകൾ നടത്തിത്തുടങ്ങിയത്. കുടുംബത്തിന്റെ ഉത്തരവാദിത്വപ്പെട്ട അണ്ണന്റെ ചുമതലകൾ, ഇടപെടുന്ന മേഖലകളിൽ രാഷ്ട്രീധ്വനിയുള്ള സംഭാഷണങ്ങൾ ഉരുവിടുന്ന വീരനായകകഥാപാത്രമായി രജനി മാറുന്നു.

ഭാര്യയും കുട്ടികളുമടങ്ങുന്ന ഒരു കുടുംബനാഥന്റെ റോളിൽ രജനിചിത്രങ്ങൾ അധികം കാണുന്നില്ലായെന്നത് സ്വാർഥപരമായ താൽപ്പര്യങ്ങളെ ഒഴിവാക്കുന്ന നായകകർതൃത്വത്തിന്റെ നിർമിതിയിലൂടെ രജനിക്കു ലഭിച്ച അംഗീകാരത്തെ സഹായകമാക്കുന്നു. അണ്ണൻ എന്നത് കുടുംബത്തിനും സമൂഹത്തിനും സ്വീകാര്യമാകുന്ന കർത്തൃത്വമാണ്. ഭാര്യയും കുട്ടികളുമടങ്ങുന്ന കുടുംബത്തിനേക്കാൾ മാതാപിതാക്കളും സഹോദരങ്ങളും സമൂഹവുമടങ്ങുന്ന മേഖലയിലാണ് രജനിയുടെ അണ്ണൻ സ്ഥാനം അംഗീകാരം നേടുന്നത്. രജനിയെക്കാൾ അഭിനയത്തിൽ മികച്ച നടനായ കമൽഹാസന് കിട്ടാത്തതുമാണ് അണ്ണൻ സ്ഥാനം. പ്രേക്ഷക സ്ഥാനവുമായി നിരന്തരം ഇടപെടുന്ന ആശയങ്ങളും അവതരണരീതിയും രജനിയുടെ ചിത്രങ്ങളെ വ്യത്യസ്തമാക്കുന്നുണ്ട്. സിനിമയിലെ രജനിയുടെ ചെയ്തികൾ പ്രേക്ഷകന്റെ പിന്തുണയോടെ നടപ്പാക്കുന്നവയാണ്. ഇതു തന്നെയാണ് നടന്റെ ജനപ്രിയതയുടെ ലക്ഷണവും.

ഷങ്കറിന്റെയും രജനിയുടെയും ചിത്രമായ *ശിവാജി ദ ബോസ്* ഇവരുടെ മുൻകാല സിനിമകളുടെ പാഠാന്തര ബന്ധങ്ങളിലൂടെ നിർമിക്കപ്പെട്ടതാണ്. കറുത്ത പണത്തിനെതിരെ ശക്തമായ നിലപാടെടുത്തുവരുന്ന ശിവാജി തമിഴ്നാടിനെ അമേരിക്ക പോലെയാക്കാൻ സമാന്തരമായ പദ്ധതികൾ തുടങ്ങുന്നു. ശിവാജി യൂണിവേഴ്സിറ്റിയുടെ നിർമാണത്തോടെ ആരംഭിക്കുന്ന ഈ വികസന പദ്ധതി ഭാവിയിൽ തമിഴ്നാടിന്റെ മുഖച്ഛായ തന്നെ മാറ്റിത്തീർക്കുന്നതാണ്. അമേരിക്കയിൽ പോയി പഠിച്ചുവരുന്ന നായകൻ തന്റെ നാടിനുവേണ്ടി എന്തെങ്കിലും ചെയ്യണം എന്നാഗ്രഹിച്ച് തന്റെ കോടിക്കണക്കിന് സ്വത്തെല്ലാം അതിനുവേണ്ടി ചെലവാക്കി അവസാനം ദരിദ്രനാവുകയും പിന്നെ ഞൊടിയിടയിൽ പണക്കാരനാവുകയും ചെയ്യുന്നു. രജനി ഫോർമുല ഇവിടെയും ആവർത്തിക്കുന്നു. കൈക്കൂലിക്കും അഴിമതിക്കുമെതിരെയുള്ള പ്രതിഷേധവും കാമുകിയുടെ ഗ്രാമീണതയും *ശിവാജി*യിൽ കാണാം.

ശിവാജിയുടെ രാഷ്ട്രീയം

പെരിയാറിൽ നിന്ന് ആരംഭിക്കുന്ന ദ്രാവിഡ രാഷ്ട്രീയത്തിന്റെ പ്രത്യയശാസ്ത്രം, തമിഴ് ദേശീയബോധത്തിലധിഷ്ഠിതമായിരുന്നു. എം ജി ആർ, കരുണാനിധി എന്നിവർ ആരംഭിച്ച തലൈവർ സംസ്കാരം എല്ലാവിധ സംവാദങ്ങളെയും അസാധ്യമാക്കി. *ശിവാജി* സിനിമയിലൂടെ രജനി മുന്നോട്ടു വയ്ക്കുന്ന രാഷ്ട്രീയവും തലൈവർ കേന്ദ്രീകൃത രാഷ്ട്രീയമാണ്. സിനിമയിൽ സമാന്തരമായ രാഷ്ട്രീയ നിലപാടുകൾ വയ്ക്കുന്ന രജനിയുടെ അനുസരണപ്പെട്ട പ്രജകളായി തമിഴ് ജനത മാറുന്നു. ദ്രാവിഡ രാഷ്ട്രീയത്തിന്റെ പ്രത്യയശാസ്ത്ര സംഹിതകളിൽ മാറ്റം വരുത്തി ആൾദൈവങ്ങളുമായി സന്ധി ചെയ്യുന്ന വിചിത്രമായ പരിണതികൾ സമകാലിക തമിഴ് രാഷ്ട്രീയത്തിൽ നടക്കുന്നുണ്ട്. കഴിഞ്ഞ ജനുവരി 20 ന് സത്യസായി ബാബയെ കരുണാനിധി സന്ദർശിക്കുകയും പിന്നീട് ബാബ തന്നെ പ്രചോദിപ്പിച്ചതായി ആദ്ദേഹം വെളിപ്പെടുത്തുകയും ചെയ്തിരുന്നു. *ശിവാജി*യിൽ കീഴാളതയുടെ വേഷം ധരിക്കുമ്പോഴും സവർണതയും ആത്മീയതയുമായി സന്ധി ചെയ്യുന്ന രാഷ്ട്രീയം ഒളിഞ്ഞിരിപ്പുണ്ട്. തമിഴ്നാട്ടിൽ നടന്മാർ അവരുടെ സിനിമാ മൂല്യം ഉപയോഗിച്ച് രാഷ്ട്രീയ രംഗത്ത് വരുന്നത് ബ്രാഹ്മണിക അധികാര മേഖലകളെ പ്രകമ്പനം കൊള്ളിക്കുന്നത് കാണാം. അതുകൊണ്ട് കാലോചിതമായ മാറ്റങ്ങളിലൂടെ ഇവരെ തങ്ങളുടെ വരുതിയിലാക്കാൻ ബ്രാഹ്മണിസം ശ്രമിച്ചുകൊണ്ടിരിക്കുന്നു. തമിഴ്സിനിമകളിലെ യുവനടന്മാരുടെ സിനിമകളിലും തലൈവർ അഭിനയം കാണാൻ സാധിക്കും. എന്നാൽ വളരെ വ്യത്യസ്തമായ പുതിയ പ്രമേയങ്ങളുമായി പുതു സംവിധായകർ തമിഴിൽ സിനിമ ചെയ്തു തുടങ്ങിയിട്ടുമുണ്ട്. തമിഴ് നടന്മാർ വ്യാജമായ ഇമേജിലൂടെ രാഷ്ട്രീയത്തിലെത്തി ഭരണം പിടിച്ചെടുക്കുന്ന അവസ്ഥ *പരുത്തിവീരൻ, പച്ചക്കിളി മുത്തുച്ചരം, മൊഴി* എന്നീ സിനിമകളുടെ നായകന്റെ പ്രതിച്ഛായകളിലൂടെ തകർക്കപ്പെടുന്നതായി ചാരുനിവേദിത ചൂണ്ടിക്കാട്ടുന്നുണ്ട്.

ഷങ്കർ ചിത്രങ്ങളിൽ കാണുന്ന വരേണ്യ നായകനെ അവതരിപ്പിക്കുന്നതിന്റെ ഒരു പ്രച്ഛന്നവേഷം രജനി വെളുക്കാൻ ശ്രമിക്കുന്നതിലും *ശിവാജി*യിൽ കാണാം. എന്നാൽ ഇവിടെ രജനിയുടെ കറുപ്പു തന്നെയാണ് നായിക അംഗീകരിക്കുന്നതെങ്കിലും വികസനത്തിന്റെ അമേരിക്കൻ മാതൃക നടപ്പിലാക്കാനാഗ്രഹിക്കുന്ന നായകൻ കറുത്ത മുഖം മൂടി ധരിച്ചവനാണ്. കൊളോണിയലിസവും ബ്രാഹ്മണാധിപത്യവും സന്ധി ചെയ്ത ഇന്ത്യൻ സൗന്ദര്യബോധത്തിന്റെ നിബന്ധനകളെ തമിഴ്നാട്ടിലും ഉത്തരേന്ത്യൻ സിനിമാലോകത്തും ആദ്യമായി പരാജയപ്പെടുത്തിയ സൂപ്പർതാരമാണ് രജനികാന്ത്. കറുപ്പുനിറമാണ് *ശിവാജി*യിൽ അവസാനം അംഗീകരിക്കപ്പെടുന്നതെങ്കിലും വെളുപ്പിന്റെ പ്രത്യയശാസ്ത്രമാണ് വിജ

യിക്കുന്നത്. സ്വപ്നസദൃശമായ ഗാനചിത്രീകരണത്തിൽ കാണുന്ന താരങ്ങളുടെ വേഷം അംഗീകരിക്കപ്പെടേണ്ട യൂറോപ്യൻ യുക്തിബോധത്തെയും സൗന്ദര്യാനുഭവത്തെയുമാണ് സൂചിപ്പിക്കുന്നത്.

തമിഴ് സംസ്കാരത്തെ സ്നേഹിക്കുമ്പോഴും ആഗോളപൗര മാതൃകകളെയാണ് നായകൻ പുൽകുന്നത്. ഇതുവരെയുള്ള രജനി സിനിമകളിലെ കഥാപാത്രങ്ങളിൽ നിന്നുള്ള വ്യത്യാസമായി ശിവാജിയെ തോന്നിക്കുന്നത് മേൽപ്പറഞ്ഞ കാരണങ്ങളാലാണ്. രജനികാന്ത് എന്ന താരവിഗ്രഹം ഇതേവരെ പുലർത്തിപ്പോന്ന സ്വത്വനിർമിതിയിൽ നിന്നുള്ള വിച്ഛേദവും വൈരുധ്യവും ഇവിടെ കാണാം. ഷങ്കർ സിനിമകൾ ഇതുവരെ പിന്തുടർന്നുകൊണ്ടിരുന്ന പ്രത്യയശാസ്ത്ര പരിസരത്തിലേക്ക് രജനിയെ കൊണ്ടെത്തിച്ചുവെന്നും തിരിച്ചറിയേണ്ടതുണ്ട്.

വിവാഹത്തിനുമുൻപ് ജ്യോത്സ്യൻ പ്രവചിച്ചത് സ്വന്തം കൈകൊണ്ട് തന്നെ യാഥാർഥ്യമാക്കിയ 'ശാസ്ത്ര'ത്തിന്റെ ശക്തിയിൽ സ്വന്തം ജീവൻ തിരിച്ചു കിട്ടിയ നായകൻ ബ്രാഹ്മണ്യത്തിന്റെ പങ്കാളിയായി മാറുന്നതും *ശിവാജി ദ ബോസിൽ* കാണാം. ഭരണകൂടത്തെ പറ്റിച്ചുകൊണ്ടുള്ള 'ശാസ്ത്ര'ത്തിന്റെയും മതവിശ്വാസത്തിന്റെയും സഹായത്തോടെയുള്ള ഈ പുതിയ എം ജി ആർ വേഷം ഇന്ത്യയിൽ വരാനിരിക്കുന്ന സമാന്തര ഭരണാധികാരങ്ങളുടെയും അധികാര വ്യവസ്ഥയുടെയും ചിഹ്നമാണ്. ടൂറിസം, സ്മാർട്ട്സിറ്റി. ഐ ടി മേഖല, സെസ് എന്നിങ്ങനെ നിരവധി വികസന മേഖലകളാണ് ഇന്ത്യയുടെയും തമിഴ്നാടിന്റെയുമെല്ലാം ദാരിദ്ര്യമകറ്റുന്നതിനുള്ള പോംവഴികളെന്ന ആശയം പൊതുമണ്ഡലത്തിൽ ചർച്ച ചെയ്തുകൊണ്ടിരിക്കുന്നുണ്ട്. കാർഷികമേഖലയെ പാടേ ഒഴിവാക്കിക്കൊണ്ടുള്ള വ്യവസായ സംരംഭങ്ങൾ നാടിനെ വികസനത്തിലേക്ക് നയിക്കുമെന്നും സിനിമ കരുതുന്നു. യൂറോ–കേന്ദ്രീകൃതവും വരേണ്യ, മധ്യവർഗ ബോധവുമാണ് ഈ വികസന സങ്കൽപ്പത്തിനു പിന്നിലുള്ളത്. ഇന്ത്യ വികസന പാതയിലേക്ക് മുന്നേറി 2010 ഓടെ ജി–പത്ത് രാജ്യങ്ങളിലൊന്നായിമാറും എന്ന് സിനിമയുടെ അന്ത്യത്തിൽ കാണിക്കുന്ന ടൈറ്റിൽ തികച്ചും ഏകാധിപത്യപരവും നായക കേന്ദ്രീകൃതവുമായ മായാലോകത്തെ വ്യാമോഹിപ്പിക്കുന്നതാണ്.

*ശിവാജി*യിൽ അമേരിക്കയിൽനിന്ന് തമിഴ്നാട്ടിലെത്തുന്ന നായകൻ പിച്ചക്കാരന് പണം നൽകുമ്പോൾ 'ഇത്' ഇനിയും ഇവിടെനിന്ന് മാറിയിട്ടില്ലേ എന്ന് പറയുന്നുണ്ട്. ശിവാജിയുടെ വികസന പ്രക്രിയയിൽ സമത്വപരമായ നീക്കം കാണുന്നുണ്ടോ? കറുപ്പ് പണം വെള്ള പണമാക്കി വികസനത്തിനായി ഉപയോഗിക്കുമ്പോൾ അതിന് തടസ്സമായി നിൽക്കുന്നവരെ തന്റെ 'നല്ലവരായ' ഗുണ്ടകളെക്കൊണ്ട് തല്ലിച്ച് സമ്മതം വാങ്ങിക്കുന്നവനായും ശിവാജിയെ ഇതിൽ കാണാം.

ഭരണകൂടവും പൊതുമേഖലാ സ്ഥാപനങ്ങളും രാഷ്ട്രീയക്കാരുമെല്ലാം കൈക്കൂലി മേടിക്കുന്നവരും അഴിമതിക്കാരുമാണെന്ന് സ്ഥാപിച്ച് അമേരിക്കൻ വികസനം നടപ്പിലാക്കുമ്പോൾ പുറന്തള്ളപ്പെടുന്നതാരാണ്. അണ്ണൻ/തലൈവർ സംസ്കാരം ഉയർത്തുന്ന അധികാര ഭരണവാഴ്ചകൾ കൂടുതൽ ജനാധിപത്യപരമായ ഒരു സമൂഹത്തിന്റെ പിറവി തന്നെയാണോ ഉന്നം വയ്ക്കുന്നത്. ആഗോളവൽക്കരണത്തിന്റെ ഫലമായി നവഅധിനിവേശത്തിന് സാഹചര്യമൊരുക്കുന്ന സമാന്തരമെന്നോ സ്വതന്ത്രമെന്നോ പറയാവുന്ന വികസന മേഖലകളെക്കുറിച്ചാണ് *ശിവാജി–ദ ബോസിന്റെ* സാംസ്കാരിക രാഷ്ട്രീയം വ്യക്തമാക്കുന്നത്.

ആഗോള ദൃശ്യവിപണിയുടെ രാഷ്ട്രീയം

ദശാവതാരം എന്ന ആഗോള സിനിമയെക്കുറിച്ച് പുറത്തുവന്ന ലേഖനങ്ങൾ കൈയൊഴിഞ്ഞത് ഗ്ലോബൽ മാർക്കറ്റിന്റെ രാഷ്ട്രീയത്തെയാണ്. ആഗോള വിപണിക്കനുസരണമായി തമിഴ് സിനിമയെയും സംസ്കാരത്തെയും പുതുക്കി അവതരിപ്പിക്കുമ്പോൾ സംഭവിച്ച പ്രശ്നങ്ങളാണ് യഥാർഥത്തിൽ *ദശാവതാരം* അഭിമുഖീകരിക്കുന്നത്. ചാരുനിവേദിതയുടെ ദശാവതാരത്തിന്റെ രാഷ്ട്രീയ വിളംബരം (*മാതൃഭൂമി* ആഴ്ചപ്പതിപ്പ്, ജൂലൈ 20–26), ജി പി രാമചന്ദ്രന്റെ 'പിളർന്ന അവതാരങ്ങൾ' (*മാധ്യമം* ആഴ്ചപ്പതിപ്പ്, ലക്കം: 541) എന്നിവയിൽ ആദ്യത്തെ രണ്ടു ലേഖനങ്ങൾ തിരക്കഥയുടെ ദുർബലത, കമലിന്റെ വേഷം കെട്ടലുകൾ എന്നിവയാണ് പ്രധാനമായും പ്രശ്നവൽക്കരിച്ചത്. എന്നാൽ അൻവർ അബ്ദുള്ളയുടെ ലേഖനം ഈ പ്രശ്നങ്ങളെ വളരെ പോസിറ്റീവായിട്ടാണ് കാണുന്നത്. ഖലീഫുള്ള, ജോർജ് ബുഷ്, അവതാർ സിങ്ങ് എന്നീ കഥാപാത്രങ്ങളുടെ ശരീരഭാഷ കൊണ്ടുവരുന്ന പ്രാതിനിധ്യവ്യവഹാരത്തെ ലേഖകൻ വിശകലനം ചെയ്യുന്നുമുണ്ട്. എന്നാൽ ആഗോളീകരണ പ്രക്രിയയുടെ ഇക്കാലത്ത് മൾട്ടി കൾച്ചറലിസത്തിന്റെയും മാർക്കറ്റ് ഇക്കോണമിയുടെയും സൗന്ദര്യ ശാസ്ത്രമാണ് *ദശാവതാരം* എന്ന ആഗോള സിനിമ നിർമിച്ചെടുക്കാൻ ശ്രമിക്കുന്നത്. തമിഴ് സിനിമ അതിന്റെ ദേശാതിർത്തികൾ ലംഘിച്ച് മുന്നേറുന്ന വർത്തമാനകാലത്ത് ഇത്തരമൊരു നിരീക്ഷണത്തിന് വളരെയേറെ പ്രസക്തിയുമുണ്ട്.

ആഗോളികരണകാലത്തെ ആഗോളസിനിമകളുടെ വിജയം കൂടുതലും അവയുടെ സാമ്പത്തിക നേട്ടത്തെയാണ് അടിസ്ഥാനമാക്കുന്നത്. പുതിയ കാലത്തിന്റെ സാമ്പത്തിക- സാമൂഹിക വ്യവസ്ഥയിൽ എല്ലാ ഉൽപ്പന്നങ്ങളുടെയും (സിനിമയുടെയും) മൂല്യത്തെ നിർണയിക്കുന്നതിൽ

കമലാഹാസൻ

അതിന്റെ മാർക്കറ്റ് വിജയം കാരണമാകുന്നുണ്ടെന്ന് അർഥമാക്കാം. സിനിമയുടെ സർഗാത്മകമായ വിപ്ലവോന്മുഖമായ കലാമൂല്യം ഇവിടെ പരിഗണിക്കപ്പെടുന്നേയില്ല. സർഗാത്മകത ന്യൂനപക്ഷ പ്രേക്ഷകരുടേതാണ്. അതിന് ആഗോളകരമായ വിപണി കണ്ടെത്താൻ സാമാന്യേന സാധിക്കുന്നില്ലെന്നു കാണാം. സർഗാത്മകത പാടേ ഉപേക്ഷിച്ചുകൊണ്ടുള്ള സിനിമകളാണ് വിജയം നേടുന്നത് എന്നല്ല പറഞ്ഞു വന്നത്. നിലവിലുള്ള പ്രത്യയശാസ്ത്രത്തിന്റെ വിധേയത്വത്തിൽ കഴിഞ്ഞുവരുന്ന ജനതയുടെ സാമാന്യ ധാരണകളെയും ആശയങ്ങളെയുമാണ് ആഗോളസിനിമ ആവിഷ്കരിക്കുന്നത്. അഥവാ ചൂഷണം ചെയ്യുന്നത്. ഇത്തരം പ്രതിനിധാനത്തിലൂടെ നിലവിലുള്ള പ്രതിലോമരാഷ്ട്രീയത്തെ ഉറപ്പിക്കാനും വിപണിവിജയം നേടാനും ഇവയ്ക്ക് സാധിക്കുന്നു.

'ഉലകമാന നായകൻ' എന്ന ലേബലോടെ ഇറങ്ങിയ *ദശാവതാരം* എന്ന സിനിമയുടെ പേരിൽതന്നെ കമ്പോളത്തിന്റെ ഒരു വിശാല പരിസരം ഒളിഞ്ഞിരിക്കുന്നുണ്ട്. ഭാരതീയ ഹൈന്ദവ വിശ്വാസങ്ങളുടെ വിപണിയെ അത് നേരെ ഉന്നം വെക്കുന്നുണ്ട്. വൈഷ്ണവ പാരമ്പര്യമനുസരിച്ച് വിഷ്ണു കേന്ദ്രബിന്ദുവായതും കാലാകാലങ്ങളിൽ ലോകനന്മയ്ക്കായി അവതാരമെടുത്ത് സമാധാനവും ഐശ്വര്യവും കാത്തുസൂക്ഷിക്കുന്നതുമായി വിശ്വാസമണ്ഡലമാണ് *ദശാവതാരം* എന്ന പേര് സംവേദനം ചെയ്യുന്നത്. അതുപോലെ കമൽഹാസൻ എന്ന നടന്റെ അഭിനയചാതുര്യത്തെയും അത് ഉൾക്കൊള്ളുന്നു. ദേശീയ സംസ്ഥാന അവാർഡുകൾ, മറ്റു നിരവധി അവാർഡുകൾ, തിരക്കഥകൾ എന്നിവ അദ്ദേഹത്തിന്റെ വിഗ്രഹത്തെ, അവതാരത്തെ വലയം ചെയ്തിരിക്കുന്നവയുമാണ്. *പതിനാറു വയതിനി*ലെ നായകൻ, *മൂന്നാം പിറൈ, മൈക്കിൾ മദനൻ കാമരാജൻ, അപൂർവ സഹോദരങ്ങൾ, ഇന്ദ്രൻ ചന്ദ്രൻ, ഇന്ത്യൻ, അവ്വൈഷൺമുഖി* തുടങ്ങി നിരവധി സിനിമകളുടെ വ്യത്യസ്ത അഭിനയമുഹൂർത്തങ്ങളുടെ പ്രേക്ഷക സന്നിധിയിലേക്കാണ് *ദശാവതാരം* വന്നെത്തുന്നത്. വിപണിയുടെ വിശാല പരിസരത്തെ ലക്ഷ്യം വയ്ക്കുന്ന വിധത്തിൽ അണിയിച്ചൊരുക്കിയ *ദശാവതാരം* തീർച്ചയായും കമൽഹാസൻ ചിത്രങ്ങൾ മുമ്പ് നടപ്പിലാക്കിയ പുരോഗമന പ്രവണതകളെ റദ്ദുചെയ്യുന്നുമുണ്ട്.

അവികസിത കമ്പോളമെന്ന നിലയിൽ നിന്ന് തമിഴ് സിനിമ ഇന്ന് വളരെയേറെ മുന്നോട്ടുപോയിക്കൊണ്ടിരിക്കുകയാണ്. ജീവിതദുരിതത്തിന്റെയും നിലനിൽപ്പിന്റെയും പ്രാദേശിക സംസ്കാരത്തിന്റെയും മുഖമുദ്രകളുള്ള തമിഴ് സിനിമകളിൽ കുറെയെണ്ണം ഇന്നും കമ്പോളത്തിന്റെ വലിയൊരു ഭാഗത്ത് പ്രവേശനമില്ലാതെ കടന്നുപോകാറുമുണ്ട്. കഥകൾക്കും അവതരണത്തിനും വളരെയേറെ പുതുമ നൽകുന്ന സിനിമകൾ വികസിത കമ്പോളവ്യവസ്ഥയുടെ നിയമങ്ങളെ ഭയപ്പെടുന്നില്ല. അവയ്ക്ക് പ്രാദേശികമായ വിപണിയും അന്താരാഷ്ട്ര ഫിലിംഫെസ്റ്റിവെലുകളും സാമ്പത്തികനേട്ടം ഉണ്ടാക്കിക്കൊടുക്കുന്നുണ്ട്. തമിഴ് സിനിമയിൽ പുതുമകൾ ആവിഷ്കരിക്കുന്നതുവരെ സ്വീകരിക്കുന്ന വിധത്തിൽ ശക്തമായ ഒരു ആസ്വാദകലോകം, വിപണിയുടെ ലോകം വളർന്നുവന്നിരിക്കുന്നുണ്ട്. എന്നാൽ, ഇതേസമയം ആഗോളവും ദേശീയവുമായ തമിഴ് സിനിമകളും വിപണനയിടവും കാണാവുന്നതുമാണ്.

പ്രാദേശികവും ദേശീയവുമായ സാംസ്കാരിക തനിമകളെയും ജീവിതരീതികളെയും സ്വീകരിച്ച് ആഗോള സാമ്പത്തിക- സാംസ്കാരിക ഘടനയ്ക്ക് ഇണങ്ങും വിധത്തിൽ നിർമിക്കപ്പെടുന്നവയാണ് ഇത്തരം ബിഗ് ബജറ്റ് സിനിമകൾ. യൂറോ കേന്ദ്രീകൃതമായ മൂല്യബോധങ്ങളെ ഇവ ഓമനിക്കുന്നു. അതേസമയം, ചരിത്രത്തിന്റെ ചില തിരിച്ചറിവുകളെ പിൻപറ്റി രാഷ്ട്രീയ വിമർശനം നടത്താനും ശ്രമിക്കുന്നു. ഇത്തരം ഒരു ഉഭയഭാവം ഇവ പിന്തുടരാൻ കാരണം നേരത്തേ സൂചിപ്പിച്ച വിപണിയുടെ രാഷ്ട്രീയമാണ്. ബഹു ആശയസങ്കൽപ്പങ്ങൾ ഉൾക്കൊള്ളുന്ന ഇത്തരം സിനിമകൾ എന്ന യാഥാർഥ്യം അത് തിരിച്ചറിയുന്നുമുണ്ട്. രാഷ്ട്രത്തിന്റെ അതിർത്തികൾ ലംഘിച്ച് വ്യാപിക്കുന്ന ഉദാര മൂലധനത്തിന്റെയും അതിന്റെ പ്രവർത്തന വ്യവസ്ഥയായ ആഗോളവിപണിയുടെയും ആശയങ്ങളെ തിരിച്ച് ഉപയോഗിക്കുന്ന ഒരു രീതി ഇന്ത്യൻ സിനിമകളും പിന്തുടരുന്നുണ്ട്. ഇന്ത്യൻ ബഹുരാഷ്ട്രകമ്പനികളുടെ സിനിമയിലേക്കുള്ള പ്രവേശം ഇത്തരം കാര്യങ്ങളെ വരും കാലങ്ങളിൽ ഊർജിതമാക്കുമെന്ന് കരുതുന്നുമുണ്ട്.

ദശാവതാരം തുടങ്ങുമ്പോഴുള്ള പന്ത്രണ്ടാം നൂറ്റാണ്ടിലെ രംഗങ്ങൾ സാങ്കേതികത്തികവാർന്നതും കോടിക്കണക്കിന് പണം ചെലവാക്കി ചിത്രീകരിച്ചതുമാണ്, വിഷ്ണുകേന്ദ്രിതമായ ഒന്നിൽനിന്നാണ് ഇവിടെ സിനിമ തുടങ്ങുന്നത്. ഭാരതീയ ഹൈന്ദവ വിശ്വാസങ്ങളെ, ഭക്തിയെ സ്മരിക്കുന്ന ദൃശ്യഖണ്ഡമാണിത്. ഇതിൽനിന്നുള്ള ഹനുമാൻചാട്ടം പിന്നെ ഇരുപത്തിയൊന്നാം നൂറ്റാണ്ടിലെ അമേരിക്കയിലെ ജൈവായുധ പരീക്ഷണശാലയിലേക്കാണ്. ഭാരതീയരെ ഭക്തിയുടെ ഉപാസകരായി ചിത്രീകരിക്കുന്ന ആദ്യരംഗവും പിന്നീട് തുടർന്നുവരുന്ന രുക്മിണി പാട്ടിയുടെയും നായികയുടെയും രംഗവുമെല്ലാം പാശ്ചാത്യ മനസുകളിൽ കുടികൊള്ളുന്ന ഓറിയന്റൽ വീക്ഷണങ്ങൾ തന്നെയാണ്. ഇന്ത്യയിലെ ജനപ്രിയ സിനിമാ ആസ്വാദകരെ വലയത്തിലാക്കുന്ന ഹൈന്ദവവിശ്വാസത്തെ

പിൻ പറ്റുന്നതോടൊപ്പം പാശ്ചാത്യ മനോഭാവത്തിന്റെ ഭാരതത്തിന്റെ നേർക്കുള്ള സങ്കൽപ്പങ്ങളെയും അത് ഊട്ടിയുറപ്പിക്കുന്നു. ഈ ആദ്യരംഗത്തിന്റെ പ്രസ്ക്തി അവസാനരംഗത്തിൽ കാണാൻ സാധിക്കും. സുനാമി രൂപം കൊണ്ടതിനുശേഷം കടലിൽ നിന്ന് പുറന്തള്ളപ്പെട്ടു വന്ന വിഷ്ണു വിഗ്രഹത്തിനു സമീപമാണ് നായകനായ ഗോവിന്ദ് രാമസ്വാമിയും നായികയും നിൽക്കുന്നത്. ഇവിടെ അവർ ദൈവമുണ്ടോ ഇല്ലയോ എന്ന തർക്കത്തെ പരിഹരിക്കുന്നു. "നാൻ കടവുൾ ഇല്ല എന്നു ചൊല്ലലെ, കടവുൾ ഇതുന്താ നല്ലാരുക്കും എന്ന് ചൊല്ലിയിരിക്കെ" എന്നാണ് ഗോവിന്ദ് രാമസ്വാമി തന്റെ വാദമായി ഉന്നയിക്കുന്നത്. ഫലത്തിൽ ഈശ്വരവിശ്വാസികളെയും യുക്തിവാദികളെയും അവരുടേതായ വിചാരമണ്ഡലത്തിലേക്ക് ഇത്തരം രംഗങ്ങൾക്ക് നയിക്കുമെന്ന തോന്നൽ ജനിപ്പിക്കുകയും ചെയ്യുന്നു. ആഗോളവിപണിയുടെയും ബഹു സാംസ്കാരികതയുടെയും വ്യത്യസ്ത ജ്ഞാനസങ്കൽപ്പങ്ങളുടെയും പരിസരത്തെയാണ് ഇവ അഭിസംബോധന ചെയ്യുന്നത്. അതിനാൽ ഇത്തരം രംഗങ്ങൾ സമൂഹത്തിലെ വ്യത്യസ്ത സങ്കൽപ്പങ്ങളെ വ്യത്യസ്തമായി നിലനിറുത്താൻ സാധിക്കുന്നു. മുതലാളിത്ത വ്യവസ്ഥയ്ക്കുള്ളിൽ സംസ്കാരം കൈവരിക്കുന്ന സംസ്കാരവ്യവസായം എന്ന പരികൽപ്പന ഫ്രാങ്ക്ഫർട്ട് ചിന്തകൾ മുന്നോട്ട് വെക്കുന്നുണ്ട്. ഇതിൻപ്രകാരം സിനിമയുൾപ്പെടെയുള്ള മാധ്യമങ്ങൾ ആൾക്കൂട്ട കലയുടെ സ്വഭാവമാണ് പുലർത്തുന്നത് എന്ന് ഇന്ന് തിരിച്ചറിയുന്നുണ്ട്. ബഹുരാഷ്ട്രമുതലാളിത്ത ലിബറലായ ബഹുസാംസ്കാരിക പരിസരത്ത് ഇത്തരം മാധ്യമങ്ങൾ സാമൂഹികസംഘർഷങ്ങൾ, യാഥാർഥ്യത്തിലുളവാക്കുന്ന വിള്ളലുകളെ പുറത്തുകൊണ്ടുവരുകയെന്ന, യാഥാർഥ കലയുടെ ധർമം നിറവേറ്റുന്നില്ലെന്ന് കാണാം. ഹൈന്ദവ സാംസ്കാരിക ചിഹ്നങ്ങൾ വ്യവസായ ചിഹ്നങ്ങളായും അധീശത്വ ചിഹ്നങ്ങളായും *ദശാവതാര*ത്തിൽ പ്രവർത്തിക്കുന്നു. ജനപ്രിയ ആഖ്യാനങ്ങളുടെ നിർമിതിയിലൂടെ പ്രേക്ഷകരെ കപടാവബോധത്തിലേക്ക് നയിക്കാനും മൂലധനാധിപത്യം ഉറപ്പുവരുത്താനും ഈ സിനിമ ശ്രമിക്കുകയും ചെയ്യുന്നു.

ലോകത്തിൽ ആണവായുധങ്ങളും ജൈവായുധങ്ങളും എന്നുവേണ്ട സകല ആയുധങ്ങളുടെയും ഉൽപ്പാദകർ അമേരിക്കയാണെന്ന പൊതുബോധം ഇന്ത്യയെപ്പോലെ മറ്റു രാജ്യങ്ങളും പങ്കിടുന്നുണ്ട്. ഇത്തരം സാമാന്യ ധാരണയെയാണ് അമേരിക്കയിലെ ഇന്ത്യൻ ശാസ്ത്രജ്ഞനായ ഗോവിന്ദ് രാമസ്വാമിയിലൂടെ ദശാവതാരം നിർവഹിക്കുന്നത്. അമേരിക്കൻ പ്രസിഡന്റ് ബുഷിന്റെ പ്രവർത്തനം വിമർശിക്കപ്പെടാതിരിക്കുകയും എന്നാൽ സന്തുലനത്തിനായി അമേരിക്കൻ വില്ലനായ ഫ്ളെച്ചർ എന്ന കഥാപാത്രം നിർമിക്കപ്പെടുകയും ചെയ്യുന്നു. അമേരിക്കൻ പ്രതിനിധാനത്തിന്റെ ഈ വൈരുധ്യഭാവങ്ങൾ വിപണിയെ ലക്ഷ്യമാക്കി തയ്യാറാക്കിയതാണ്. രക്ഷകനായും നശിപ്പിക്കുന്നവനായും വരുന്ന അമേരിക്കൻ പ്രത്യയശാസ്ത്രത്തിന്റെ സാമാന്യ ധാരണകളെ ഇത്തരം പ്രതിനിധാന

ങ്ങൾ ഉൾക്കൊള്ളുന്നുണ്ട്. ലോകത്ത് അണുബോംബിട്ട് നടുക്കിയ രാജ്യമായ അമേരിക്ക തങ്ങളുടെ സിനിമകളിലൂടെ എപ്പോഴും ആക്രമിക്കപ്പെട്ടേക്കാവുന്ന ഭീതിയുള്ള ജനതയായും അതിനെ പ്രതിരോധിക്കാൻ ശത്രുവിനെ നിഗ്രഹിക്കുന്നവനായും നിരവധി തവണ ചിത്രീകരിക്കപ്പെട്ടിട്ടുണ്ട്. *ട്രൂ ലൈസ്, ഇന്റിപ്പെന്റൻസ് ഡേ, ട്രിപ്പിൾ എക്സ്* തുടങ്ങിയ നിരവധി സിനിമകൾ ഇത്തരം പ്രമേയങ്ങൾ അവതരിപ്പിച്ചിട്ടുണ്ട്. ആഗോള വിപണിയിൽ അമേരിക്കയുടെ രക്ഷക–അധീശത്വ ചിഹ്നം വിജയത്തിന് സാധ്യതയേകുന്നതാണ്. കാനഡ, അമേരിക്ക, യു കെ, ജപ്പാൻ, മലേഷ്യ, സിംഗപ്പൂർ തുടങ്ങി നിരവധി ഏഷ്യൻ, യൂറോപ്യൻ രാജ്യങ്ങളിൽനിന്ന് കോടികളാണ് ഈ സിനിമ ലക്ഷ്യം വെക്കുന്നത്.

ഇന്ത്യൻ സംസ്കാരത്തിൽ കീഴാള ജാതിയെ ഒരു യാഥാർഥ്യമായി പരിഗണിക്കപ്പെട്ടിരുന്നില്ല. ഭരണകൂടത്തിന്റെയും രാഷ്ട്രത്തിന്റെയും സേവനമേഖലയിൽനിന്നും സാമ്പത്തിക ഘടനയിൽ നിന്നും ദലിതർ തീണ്ടാപ്പാടകലെയായിരുന്നു. ഇന്ത്യൻ സിനിമയിലും ദലിതരുടെ ചിത്രീകരണം അവരെ മോശമായി കാണുന്നതിലേക്കുതന്നെയായിരുന്നു നയിച്ചത്. ദലിത് നേതാവായി *ദശാവതാര*ത്തിൽ വരുന്ന വിൻസന്റ് പൂവരങ്കൻ ഇന്ത്യൻ സംസ്കാരത്തിൽ ദലിതരെക്കുറിച്ചുള്ള സാമാന്യബോധത്തിൽ രൂപപ്പെട്ട കഥാപാത്രമാണ്. പരിസ്ഥിതിക്കുവേണ്ടി വാദിക്കുന്നവരും മറ്റുള്ളവർക്കുവേണ്ടി ജീവൻ വെടിയുന്നവരുമായി നിരവധി സിനിമകളിൽ അവതരിപ്പിക്കപ്പെട്ടതുപോലെതന്നെ ഇവിടെയും സംഭവിക്കുന്നു. ദലിതൻ എന്ന് പ്രത്യക്ഷത്തിൽ തോന്നുന്നവിധത്തിലാണ് ഈ കഥാപാത്രത്തിന്റെ രൂപവേഷ വിധാനങ്ങൾ കാണപ്പെടുന്നത്. വിപണിയുടെ രാഷ്ട്രീയത്തിൽ, സംസ്കാരത്തിൽ, ജനപ്രിയതയുള്ള ചിഹ്നങ്ങളെയാണ് അത് ആവിഷ്കരിക്കാൻ ശ്രമിക്കുന്നത്. അതിനാൽ വിപണിയെ നിയന്ത്രിക്കുന്ന മധ്യവർഗത്തിന്റെ സാമാന്യധാരണകളെയാണ് ദലിതന്റെ ഇത്തരം 'താഴ്ന്ന' പ്രതിനിധാനങ്ങളിലൂടെ നിറവേറ്റപ്പെടുന്നത്. ആഗോളവിപണിയെ ലക്ഷ്യമാക്കി നിർമിക്കപ്പെടുന്ന ഈ സിനിമയിൽ ദലിതന്റെ ജിവിതം ഇതിനപ്പുറം പുരോഗമനപരമായി ചിത്രീകരിക്കാൻ വിപണിയുടെ രാഷ്ട്രീയം അനുവദിക്കാറില്ല. ദേശീയമായി സംഘടിക്കപ്പെട്ട വരേണ്യസമുദായങ്ങളുടെ, നായകന്റെ/നായികയുടെ സാംസ്കാരിക മൂലധനമാണ് സിനിമയിൽ ഉടനീളം തെളിഞ്ഞുകാണുന്നത്. ജാതീയമായി പിന്തള്ളപ്പെട്ട കീഴാളർക്ക് ഭൂമിയുടെ മേലുള്ള അവകാശം, പോരാട്ടം എന്നിവ സ്വത്വത്തിനും സ്വാതന്ത്ര്യത്തിനും വേണ്ടിയുള്ളതാണ്. വിൻസന്റ് പൂവരങ്കൻ മണൽ മാഫിയക്കെതിരെ സ്വന്തം നാടിനുവേണ്ടി, ജനതയ്ക്കുവേണ്ടി പോരാടുമ്പോൾ ഗോവിന്ദ് രാമസ്വാമി ലോകരക്ഷകർക്കുവേണ്ടിയാണ് പോരാടുന്നത്. ജാതീയവും സാമ്പത്തികവും അധികാരപരവുമായ വ്യത്യാസങ്ങളാണ് ഇവരുടെ പ്രവർത്തനങ്ങളെ നിയന്ത്രിക്കുന്നത്. ജാതീയമായി, സാമ്പത്തികമായി ഉന്നതിയിലെത്തിയവന് ഭൂലോകമാണ് ആത്യന്തിക

ലക്ഷ്യം. പൂവരങ്കന്റെ ജീവത്യാഗം പരാജയപ്പെട്ട കീഴാള മുന്നേറ്റങ്ങളുടെ അടയാളമായി അവശേഷിക്കുന്നു.

ഖലീഫുള്ളഖാൻ എന്ന കഥാപാത്രത്തെയും അയാളുടെ കുടുംബ ത്തെയും അഫ്ഗാനിസ്ഥാനിലെ ഏതോ ആളുകളെപ്പോലെയാണ് ചിത്രീ കരിച്ചിരിക്കുന്നതെന്നും തമിഴ്നാട്ടിലെ മുസ്ലീങ്ങൾ ഇങ്ങനെയല്ല എന്നും ചാരുനിവേദിത അഭിപ്രായപ്പെടുന്നുണ്ട്. തമിഴ്നാട്ടിലെ മുസ്ലീങ്ങളെ അവ രുടെ വേഷഭൂഷാദികളിലൂടെയും പാരമ്പര്യത്തിലൂടെയും ചിത്രീകരി ക്കാതെ ഇന്ത്യൻ വിദേശ പ്രേക്ഷകർക്ക് എളുപ്പത്തിൽ സംവദിക്കാവുന്ന ചില മുസ്ലീം ചിഹ്നങ്ങളിലൂടെയാണ് അവതരിപ്പിച്ചിരിക്കുന്നത്. വിപണി ആവശ്യപ്പെടുന്ന ജനപ്രിയതയുടെ ചിഹ്നങ്ങളെയാണ് *ദശാവതാരം* അവ തരിപ്പിച്ചിരിക്കുന്നത്. കമലിന്റെ മുമ്പിറങ്ങിയ *ഹേ റാം* എന്ന തമിഴ് ഹിന്ദി സിനിമയിലും ഇത്തരത്തിൽ മുസ്ലീം വിരോധവും ഹിന്ദുത്വവീക്ഷണവും പ്രകടമാകുന്നുണ്ട്. മൃദു ഹിന്ദു വർഗീയ ആശയപരിസരത്തും പ്രേക്ഷക മനോഭാവങ്ങളിലും *ഹേ റാം* ആനന്ദം പകരുന്ന സിനിമയായി വിലയിരു ത്തപ്പെട്ടിരുന്നു. ഇതെല്ലാം സൂചിപ്പിക്കുന്നത് ബിഗ് ബജറ്റ് ചിത്രങ്ങൾ അവ യുടെ ആഗോള വിപണിക്കുവേണ്ടി സമൂഹത്തിലെ പ്രതിലോമ ആശയ ങ്ങളെ മാർക്കറ്റ് ചെയ്യുന്നു എന്നതാണ്.

റോ ഉദ്യോഗസ്ഥനായ 'തെലുങ്ക' നായ ബൽറാം നായിഡു, പോപ് ഗായകനും തൊണ്ടയിൽ ട്യൂമർ ബാധിച്ചിരിക്കുന്നവനുമായ പഞ്ചാബി യായി അവതാർ സിങ്ങ് എന്നിവർ ദക്ഷിണേന്ത്യ /ഉത്തരേന്ത്യ എന്നീ പ്രതിനിധാനങ്ങളുടെ വേഷങ്ങളായി കരുതാം. ആഗോള ഭാഷാ വൈവി ധ്യങ്ങളെ പ്രതിഫലിപ്പിക്കുന്ന നിരവധി കഥാപാത്രങ്ങളാണല്ലോ *ദശാവ താരത്തിൽ* കാണുന്നത്. അമേരിക്കക്കാരൻ, ജപ്പാൻകാരൻ എന്നിവരു ടെയും പ്രാതിനിധ്യം ഇവിടെ കാണാം. അതിനാൽ ഈ തമിഴ് സിനിമ എങ്ങനെയുള്ള ദേശത്തെയാണ് ചിത്രീകരിക്കുന്നതെന്ന് ഒരു പ്രശ്നവി ഷയമാണ്. അമേരിക്കക്കാരനും ജപ്പാൻകാരനും ഉത്തരേന്ത്യക്കാരനും കൂടിച്ചേരുന്ന തമിഴ്ദേശം അതിർത്തികൾ മാഞ്ഞുകൊണ്ടിരിക്കുന്ന ഇന്ത്യൻ ദേശീയതയുടെ ഒരു സാങ്കൽപ്പിക സ്ഥലം തന്നെയാണ്.

വിചാരണ ചെയ്യപ്പെടുന്ന തമിഴ് സിനിമ

ദക്ഷിണേന്ത്യയിലെ ഏറ്റവും പ്രധാനപ്പെട്ട ഒരു സിനിമാവ്യവസായ കേന്ദ്രമാണ് 'കോളിവുഡ്' എന്നറിയപ്പെടുന്ന തമിഴ് സിനിമയുടേത്. കോളിവുഡ് എന്നത് തമിഴ് സിനിമയുടെ ആഗോള വിപണിയുമായി ബന്ധപ്പെട്ട് വികസിച്ചുവന്ന ഒരു പദമാണ്. *ദശാവതാരം, ശിവാജി ദ ബോസ്, യന്തിരൻ* എന്നീ സിനിമകളുടെ നിർമാണ-വിതരണത്തോടെ തമിഴ് സിനിമ ലോകസിനിമാ ഭൂപടത്തിൽ തങ്ങളുടേതായ ഇടം സ്ഥാപിച്ചു കഴിഞ്ഞു. കുറെകാലമായി മലയാള സിനിമാ സംസ്കാരത്തിൽ "തമിഴ് സിനിമയെ കണ്ടുപഠിക്കൂ, കണ്ടു പഠിക്കൂ" എന്ന ചൊല്ല് മുഴങ്ങിക്കേൾക്കുന്നു. മലയാള സിനിമ കലാപരമായും സാങ്കേതികമായും വളരെയധികം താഴേക്ക് പോയിക്കൊണ്ടിരുന്ന സമയത്താണ് ഇത് മുഴങ്ങിക്കേട്ടുകൊണ്ടിരുന്നത്. തമിഴ് സിനിമ പ്രമേയം, അവതരണം, സാങ്കേതികത എന്നിവയിൽ എന്തുമാറ്റമാണ് വരുത്തിയത് എന്ന് പുനഃപരിശോധിക്കേണ്ടിയിരിക്കുന്നു. മലയാള സിനിമയെ അപരമാക്കി മാറ്റി തമിഴ് സിനിമയ്ക്ക് അവ അർഹിക്കാത്തതിനേക്കാളും പ്രാധാന്യം നാം കൊടുത്തുവോ എന്നും ആലോചിക്കേണ്ടതാണ്.

*സുബ്രഹ്മണ്യപുര*ത്തിന്റെ വൻവിജയത്തിനുശേഷം എം ശശികുമാർ സംവിധാനംചെയ്ത രണ്ടാമത്തെ സിനിമയാണ് *ഈശൻ. പശങ്ക, നാടോടികൾ* എന്നിങ്ങനെ രണ്ടു സിനിമകളുടെ നിർമാണവും ശശികുമാറാണ്. എൺപതുകളിലെ യുവത്വവും പ്രണയവും രാഷ്ട്രീയവുമെല്ലാം കലർത്തി ഗ്രാമപശ്ചാത്തലത്തിൽ നിർമിച്ച *സുബ്രഹ്മണ്യപുരം* അവതരണരീതിയിലും അഭിനയത്തിലുമെല്ലാം ഒരു റിയലിസ്റ്റ്-ഗ്യാങ്സ്റ്റർ സിനിമയുടെ രൂപമാണ് കൈക്കൊണ്ടിരുന്നത്. വളരെ നീണ്ടുനിൽക്കുന്ന രംഗങ്ങൾ സിനിമയുടെ 'യഥാതഥത്വ'ത്തെ വിളിച്ചോതുന്നവയായിരുന്നു.

സൗഹൃദത്തിലും പ്രണയത്തിലുമെല്ലാം എൺപതുകളെ സൂക്ഷ്മമായി അപഗ്രഥിച്ച ഈ സിനിമ 'വയലൻസി'ന്റെ കാര്യത്തിൽ തീവ്രമായ ആവിഷ്കാരമാണ് നടത്തിയത്. തമിഴ് സിനിമ കൈക്കൊള്ളുന്ന വയലൻസ് രംഗങ്ങൾക്ക് എന്ത് ന്യായീകരണമാണ് പറയാനുള്ളത്? *പുതുപ്പേട്ടൈ, പരുത്തിവീരൻ, വെയിൽ, വീരുമാണ്ടി* തുടങ്ങിയ നിരവധി സിനിമകളിലെല്ലാം വയലൻസിന്റെ രംഗങ്ങൾ ദൃശ്യമായിരുന്നു. എന്നാൽ *കാതൽ, കല്ലൂരി, മൊഴി, ഒൺപതുരൂപാനോട്ട്, പള്ളിക്കൂടം,* ചേരൻ സംവിധാനം ചെയ്ത *ഓട്ടോഗ്രാഫ്* മുതൽ *പൊക്കിഷം*വരെയുള്ള നിരവധി സിനിമകളിലെല്ലാം വയലൻസ് പൂർണമായും ഒഴിവാക്കി കാണുന്നുമുണ്ട്. ഗൃഹാതുരത്വം തുടിക്കുന്ന ഗ്രാമീണാന്തരീക്ഷവും കുടുംബസ്നേഹവുമെല്ലാം പറയുന്ന സിനിമകളും തനിനാടൻ പ്രണയത്തിന്റെ ദുരന്തം സൂചിപ്പിക്കുന്ന സിനിമകളും ഇക്കാലത്ത് തമിഴിൽ വൻഹിറ്റുകളായി മാറി. ഗ്രാമീണാന്തരീക്ഷം മലയാളത്തേക്കാൾ തമിഴിൽ കൂടുതലുള്ളതിനാൽ ഇത്തരം പ്രമേയങ്ങൾക്ക് തമിഴിൽ വളരെയധികം മാർക്കറ്റുണ്ട്. ജനപ്രിയ സിനിമയുടെ ചേരുവകൾ ഇവ പിന്തുടരുന്നതോടൊപ്പം അവയെ നിരന്തരം പുതുക്കി പണിയുവാൻ ശ്രമിക്കുന്നതും കാണാം. എന്നാൽ മലയാള സിനിമയിലെപ്പോലെ (അപൂർവമായി മാത്രം) സാമൂഹ്യ–രാഷ്ട്രീയ പ്രശ്നങ്ങളെ ജനപ്രിയ സിനിമയുടെ ചേരുവകൾ കൈവെടിഞ്ഞ് സൂക്ഷ്മതലത്തിൽ വിശകലനം ചെയ്യുന്നരീതി തമിഴ് സിനിമകൾ കൈക്കൊള്ളുന്നില്ല. ഇവിടെ നിരക്ഷരരായ സാമാന്യജനതയുടെ സൗന്ദര്യ ആസ്വാദന തലങ്ങളെയാണ് തമിഴ് സിനിമ ലക്ഷ്യംവയ്ക്കുന്നത്.

ജനപ്രിയ സിനിമയുടെ അവതരണത്തിൽ തമിഴ്സിനിമ വളരെയധികം പരീക്ഷണങ്ങൾ നടത്തിക്കൊണ്ടിരിക്കുകയാണെന്ന് കഴിഞ്ഞ പത്തുവർഷത്തെ സിനിമകൾ നോക്കിയാൽ മനസിലാകും. എന്നാൽ ഇത്തരം പരീക്ഷണങ്ങൾ നടത്തുമ്പോഴും തമിഴ് സിനിമ കൈയൊഴിയുന്ന നിരവധി വിഷയങ്ങളുണ്ട്. ജാതിപ്രശ്നങ്ങൾ, സ്ത്രീ–പരിസ്ഥിതി വിഷയങ്ങൾ, വിദ്യാഭ്യാസ–തൊഴിൽ, സാമ്പത്തിക അസമത്വം, ഭരണകൂട–രാഷ്ട്രീയ വിഷയം എന്നിവയൊക്കെയാണ് ഇതിൽ പ്രധാനപ്പെട്ടവ. ഇതിനോട് പലപ്പോഴും കണ്ടില്ലെന്നു നടിക്കുന്ന മനോഭാവവും ചിത്രീകരിച്ചാൽ ഒന്നുകിൽ നായകവീര്യത്തെ കാണിക്കാനോ, ഉപരിപ്ലവമോ, പശ്ചാത്തലമോ ആയിരിക്കും. സംഭാഷണങ്ങളോടെയുള്ള നായക ഉദ്ബോധനരീതിയിലായിരിക്കും ഇത് രേഖപ്പെടുത്തുക. ഗ്രാമജീവിതവും നിരക്ഷരരും കൂടുതലുള്ള തമിഴ്നാട്ടിൽ സാധാരണ ജനങ്ങൾക്ക് മനസിലാകുന്നതിന് പ്രത്യക്ഷത്തിൽ തന്നെ രാഷ്ട്രീയം വിശദീകരിക്കുന്ന സ്വഭാവമാണ് സിനിമകളിൽ കാണുന്നത്. അവരെ സിനിമയിലേക്ക് ആകർഷിക്കാനായി തമാശകളും, പാട്ടുകളും കലർത്തിക്കൊണ്ടുള്ള അവതരണമാണ് പിന്തുടരാറുള്ളത്. മലയാളം, ബംഗാളി തുടങ്ങിയ സിനിമകളെപ്പോലെ അത്യന്തം ചിന്തനീയമായ രീതിയിലുള്ള പ്രമേയങ്ങളും

ആഖ്യാനരീതിയും ജനപ്രിയ ചേരുവകൾ വെടിഞ്ഞ് തമിഴ് സിനിമ സ്വീകരിക്കാറില്ലെന്ന് കാണാം.

ജാതീയതയെ ചോദ്യംചെയ്യുന്ന സിനിമയെന്ന രീതിയിൽ വളരെയധികം ശ്രദ്ധിക്കപ്പെട്ട ഒരു സിനിമയാണ് *പരാശക്തി.* ദ്രാവിഡപ്രസ്ഥാനത്തിന്റെ ബ്രാഹ്മണ ഉത്തരേന്ത്യൻ വിരുദ്ധ മനോഭാവം, ശൈവിസത്തിന്റെ മൂല്യങ്ങളുടെ ഉദ്ഘോഷണം, ഫ്യൂഡൽ കുടുംബ സംവിധാനത്തെ ചോദ്യംചെയ്യൽ എന്നിവയെല്ലാം ജാതിവിരുദ്ധത ലക്ഷ്യമാക്കിയുള്ള *പരാശക്തി* അടക്കമുള്ള ആദ്യകാല തമിഴ്സിനിമകൾ പിന്തുടർന്നിരുന്നു. ദ്രാവിഡപ്രസ്ഥാനം തന്നെ അവരുടെ രാഷ്ട്രീയ ആവശ്യത്തിനുവേണ്ടി ഈ സിനിമയെ ഉപയോഗപ്പെടുത്തിയിരുന്നു. ഭാരതിരാജ സംവിധാനംചെയ്ത *കിഴക്കേപോകും റെയിൽ* എന്ന സിനിമയിലും ജാതിപ്രശ്നം വിഷയമായി കടന്നുവരുന്നുണ്ട്. പ്രണയം ജാതീയതയുടെ അതിർത്തികൾ ലംഘിക്കുമെന്ന കാൽപ്പനിക ഗ്രാമീണ ആശയങ്ങളെയാണ് ഈ സിനിമ ആവിഷ്കരിച്ചത്. ചേരന്റെ *ഭാരതിക്കണ്ണമ്മ* എന്ന ചിത്രത്തിലും ജാതിവിഷയങ്ങൾ കടന്നുവരുന്നുണ്ട്. തമിഴ്നാടിന്റെ ഹൃദയഭാഗമായ മധുരയിൽനിന്നുവന്ന അമീർ സുൽത്താൻ, വസന്തബാലൻ, ബാലാജി ശക്തിവേൽ, ശശികുമാർ എന്നിവരുടെ സിനിമകളിൽ ജാതീയതയുടെ വ്യത്യസ്ത വെളിപ്പെടലുകൾ, ആചാരാനുഷ്ഠാനങ്ങൾ, നാട്ടുമൊഴികൾ എന്നിവയെല്ലാം പ്രാദേശിക തനിമയിൽ ചിത്രീകരിക്കുവാൻ ശ്രമിക്കുന്നുണ്ട്. എന്നാൽ ജാതിപ്രശ്നത്തിന്റെ അടിസ്ഥാനപ്രശ്നങ്ങളിലേക്ക് കടക്കാതെ, ആ വിഷയത്തെ സിനിമയുടെ പശ്ചാത്തലമായി, രൂപമായി ചുരുക്കുകയാണ് ഈ സിനിമകൾ ചെയ്യുന്നത്. *സുബ്രഹ്മണ്യപുരം, പരുത്തിവീരൻ, വീരുമാണ്ടി* എന്നു തുടങ്ങിയ നിരവധി സിനിമകളെല്ലാം 'ജാതീയത'യെ സിനിമയുടെ പാതിവഴിയിൽ ഉപേക്ഷിക്കുകയാണ് ചെയ്യുന്നത്.

ജാതീയതയുമായി ബന്ധപ്പെട്ടുതന്നെയാണ് ഭൂമിപ്രശ്നവും തമിഴ്നാട്ടിൽ നിലനിൽക്കുന്നത്. കഴിഞ്ഞ അൻപതുവർഷമായി തമിഴ്നാട്ടിലെ ദലിതരുടെയിടയിൽ ഭൂവുടമസ്ഥതയും വിദ്യാഭ്യാസവും അധോഗതിയിലാണ്. മധുര ജില്ലയിലെ കീരിപ്പട്ടി, പപ്പപട്ടിപോലുള്ള അനേകം സ്ഥലങ്ങളിൽ സംവരണമണ്ഡലങ്ങളിൽ നിന്നുപോലും പഞ്ചായത്ത് പ്രസിഡന്റിന്റെ സ്ഥാനത്തേക്ക് ദലിതർക്ക് മത്സരിക്കാൻ കഴിയാറില്ല. ഇതിന്റെയെല്ലാം അടിസ്ഥാനമായി പ്രവർത്തിക്കുന്നത് ദലിതർക്ക് ഭൂമിയുടെമേലുള്ള അവകാശമില്ലായ്മയാണ്. മറ്റുള്ളവരുടെ ഭൂമിയിൽ പണിയെടുത്തു കിട്ടുന്ന കൂലികൊണ്ട് അവർക്ക് വിദ്യാഭ്യാസം നടത്താനോ ഉന്നത ജീവിതനിലവാരത്തിലെത്താനോ സാധിക്കുന്നില്ല. തമിഴ്ഗ്രാമങ്ങളെ സംബന്ധിച്ചിടത്തോളം ഭൂമിപ്രശ്നം ഒരിക്കലും അവസാനിക്കാത്തതാണ്. *തേവർ മകൻ, വീരുമാണ്ടി* എന്നീ സിനിമകൾ ഇത്തരം വിഷയങ്ങളെ സ്വീകരിക്കുമ്പോഴും അതിനെ മറികടന്നു പോകുന്നതായിട്ടാണ് കാണുന്നത്. എന്നിരുന്നാലും തെക്കേ ഇന്ത്യയിലെ ഏറ്റവുമധികം ജനങ്ങൾ താമസിക്കുന്ന തെരുവിലെയും ചേരികളിലെയും പ്രാന്തവൽക്കൃത ജനവിഭാഗങ്ങളെ

ആവിഷ്കരിക്കുവാൻ തമിഴ് സിനിമ ധൈര്യപ്പെടുന്നു. *റെനിഗുണ്ട, മൈന, ചെന്നൈ 28* എന്നീ സിനിമകളൊക്കെ ഇത്തരം വിഷയങ്ങളാണ് അവതരിപ്പിക്കുന്നത്. ദലിത് ജീവിതത്തെ പ്രണയത്തിന്റെയും വയലൻസിന്റെയും വർണവിന്യാസത്തിൽ പുതു ആഖ്യാനരീതിയിൽ ഉയർന്ന സാങ്കേതിക വിദ്യയുടെ സഹായത്താൽ തമിഴ് സിനിമ ആവിഷ്കരിച്ചുകൊണ്ടിരിക്കുന്നു.

തമിഴിലെ മികച്ച സിനിമകളെന്ന് കൊണ്ടാടിയ ഈ സിനിമകളിലെ നായികമാരെല്ലാം വെളുത്ത ഗ്രാമീണസൗന്ദര്യം ഉള്ളവരാണ്. ദുർബലരായ, പുരുഷ ഇംഗിതത്തിനു കീഴ്പ്പെട്ടു നിൽക്കുന്ന നായികമാരെയാണ് ഇത്തരം സിനിമകൾ അവതരിപ്പിച്ചുകൊണ്ടിരിക്കുന്നത്. *വെണ്ണിലാ കബടിക്കൂട്ടം, വെയിൽ, കല്ലൂരി* എന്നീ സിനിമകളിലെ നായികമാരൊക്കെ സിനിമയുടെ സൗന്ദര്യത്തിനു മാറ്റുകൂട്ടുന്നതിനുവേണ്ടി ചിത്രീകരിക്കപ്പെട്ടവരാണ്. കഥയിലെ കേന്ദ്രമാകാനോ, കഥാഗതിയെ മുന്നോട്ടുകൊണ്ടുപോകാനോ ഇവർക്ക് സാധിക്കുന്നില്ല. പുരുഷനായകന്മാർക്കു ചുറ്റും കറങ്ങികൊണ്ടിരിക്കുകയാണ് പുകൾപെറ്റ തമിഴ് സിനിമാലോകം.

ഗായകനോടൊപ്പം നൃത്തംചെയ്യുന്ന സ്ത്രീകൾക്ക് വ്യക്തിത്വങ്ങൾ കാണുന്നില്ല. നായകന്റെ ലൈംഗികാനന്ദങ്ങൾക്ക് ഇരയായി മാറുകയാണ് ഇവിടെ നായിക. ചില ഐറ്റം നമ്പറുകളിൽ (പാട്ടുരംഗങ്ങളിൽ മാത്രം) കടന്നുവരുന്ന നടിമാരെയും പുരുഷസമൂഹം രണ്ടാംതരമായി കാണുന്നു. സിനിമയുടെ ദൃശ്യസൗന്ദര്യത്തിന് അഴകുകൂട്ടുന്ന 'അംഗീകരിക്കപ്പെട്ട' സ്ത്രീകളായി ഇവർ മാറുന്നു. പെണ്ണ് എന്നാൽ ശരീരമാണ് എന്ന കാഴ്ചപ്പാട് പരിസ്ഥിതിയുമായി, അതിന്റെ ചൂഷണവുമായി ബന്ധപ്പെട്ടും കാണാം. സ്ത്രീയുടെ നേരെയുള്ള ഈ കാഴ്ചപ്പാട്, പാരിസ്ഥിതിക വിഷയങ്ങൾ കൈകാര്യം ചെയ്യുന്ന സിനിമകളെടുക്കുന്നതിൽ നിന്നും തമിഴ്സിനിമയെ അകറ്റുന്നുണ്ട്.

വിദ്യാഭ്യാസവും തൊഴിലുമെല്ലാം ക്യാമ്പസ് പ്രമേയമുള്ള സിനിമകളിൽ കടന്നുവരുന്നുണ്ടെങ്കിലും പലപ്പോഴും അത് നായകവേഷത്തിന് നിറംകൊടുക്കുന്ന രീതിയിലായിരിക്കും. *കല്ലൂരി, തമിഴ് എം എ, ഓട്ടോഗ്രാഫ്* എന്നീ സിനിമകൾ ശ്രദ്ധിക്കുക. തമിഴ്നാട്ടിലെ പൊതുവിദ്യാഭ്യാസ മേഖലകളുടെയും സെൽഫ് ഫിനാൻസ് കോളേജുകളുടെയുമെല്ലാം നടത്തിപ്പും കോഴപ്പണവും തുറന്നു കാട്ടുവാൻ ഈ സിനിമകൾ മടിക്കുകയാണ്. തുറന്ന് കാണിക്കുന്ന സിനിമകളിൽ തന്നെ പ്രശ്നപരിഹാരത്തിന് നായകൻ തന്നെ അതിമാനുഷിക അവതാരവേഷത്തിൽ ഇടപെടുന്നു. മാറി മാറി വരുന്ന ഭരണംവഴി സൃഷ്ടിക്കപ്പെടുന്ന സാമ്പത്തിക അസമത്വം വളരെയധികമാണ്. പലപ്പോഴും ഇതിന്റെയെല്ലാം പ്രശ്നത്തിന് കാരണം രാഷ്ട്രീയക്കാരും അഴിമതിയും കൈക്കൂലിയുമാണെന്ന ആശയമാണ് സിനിമ നിരന്തരം പറഞ്ഞുകൊണ്ടിരിക്കുന്നത്. *കല്ലൂരി*യിൽ ഇത്തരത്തിൽ രാഷ്ട്രീയപാർട്ടി പ്രവർത്തനത്തെ നെഗറ്റീവായി കാണിക്കുന്ന ആശയം ഉള്ളടങ്ങിയിട്ടുണ്ട്. രാഷ്ട്രീയത്തെ മോശമാക്കി ചിത്രീകരിക്കു

ന്നതോടൊപ്പം വളർന്നുവരുന്ന സ്വകാര്യ മാനേജുമെന്റ് സ്ഥാപനങ്ങളുടെ പ്രവർത്തനങ്ങളെ ന്യായീകരിക്കുന്ന നിലപാടുകളുമാണ് ഈ പുതുസിനിമകൾ ഏറ്റെടുക്കുന്നത്. *കാട്രാട് തമിഴ് അഥവാ തമിഴ് എം എ* എന്ന സിനിമയിൽ തമിഴ്ഭാഷയുടെ ചരിത്രം മുഴുവൻ വർഷങ്ങൾകൊണ്ട് പഠിച്ച യുവാവിനേക്കാൾ ഐ ടി ബിരുദം (മൂന്നുവർഷം കൊണ്ട്) പഠിച്ചവന് ലക്ഷങ്ങൾ ശമ്പളമായി കൊടുക്കുന്ന സാമൂഹ്യ വ്യവസ്ഥിതിയെയാണ് ചോദ്യംചെയ്യുന്നത്. എങ്കിലും വിദ്യാഭ്യാസം, തൊഴിൽ, സാമ്പത്തിക അസമത്വം ഇവയെയെല്ലാം സൂക്ഷ്മമായി ചിത്രീകരിക്കുവാൻ തമിഴ് സിനിമ ധൈര്യപ്പെടുന്നില്ലായെന്നു കാണാം.

പറഞ്ഞുവന്നത് തമിഴ് സിനിമ പ്രമേയത്തിലും ആഖ്യാനത്തിലും ജീവിത ചിത്രീകരണത്തിലും 'മണ്ണിന്റെ മണവും പ്രാദേശികത്തനിമയും' ഉള്ള നിരവധി സിനിമകൾ ഉണ്ടാക്കുന്നതിന്റെ പ്രശ്നങ്ങളെക്കുറിച്ചാണ്. പ്രാദേശികതകളെ ശക്തമായി അവതരിപ്പിക്കുമ്പോഴും കമ്പോള താൽപ്പര്യങ്ങളോട് ഒത്തുതീർപ്പ് നടത്തുമ്പോൾ സംഭവിക്കുന്ന മൂല്യനിരാസത്തെക്കുറിച്ചാണ്. പ്രാന്തവൽക്കരിക്കപ്പെടുന്നവരുടെ ജീവിതം ചിത്രീകരിക്കുമ്പോൾ തന്നെ നിരവധി സാമൂഹ്യരാഷ്ട്രീയ വിഷയങ്ങളെ ഒളിച്ചുവയ്ക്കുകയോ കാണാതെ പോവുകയോ ചെയ്യുന്നു എന്നതാണ്. തീർച്ചയായും തമിഴ് സിനിമ അതിന്റെ പുതിയ മേഖലകളിലേക്കാണ് പോകുന്നത്. ഗ്രാമങ്ങളിലെ ദലിതരും, ചേരിയിലെ യുവത്വവും തമിഴ്ഗ്രാമത്തിന്റെ വൈവിധ്യമാർന്ന ജീവിതവും സംസ്കാരവുമെല്ലാം തമിഴ് സിനിമയിൽ ഇന്നു ചിത്രീകരിക്കപ്പെടുന്നുണ്ട്. എന്നിരുന്നാലും കമ്പോളത്തിന്റെ സമവാക്യങ്ങൾ ഈ സിനിമകളെ നിയന്ത്രിക്കുന്നുണ്ടെന്ന് കണ്ടേതീരൂ. *അങ്ങാടിത്തെരു, കാതൽ, മൈന* എന്നീ നിരവധി സിനിമകളിലെല്ലാം കമ്പോള ഇടപെടൽ സിനിമയുടെ ആവിഷ്കരണത്തിൽ ചെലുത്തിയ സ്വാധീനം കാണാവുന്നതാണ്.

രണ്ടായിരത്തിനുശേഷം 'യഥാർഥ ജീവിത'ത്തെ ചിത്രീകരിക്കുന്ന സിനിമ എന്നപേരിൽ വളരെയധികം ചർച്ചചെയ്യപ്പെട്ടതും തമിഴ് നാട്ടിൽ വൻവിജയം നേടിയതുമായ *കാതൽ, പരുത്തിവീരൻ* എന്നീ സിനിമകളെ ദലിത്പക്ഷത്തുനിന്നുകൊണ്ട് എ ജഗന്നാഥൻ പഠനം നടത്തിയിട്ടുണ്ട്. (*നല്ല സിനിമകളുടെ രാഷ്ട്രീയം*, മലയാളം വാരിക, 2008 സെപ്തംബർ 5). തമിഴ് നാട്ടിലെ വൈവിധ്യമാർന്ന നിരവധി ഉപജാതിവിഭാഗങ്ങളുടെ ഭാഷ, സാംസ്കാരിക സവിശേഷതകളെ പരിഗണിക്കാതെ 'തേവർ' എന്ന സാമുദായിക ജീവിതത്തിലേക്ക് ജാതിപ്രശ്നങ്ങളെ ചുരുക്കുകയാണ് ഈ സിനിമകൾ ചെയ്തതെന്ന് ഈ ലേഖനം വിമർശിക്കുന്നു. ജാതിയെ മൗനപ്പെടുത്തി, സമൂഹത്തിന്റെ വ്യവസ്ഥാപിത വഴിയിൽനിന്ന് മാറിസഞ്ചരിക്കുന്നവർക്ക് ദുരന്തമാണ് ഗതിയെന്ന് ഉറപ്പിക്കുകയാണ് ഈ സിനിമകൾ ചെയ്തത്. അതിനാൽ തമിഴ് സിനിമയിൽ ഇന്നു കാണുന്ന സൗന്ദര്യമില്ലാത്ത യുവനടന്മാർ, പ്രാദേശികതയുടെ സാംസ്കാരിക ചിഹ്നങ്ങൾ, ഓരങ്ങളിലുള്ളവരുടെ ജീവിതം എന്നിവയൊക്കെ ഉൽപ്പാദിപ്പിക്കുന്ന

രാഷ്ട്രീയം എന്താണെന്ന ചോദ്യമാണ് പ്രസക്തമാകുന്നത്. സാങ്കേതിക മേന്മ, ട്രീറ്റുമെന്റ് രീതി എന്നിവയിൽ ഇത്തരം സിനിമകൾക്ക് വളരെയധികം പുതുമ കൊണ്ടുവരാനാകും. എന്നാൽ പ്രമേയവും അതുൽപ്പാദിപ്പിക്കുന്ന ആശയമണ്ഡലവും എത്രമാത്രം വിപ്ലവകരമാകുന്നതെന്നാണ് നോക്കേണ്ടത്. മൂന്നോ നാലോ കോടിയിൽ, (ഏറ്റവും കുറഞ്ഞത്) നിർമിക്കുന്ന ഇത്തരം ചിത്രങ്ങൾക്ക് മലയാള സിനിമകളേക്കാൾ ക്വാളിറ്റി (ഇവിടെ ഒരു കോടിയുടെ സിനിമ ഉദാ) കൂടുകതന്നെ ചെയ്യും. മലയാളത്തെക്കാൾ കൂടുതൽ സിനിമകൾ തമിഴിൽ ഒരു വർഷമിറങ്ങും. വലിയ മൂലധനമിറക്കുന്നതുകൊണ്ടാണ് സാങ്കേതിക വൈഭവവും സൗന്ദര്യവും തമിഴ് സിനിമയ്ക്ക് വേണ്ടുവോളം കാണുന്നത്. മുടക്കുമുതൽ തിരിച്ചു കിട്ടാവുന്ന വിപണി തമിഴ്സിനിമയ്ക്കുണ്ട്. ഇത്തരം വാദങ്ങളൊന്നും മലയാള സിനിമയെ ന്യായീകരിക്കാനല്ല. തമിഴ് സിനിമയെ കൂടുതൽ തിരിച്ചറിയുന്നതിനുവേണ്ടിയാണ്.

യഥാതഥ്യത്തിന്റെയും നല്ല സിനിമയുടെയും അപ്പോസ്തലന്മാർ എന്നവകാശപ്പെടുന്ന ആർട്ട് സിനിമക്കാർ ഗൗരവമായ, സമകാലികതയുള്ള വിഷയങ്ങൾ തെരഞ്ഞെടുക്കുമ്പോഴും ദൃശ്യആഖ്യാനത്തിൽ പുതുമ കൊണ്ടുവരുന്നില്ല. അത് മലയാള സിനിമയുടെ ഭാവുകത്വപരമായ സൗന്ദര്യാസ്വാദനത്തെ തടസപ്പെടുത്തുന്നു. ആർട്ട് സിനിമയുടെ സ്ഥിരം സ്വഭാവങ്ങൾ പിന്തുടരുന്ന ഈ സിനിമകൾ തിയറ്റർ കാണാതെ വിദേശ ഫിലിം ഫെസ്റ്റിവലിലേക്ക് പോകേണ്ട അവസ്ഥ വരുന്നു. ശക്തമായ, പൊളിറ്റിക്കലായ പ്രമേയങ്ങൾ കൈകാര്യംചെയ്യുന്ന നിരവധി സിനിമകൾ മലയാളത്തിലിറങ്ങുന്നുണ്ടെന്നുള്ളത് നിഷേധിക്കാൻ പറ്റാത്തതാണ്. എന്നാൽ അത്തരം സിനിമകളുടെ സാങ്കേതികതയും ട്രീറ്റുമെന്റ് രീതിയും വളരെ പഴഞ്ചനായിട്ടാണ് പ്രേക്ഷകർക്ക് അനുഭവപ്പെടുന്നത്. മലയാള പ്രേക്ഷകരുടെ സൗന്ദര്യാസ്വാദനം അനുനിമിഷം മാറിക്കൊണ്ടിരിക്കുന്നത് ഇവർ തിരിച്ചറിയുന്നില്ല. ഇത്തരം സിനിമകൾ ഇങ്ങനെ ഇറങ്ങുന്നതിന് കാരണക്കാർ അത്തരം സിനിമയുടെ സംവിധായകനും നിർമാതാവുമല്ല. ഭരണകൂടവും വിപണി സംസ്കാരവും പ്രേക്ഷകലോകവും ഇതിന് കാരണക്കാർ കൂടിയാണ്. തമിഴ് സിനിമയുമായി മലയാള സിനിമയെ താരതമ്യം ചെയ്യുന്നതിൽ പാകപ്പിഴകളുണ്ടെന്നാണ് ഇവിടെ സൂചിപ്പിക്കുന്നത്. തമിഴിന്റെയത്ര വിപണിയോ മൂലധനമോ ഇല്ലാത്ത മലയാളസിനിമ ഇങ്ങനെ പോകുന്നതിൽ നാം അത്ഭുതപ്പെടേണ്ടതാണ്. നഷ്ടം മുൻകൂട്ടി കാണുന്ന ഒരു കച്ചവടത്തിനായിട്ടാണ് മലയാള സിനിമ ഓരോ ദിവസവും പുറത്തിറങ്ങുന്നത്.

തമിഴ് സിനിമയിൽ ഒരുവർഷം ഏകദേശം 120 ഓളം സിനിമകളിറങ്ങുമെങ്കിൽ മലയാളത്തിൽ ഏകദേശം 60 ഓളമാണ്. മലയാള സിനിമയിൽ ധൈര്യപ്പെട്ട് പണമിറക്കുവാൻ സിനിമാനിർമാതാക്കൾ തുനിയുന്നില്ല. ഒന്ന്-മലയാള സിനിമയുടെ പ്രദർശന ഇടം, വിപണി വളരെ കുറവാണ്. രണ്ട് - മലയാളി പ്രേക്ഷകർ അന്യഭാഷാ സിനിമകളെ കാണാൻ

ആഗ്രഹിക്കുന്നവരാണ്. അതിനാൽ സാങ്കേതിക വിദ്യയും സയൻസ് ഫിക്ഷൻ പ്രമേയവുമുള്ള സിനിമകൾ അവർ അന്യഭാഷയിൽ തന്നെ കാണാൻ ആഗ്രഹിക്കുന്നു. മലയാളികളുടെ സൗന്ദര്യതലങ്ങൾ 'കേരളീയ'മെന്നു നിർവചിക്കപ്പെടുന്ന സ്ഥല-കാല പരിസരത്തല്ലാ നിലനിൽക്കുന്നത്. *പഴശ്ശിരാജ*പോലെയുള്ള ഒരു ബിഗ്ബജറ്റ് സിനിമ ഒരേ സമയം മൂന്നു ഭാഷകളിലേക്ക് മൊഴിമാറ്റി പ്രദർശിപ്പിച്ചതുവഴിയാണ് മുടക്കുമുതലും ലാഭവും നേടിയെടുത്തത്. ഇപ്പോൾ *ഉറുമി* എന്ന സിനിമയും, മലയാളം, തമിഴ്, തെലുങ്ക്, ഹിന്ദി, ഇംഗ്ലീഷ് ഭാഷകളിലേക്ക് മൊഴിമാറ്റി പ്രദർശിപ്പിക്കുന്നു. ഇതെല്ലാം സൂചിപ്പിക്കുന്നത് മലയാള സിനിമയ്ക്ക് മുടക്കുന്ന പണം തിരിച്ചുകിട്ടുവാൻ മറ്റു സംസ്ഥാനങ്ങളെയും രാജ്യങ്ങളെയും ആശ്രയിക്കണമെന്നാണ്. അപ്പോൾ വലിയ ബജറ്റ് ചിത്രങ്ങൾ അതിനു വിപണിയിൽ മൂല്യംകിട്ടുന്ന രീതിയിലുള്ള പ്രമേയങ്ങളും താരനിര-സാങ്കേതിക പ്രവർത്തകരേയും തേടും. ഇത്തരത്തിലാണ് മലയാള സിനിമ തമിഴ്പോലെയുള്ള മറ്റു അന്യഭാഷാ സിനിമകളോട് മത്സരിക്കുന്നത്. ദേശീയതയും, പ്രാദേശിക സംസ്കാരവും വിപണിമൂല്യം ഉൾക്കൊള്ളുന്നവയാണെന്ന തിരിച്ചറിവ് ഇത്തരം പ്രമേയങ്ങൾ സ്വീകരിക്കുന്നതിന് സാധ്യത നൽകുന്നു.

ചുരുക്കത്തിൽ തമിഴ് സിനിമ പ്രമേയം, അവതരണം, സാങ്കേതികത എന്നിവയിൽ നൂതന രീതികളാണ് ആവിഷ്കരിച്ചുകൊണ്ടിരിക്കുന്നത്. തമിഴ് സിനിമയുടെ വിശാലമായ മാർക്കറ്റും (ഇന്ത്യ, യൂറോപ്പ്, ഏഷ്യ...) സിനിമയ്ക്കുപയോഗിക്കുന്ന ബിഗ്ബജറ്റും ഇത്തരം സിനിമകൾ നിർമിക്കാൻ അവരെ പ്രേരിപ്പിക്കുന്നു. എന്നാൽ മലയാള സിനിമയുടെ വിപണി പരിമിതമായതിനാൽ ഇത്തരം നിർമാണങ്ങൾ ഇവിടെ നടക്കുന്നില്ല. ഗവൺമെന്റ്, തിയറ്റർ ഉടമകൾ, പ്രേക്ഷകർ എന്നിവരുടെ സഹകരണംകൂടിയാണ് നല്ല സിനിമകൾ പുറത്തിറക്കാൻ ഓരോരുത്തരെയും പ്രേരിപ്പിക്കുന്നത്. തമിഴ് സിനിമയുടെ ഈ കുതിച്ചുകയറ്റത്തിനിടയിലും അവർ തമിഴ്നാട്ടിലെ രൂക്ഷമായ ജാതിപ്രശ്നം, വിദ്യാഭ്യാസ-തൊഴിൽ മേഖലയിലെ അസമത്വം, സ്ത്രീ-പരിസ്ഥിതി ചൂഷണം, ഭരണകൂട-രാഷ്ട്രീയ അഴിമതി തുടങ്ങിയ നിരവധി വിഷയങ്ങളെ സൂക്ഷ്മമായി വിലയിരുത്തുന്നതിൽ പരാജയപ്പെടുന്നതായാണ് കാണുന്നത്. തമിഴ് സിനിമയുടെ ഇത്തരം പ്രശ്നങ്ങളിൽ നിന്നുള്ള ഒളിച്ചോട്ടത്തെ തിരിച്ചറിയേണ്ടതുണ്ട്.

ദേശീയതയുടെ നിർമിതി മണിരത്നം സിനിമകളിൽ

ദാദാസാഹേബ് ഫാൽക്കെയുടെ പുരാണേതിഹാസ പുനർരചനയിലൂടെ തുടങ്ങിയ സിനിമയിലെ ദേശീയതാ നിർമിതി ആഗോളവൽക്കരണ കാലത്തെ ജനപ്രിയ സിനിമകളിലും തുടർന്നുപോരുന്നുണ്ട്. സമകാലിക സിനിമയിൽ പുരാണങ്ങൾ കടന്നുവരുന്നത് മുഖംമൂടിയണിഞ്ഞാണ്. ആധുനിക കാലത്തെ മിത്തിക്കൽ സ്വഭാവമാണ് ഇതിനുള്ളത്. ദേശരാഷ്ട്രത്തിലും കുടുംബവ്യവസ്ഥിതിയിലും ഇത്തരം മിത്തിക്കൽ സ്വഭാവസവിശേഷതകൾ അന്തർലീനമായി ആഖ്യാനം ചെയ്യുന്നു. സാമ്രാജ്യത്വവിരുദ്ധ ആശയങ്ങളായിരുന്നു സ്വാതന്ത്ര്യപൂർവ ദേശീയസിനിമകളിൽ ആവിഷ്കരിച്ചത്. സ്വാതന്ത്ര്യാനന്തര കാലത്ത് നെഹ്റുവിയൻ സോഷ്യലിസവും മതനിരപേക്ഷതയും മതസൗഹാർദവും സിനിമകളിൽ പ്രധാനമായി. ഇന്ത്യൻ സിനിമയിൽ, പ്രത്യേകിച്ചും ഹിന്ദി സിനിമകളിൽ ദേശീയതയുടെ ഭാഷ്യങ്ങൾക്ക് വിവിധ പാഠങ്ങളുണ്ടായി. ദേശീയത പല ഭാവങ്ങൾ ഉൾക്കൊണ്ട് വളർന്നു വരികയായിരുന്നുവെന്ന് പറയാം. തമിഴ് സിനിമയിൽ ചരിത്രത്തെ നായകകേന്ദ്രിതമാക്കി വ്യക്തിവൽക്കരിക്കുന്ന സിനിമകൾ അറുപതുകളിൽ പുറത്തിറങ്ങിയിരുന്നു. ദ്രാവിഡ രാഷ്ട്രീയത്തിന്റെ ദേശീയതയെ സംബന്ധിച്ച കാഴ്ചപ്പാടുകൾ ആവിഷ്കരിക്കുന്ന സിനിമകളും ഇക്കാലത്തുണ്ടായി. ഇന്ത്യൻ ദേശീയതയുടെ വ്യവഹാരങ്ങളിൽനിന്ന് പലപ്പോഴും മാറിനിൽക്കുകയാണ് തമിഴ് ദേശീയത. എന്നാൽ തൊണ്ണൂറുകളോടെ തമിഴ് ദേശീയത ഇന്ത്യൻ ദേശീയതയിൽ ഇടപെട്ടുതുടങ്ങിയത് എങ്ങനെയെന്ന് നോക്കുന്നത് ദേശീയതാ നിർമിതിയെ സംബന്ധിച്ചറിയുന്നതിന് സഹായകമാണ്.

സമകാലിക രാഷ്ട്രീയമണ്ഡലത്തിലെ സ്ഫോടനാത്മകമായ വിഷയങ്ങളെ കൈകാര്യംചെയ്ത മണിരത്നം ഇന്ത്യൻ ദേശീയതയെ തന്റെ

സിനിമയിലൂടെ എങ്ങനെയാണ് അവതരിപ്പിച്ചത്? രാഷ്ട്രം, കുടുംബം, പ്രണയം, മിത്ത് എന്നിവയെ എങ്ങനെയാണ് തന്റെ സിനിമകളിൽ പരിചരിച്ചത്? കാശ്മീർ തീവ്രവാദി പ്രശ്നത്തെ പ്രണയത്തിന്റെ പശ്ചാത്തലത്തിൽ അവതരിപ്പിച്ച *റോജ* (1992), ബോംബെയിലെ 1992–93 കാലത്തെ ഹിന്ദു-മുസ്ലീം വർഗീയ കലാപങ്ങളെ പ്രമേയമാക്കിയ *ബോംബെ* (1995), വടക്കുകിഴക്കൻ സംസ്ഥാനമായ ആസാമിൽ ഉൽഫ തീവ്രവാദികൾ നടത്തുന്ന വിഘടന-കലാപ പ്രവർത്തനത്തിന്റെ ആവിഷ്കാരമായ *ദിൽസേ* (1998) എന്നീ സിനിമകൾ ഇന്ത്യൻ-ദേശീയതയിലെ പ്രധാന സംഭവങ്ങളോട് പ്രതികരിക്കുന്നുണ്ട്. ഗാർഹികവും വൈവാഹികവുമായ കഷ്ടതകൾ, തീവ്രവാദം, പ്രണയം, വർഗപരവും മതപരവുമായ സംഘർഷങ്ങൾ, യുദ്ധം, രാഷ്ട്രീയം, ചരിത്രം, ശാരീരിക വൈകല്യം തുടങ്ങിയവ അദ്ദേഹം കൈകാര്യംചെയ്ത സാമൂഹിക-രാഷ്ട്രീയ പ്രമേയങ്ങളിൽ ചിലതാണ്.

സ്വാതന്ത്ര്യാനന്തരം ഇന്ത്യയിൽ പരിഹരിക്കാൻ കഴിയാത്ത വിധത്തിൽ രൂക്ഷമായിക്കൊണ്ടിരിക്കുന്ന പ്രശ്നങ്ങളാണ് കാശ്മീർ, ഹിന്ദു-മുസ്ലീം വർഗീയത, വിഘടനവാദം എന്നിവ. രാഷ്ട്രത്തിന്റെ ഒരു ഘടകമായി വിലയിരുത്തപ്പെടുന്ന കുടുംബത്തെ മുൻനിറുത്തിയാണ് സിനിമയിൽ ഇത്തരം വിഷയങ്ങൾ ആവിഷ്കരിക്കപ്പെടുന്നത്. ഗ്രാമീണ സൗന്ദര്യവും ഗ്രാമീണ 'ഭാര്യ'യെയും ആഗ്രഹിക്കുന്ന ഋഷികുമാർ കമ്പ്യൂട്ടർ എഞ്ചിനീയറാണ്. താൻ വിവാഹം കഴിച്ച 'റോജ'യുമായി അയാൾ മധുവിധുകാലത്തുതന്നെ കലാപകലുഷിതമായ കാശ്മീരിലേക്ക് പ്രതിരോധവകുപ്പിന്റെ കേന്ദ്രങ്ങൾ പിടിച്ചെടുത്തുകൊണ്ടിരിക്കുന്ന ചില രഹസ്യ സന്ദേശങ്ങൾ ഡീകോഡ് ചെയ്യാനായി നിയോഗിക്കപ്പെടുന്നു. തീവ്രവാദികൾ ഇയാളെ തട്ടിക്കൊണ്ടുപോകുന്നതോടെയാണ് കഥ ഗൗരവമായി മാറുന്നത്. തന്റെ ഭർത്താവിനെ വീണ്ടുകിട്ടുവാൻ വേണ്ടി നടത്തുന്ന റോജയുടെ പരിശ്രമങ്ങൾ തുടർന്ന് സിനിമയിൽ കാണുന്നു. പുരാണ കഥയായ 'സത്യവാൻ സാവിത്രി'യിലെ സത്യവാനെ കാലന്റെ സമീപത്തുനിന്നു വീണ്ടുകിട്ടുവാൻവേണ്ടി സാവിത്രി നടത്തുന്ന ശ്രമങ്ങളുടെ ഒരു ആധുനിക പുനരാഖ്യാനമായി ഇതിനെ കാണാവുന്നതാണ്. ആദ്യകാലത്ത് ഫാൽക്കെയുടെ 102 ചിത്രങ്ങളിൽ 97 ഉം പുരാണേതിഹാസങ്ങളെ അടിസ്ഥാനമാക്കി നിർമിക്കപ്പെട്ടതായിരുന്നു. ദേശീയതയിലേക്കുള്ള പുരാണങ്ങളുടെ ഈ പുനഃപ്രവേശം നിരവധി രാഷ്ട്രീയ സമസ്യകൾ ഉൾക്കൊള്ളുന്നവയായിരുന്നു. വർത്തമാനകാലത്തിലെ പ്രശ്നങ്ങളെ ഭൂതകാലത്തിലൂടെ പുനർനിർമിക്കുന്നതായിരുന്നു ഇത്തരം സിനിമകൾ. ഇവിടെ തന്റെ ഭർത്താവിനെ, കുടംബനാഥനെ വീണ്ടുകിട്ടുന്നതിനുവേണ്ടി "തനിക്കൊന്നുമറിയേണ്ട, ഭർത്താവിനെ വിട്ടുകിട്ടിയാൽ മതി" എന്ന് വിലപിക്കുന്ന 'റോജ'യെയാണ് കാണുന്നത്. ഭർതൃസ്നേഹത്തിന്റെയും കുടുംബവ്യവസ്ഥയുടെയും (പുരുഷൻ കേന്ദ്രമായ) മൂല്യങ്ങളിൽ നിന്നുകൊണ്ടാണ് റോജ ഇങ്ങനെയൊക്കെ പ്രതികരിക്കുന്നത്. ഇവിടെ പുരുഷന്റെ

സംരക്ഷണം/ കുടുംബത്തിന്റെ സംരക്ഷണം എന്നത് രാഷ്ട്രത്തിന്റെ സുരക്ഷയുമായി ബന്ധപ്പെട്ടതാണ്. എന്നാൽ ഒരു രാജ്യദ്രോഹിയെ മോചിപ്പിക്കാൻവേണ്ടി രാഷ്ട്രം ഭീകരവാദികൾക്ക് മുമ്പിൽ കീഴടങ്ങേണ്ട ആവശ്യമില്ലായെന്നാണ് സർക്കാർ ഉദ്യോഗസ്ഥനായ ഋഷി പറയുന്നത്. രാഷ്ട്രത്തിന്റെ ദേശീയതാ കാഴ്ചപ്പാടുകളെ ന്യായീകരിക്കേണ്ടവനാണ് സർക്കാർ ഉദ്യോഗസ്ഥർ എന്ന കാഴ്ചപ്പാടിനെയാണ് ഋഷി പ്രതിനിധാനം ചെയ്യുന്നത്. എന്നാൽ അത്ഭുതകരമായി വസിംഖാൻ എന്ന ഭീകരവാദിയെ മോചിപ്പിക്കാതെതന്നെ ഋഷി വീണ്ടെടുക്കപ്പെടുന്ന ക്ലൈമാക്സ് സിനിമയിൽ സംഭവിക്കുന്നു. രാഷ്ട്രവും കുടുംബവും ആഗ്രഹിച്ച ഒരു ശുഭപര്യവസാനമാണ് അന്ത്യരംഗത്തിലൂടെ നടപ്പിലാകുന്നത്. കാശ്മീർ പ്രശ്നത്തിന്റെ രൂക്ഷമായ സംഭവവികാസങ്ങളിലേക്ക് സിനിമ കടന്നുചെല്ലാതെ പ്രണയത്തിന്റെയും കുടംബത്തിന്റെയും പശ്ചാത്തലമെന്നോണം ഈ വിഷയം കൈകാര്യം ചെയ്തിരിക്കുന്നു. ഹിന്ദു-മുസ്ലീം വിരുദ്ധ ദ്വന്ദ്വത്തെയും തീവ്രവാദത്തിന്റെ ലളിതമായ യുക്തികളെയുമാണ് സിനിമ പിന്തുടരുന്നത്. ഹൈന്ദവമധ്യവർഗ കാഴ്ചപ്പാടുകളെ ന്യായീകരിക്കുന്ന പാഠങ്ങളാണ് ദേശീയതയെ മുൻനിർത്തി ഈ സിനിമയും പുനരുൽപ്പാദിപ്പിച്ചുകൊണ്ടിരിക്കുന്നത്.

1992–93 ലെ ബോംബെ കലാപം ഇന്ത്യൻ രാഷ്ട്രീയത്തിലെ മായ്ക്കാനാകാത്ത ഒരു കറുത്ത പാടാണ്. സ്വാതന്ത്ര്യാനന്തരം ഇന്ത്യൻ സിനിമയിൽ പ്രതിനിധാനം ചെയ്യപ്പെട്ട മുസ്ലീം, കൂടുതലും ഹിന്ദുസംസ്കാരത്തിന് വിരുദ്ധം എന്ന നിലയിലായിരുന്നു. മുസ്ലീമിനെ ഇന്ത്യനായി കാണുന്നതിൽ നിന്ന് ഇന്ത്യൻസിനിമ വിട്ടുനിന്നു. ബാബ്റി-മസ്ജിദ് സംഭവം, മതവർഗീയ ശക്തികളുടെ രാഷ്ട്രീയ മേധാവിത്വം എന്നിവയെല്ലാം ഹിന്ദു-മുസ്ലീം മതേതരത്വ സ്വഭാവത്തെയും ബന്ധത്തെയും വളരെയധികം മുറിവേൽപ്പിച്ചു. സമൂഹത്തിലെ പൊതുവ്യവഹാരങ്ങളെയും, രാഷ്ട്രീയ അധികാരത്തെയും, കച്ചവട താൽപ്പര്യത്തെയും അടിസ്ഥാനമാക്കി നിർമിക്കപ്പെട്ട സിനിമയാണ് *ബോംബെ.* ഹിന്ദുവായ നായകനും മുസ്ലീമായ നായികയും പ്രണയിക്കുകയും, ഒളിച്ചോടി വിവാഹം കഴിച്ച് ബോംബെയിൽ താമസവുമാക്കുന്നു. ഇരട്ട ആൺകുട്ടികൾക്ക് ജന്മംനൽകി ഇവർ സന്തോഷമായി ജീവിച്ചുകൊണ്ടിരിക്കുന്ന സമയത്ത് (1992–93) വർഗീയ ലഹളയാരംഭിക്കുകയും കുട്ടികളെ ഇവർക്ക് ലഹളയ്ക്കിടയിൽ നഷ്ടപ്പെടുകയും ചെയ്യുന്നു. അവസാനം ഈ കുട്ടികളെ കണ്ടെത്തുകയും വർഗീയതയ്ക്കെതിരായി ജനങ്ങളെ ഉദ്ബുദ്ധരാക്കി, മനുഷ്യസൗഹാർദത്തിന്റെ മനുഷ്യചങ്ങലയിൽ അണിനിരക്കുന്നതോടെ സിനിമ അവസാനിക്കുന്നു. *റോജ*യിലെപ്പോലെ തന്നെ പ്രണയവും കുടുംബജീവിതവും സമാധാനവും കാംക്ഷിക്കുന്ന ആധുനിക യുവത്വത്തെയും സാമൂഹ്യവ്യവസ്ഥയെയുമാണ് ഈ സിനിമയും പിന്തുടരുന്നത്. മുസ്ലീമിനെ രോഷാകുലരും പെട്ടെന്ന് ആക്രമണമാർഗത്തിലേക്ക് തിരിയുന്നവരുമായിട്ടാണ് സിനിമയവതരിപ്പിക്കുന്നത്. ഇന്ത്യൻ രാഷ്ട്രീയത്തിലെ വലിയൊരു സംഭ

വത്തെ ഭൂരിപക്ഷ ഹിന്ദുത്വ താൽപ്പര്യങ്ങൾക്കനുസരിച്ച് കാണുന്ന ഒരു നിലപാടാണ് സിനിമയുടേത്. ബാബ്റി–മസ്ജിദ് പ്രശ്നത്തിന്മേൽ സുപ്രീം കോടതിയുടെ വിധിയിലും അടിസ്ഥാനമായത് ഹിന്ദുമത വിശ്വാസവും താൽപ്പര്യങ്ങളും ആയിരുന്നല്ലോ. *ബോംബെ* സിനിമ കലാപത്തെ സമർഥമായി കച്ചവടവൽക്കരിക്കുകയായിരുന്നുവെന്ന് പറയാം.

ഓൾ ഇന്ത്യാ റേഡിയോയിലെ പ്രോഗ്രാം എക്സിക്യൂട്ടീവായ അമർകാന്ത് വർമ്മ അസമിലെ ദിബ്രുഗർ സ്റ്റേഷനിലേക്ക് സ്ഥലംമാറ്റം കിട്ടി പോകുന്നതിനിടയിൽ റെയിൽവേസ്റ്റേഷനിലെ വിജനതയിൽ മേഘനയെ ആദ്യമായി കാണുന്നു. *ദിൽസേ*യിലെ നായികയായ മേഘ്ന താനും കുടുംബവും അനുഭവിച്ച പീഡനങ്ങളിൽനിന്ന് പ്രതികാരമുൾക്കൊണ്ട് രാഷ്ട്രത്തിനെതിരെ പ്രവർത്തിക്കുന്ന ഭീകരസംഘടനയിൽപ്പെട്ടവളാണ്. അതിർത്തി പ്രദേശമായ അസാം പോലെയുള്ള സംസ്ഥാനങ്ങളിലെ ഇന്ത്യൻ സൈനികരുടെ സ്ത്രീകൾക്കും കുടുംബങ്ങൾക്കുമെതിരെയുള്ള കടന്നുകയറ്റം മാധ്യമങ്ങൾ വഴി നിരന്തരം ചർച്ച ചെയ്യപ്പെട്ടതാണ്. രാജ്യസുരക്ഷയുടെയും ക്രമസമാധാനത്തിന്റെയും പേരുപറഞ്ഞ് യാതൊരു നിയമനടപടിയും സ്വീകരിക്കാതെ അറസ്റ്റു ചെയ്ത് ജയിലിലിടയ്ക്കാൻ പട്ടാളത്തിന് അനുവാദം നൽകുന്ന നിയമങ്ങൾ നിലവിലുണ്ട്. ഈ നിയമങ്ങൾക്കെതിരെ ശക്തമായ സമരങ്ങൾ അസാം, മേഘാലയപോലെയുള്ള അതിർത്തി സംസ്ഥാനങ്ങളിൽ നടന്നുകഴിഞ്ഞു. സ്ത്രീകൾ പൂർണ നഗ്നരായി “ഇന്ത്യൻ പട്ടാളം തങ്ങളെ റേപ്പു ചെയ്തു” എന്ന ബാനറുമായി സമരം ചെയ്തത് ഇത്തരം സംഭവങ്ങളുടെ ഗൗരവമാണ് തുറന്നു കാണിക്കുന്നത്. അതിർത്തി സംസ്ഥാനങ്ങളിലെ ഇത്തരം സംഭവങ്ങളുടെ പ്രതികരണമെന്നോണം തീവ്രവാദികൾ ജന്മംകൊള്ളാറുണ്ട്. എന്നാൽ ഇത്തരം വിഷയങ്ങളെയെല്ലാം ഉപരിപ്ലവമായി സമീപിക്കുന്ന കാഴ്ചപ്പാടാണ് സിനിമയുടേത്.

ഈ മൂന്നു സിനിമകളിലൂടെയും മണിരത്നം മുന്നോട്ടുവയ്ക്കുന്ന ദേശീയത സവർണ ഹൈന്ദവ ദേശീയതയാണ്. മധ്യവർഗധാരണകളെയാണ് ഈ സിനിമകൾ അടിസ്ഥാനമാക്കുന്നത്. സ്റ്റീരിയോ ടൈപ്പ് ദേശസ്നേഹത്തെ പാൻ ഇന്ത്യൻ കാഴ്ചപ്പാടിൽ അവതരിപ്പിക്കുന്ന സിനിമകളാണിവ. ദേശീയതയുടെ നിർമിതികളിൽ ഇപ്പോഴും മേധാവിത്വസ്ഥാനം പിന്തുടർന്നുകൊണ്ടിരിക്കുന്ന ഹൈന്ദവ മേലാള കാഴ്ചപ്പാടുകളുടെ തുടർച്ചയാണ് ഈ സിനിമകൾ. ദേശം, രാഷ്ട്രം, കുടുംബം എന്നിവയെല്ലാം നിലനിൽക്കുന്ന ഹൈന്ദവ സംസ്കാരത്തിന്റെ നിയമങ്ങൾക്കനുസൃതമായി ചലിക്കുന്നതിന്റെ ദൃശ്യഭാഷ്യങ്ങളാണ് മണിരത്നം സിനിമകൾ. ഉദാരമതിയും സ്നേഹസമ്പന്നരുമായ ഹിന്ദുക്കൾക്ക് വിപരീതമായ രീതിയിൽ മുസ്ലീമിനെ കാണുന്ന അപകടം നിറഞ്ഞ മനോഭാവമാണ് ഈ സിനിമകൾ കൈക്കൊള്ളുന്നത്. ഭരണകൂടത്തിന്റെ ആശയങ്ങൾക്ക് അല്ലെങ്കിൽ സമൂഹത്തിലെ മേലാള ഹിന്ദുത്വ ആശയങ്ങൾക്ക് സിനിമയിലൂടെ പ്രചാരം നൽകുകയായിരുന്നു മണിരത്നം. സാങ്കേതി

കതയുടെയും ജനപ്രിയ സിനിമാ സമവാക്യങ്ങളുടെയും ഉചിതമായ വിന്യാസത്തിലൂടെ ഉപരിവർഗാശയങ്ങളെ ന്യായീകരിക്കുകയും കച്ചവടവൽക്കരിക്കുകയുമാണ് ഇത്തരം സിനിമകൾ. ഇന്ത്യൻ ദേശീയതയിൽ നിന്ന് കീഴാളരും ന്യൂനപക്ഷവിഭാഗങ്ങളുമെല്ലാം അദൃശ്യരായിക്കൊണ്ടിരിക്കുകയാണെന്ന് ഈ സിനിമകളുടെ വിശകലനത്തിൽനിന്നും തിരിച്ചറിയാം.

ഭാഗം III

ഷാരൂഖ് ഖാൻ
മുഖവും മുഖംമൂടിയും

ഷാരൂഖ് ഖാൻ

മുംബൈ ഗ്രാന്റ് റോഡിലെ മിനർവ തിയറ്ററിൽ 1975 ആഗസ്റ്റ് 15 ന് റിലീസ് ചെയ്യപ്പെട്ട രമേശ് സിപ്പിയുടെ *ഷോലെ* സിനിമാചരിത്രത്തിൽ പുതിയ റെക്കോർഡിന് വഴിതെളിയിച്ചു. അഞ്ചു വർഷം മിനർവ തിയറ്ററിൽ തുടർച്ചയായി പ്രദർശിപ്പിക്കപ്പെട്ട *ഷോലെ* ഇന്ത്യയിലെ മറ്റു പ്രാദേശിക കേന്ദ്രങ്ങളിലും വമ്പൻ കളക്ഷനാണ് നേടിയത്. അതിനുശേഷം *ഷോലെ*യുടെ ബോക്സ് ഓഫീസ് റെക്കോർഡ് തിരുത്തിക്കുറിച്ച സിനിമയാണ് രാജശ്രീ പിക്ചേഴ്സിന്റെ *മേനേ പ്യാർകിയാ* (സൂരജ് ബർജാത്യ, 1988) പഴയ പ്രേമകഥ, സംഗീതചേരുവയോടെ അതിസുന്ദരമായി, ലളിതമായി ആവിഷ്കരിച്ചിരിക്കുന്നു എന്നതാണ് സാമാന്യമായി പറയാവുന്ന ഇതിന്റെ വിപണനതന്ത്രം. പിന്നീട് പുറത്തുവന്ന സൂരജ് ബർജാത്യയുടെ തന്നെ *ഹം ആപ്കെ ഹേ കോൻ* (1944) എന്ന ചിത്രം *മേനേ പ്യാർ കിയാ*യുടെ കളക്ഷൻ റെക്കാർഡ് മറികടന്നു.

സമ്പന്നമായ ഹിന്ദുകുടുംബങ്ങളുടെ ആർഭാടമായ ജീവിതവും പ്രണയവും സംഗീതവും നൃത്തവും ഇതിന്റെ വിജയത്തിന്റെ ചേരുവകളായി മനസിലാക്കാം. *ഷോലെ*യുടെ, അഞ്ചുവർഷം തുടർച്ചയായി ഒരേ തിയറ്റ

റിൽ കളിച്ച സിനിമ എന്ന റെക്കോർഡ് ഭേദിച്ചുകൊണ്ട് മുംബൈ സെൻട്രലിലെ മറാത്തമന്ദിർ തിയറ്ററിൽ 1995 ഒക്ടോബർ 30 ന് റിലീസ് ചെയ്യപ്പെട്ട ആദിത്യചോപ്രയുടെ *ദിൽവാലേ ദുൽഹനിയ ലേ ജായേംഗേ* 2005 ലും വിജയകരമായി പ്രദർശനം തുടരുകയാണ്. പത്തുവർഷം തുടർച്ചയായി പ്രദർശിപ്പിച്ച ഈ സിനിമയുടെ ജനപ്രിയ ഘടകങ്ങളെന്തെല്ലാമാണ്? നായകസങ്കൽപ്പത്തിൽ ഹിന്ദി സിനിമയിൽ വന്ന മാറ്റങ്ങളെന്തെല്ലാം? 1975 ലെ ഇന്ത്യനവസ്ഥയിൽ നിന്ന് എന്ത് മാറ്റമാണ് ഇന്നത്തെ സിനിമകൾ പറയുന്നത്? അമിതാഭ് ബച്ചനിൽ നിന്ന് ഷാരൂഖ്ഖാനിലേക്കുള്ള മാറ്റം വഴി ജനപ്രിയ ഹിന്ദി സിനിമകൾ ചിത്രീകരിക്കുന്ന സാംസ്കാരിക മാറ്റങ്ങളെന്തെല്ലാമാണ്? *ദിൽവാലേ ദുൽഹനിയ ലേജായേംഗേ* എന്ന സിനിമയെ മുൻനിറുത്തി ഒരന്വേഷണം.

ക്ഷുഭിത യൗവനകാലം

1973 ൽ ഇറങ്ങിയ പ്രകാശ് മെഹ്റയുടെ *സഞ്ജീർ* എന്ന സിനിമയോടെയാണ് അമിതാഭ് ബച്ചൻ ഹിന്ദി സിനിമയിൽ തന്റെ സ്ഥാനം ഉറപ്പിച്ചത്. അതിനുമുമ്പേ തന്നേ കുറച്ച് സിനിമകളിൽ അഭിനയിച്ചു. ബച്ചന്റെ സിനിമകളെല്ലാം കാര്യമായ വിജയം നേടിയിരുന്നില്ല. ക്രോധാകുലനായ, സത്യസന്ധനായ പൊലീസ് ഓഫീസറെ അവതരിപ്പിച്ച *സഞ്ജീറി*ലെ അമിതാഭിന്റെ വേഷം ഇന്ത്യൻ ജനതക്കിഷ്ടപ്പെട്ടു. നെഹ്റുവിയൻ കോൺഗ്രസ് സംഘടനകൾ എഴുപതുകൾക്കുശേഷമുള്ള സാമൂഹിക പ്രശ്നങ്ങളെ പരിഹരിക്കുന്നതിൽ പരാജയപ്പെടുകയും അവർ പലതായി പിരിയുകയും ചെയ്തു. നീതിന്യായവും ഭരണാധികാരവുമെല്ലാം പ്രതിസന്ധിയിലകപ്പെട്ടു. സാമൂഹിക-അധികാര സ്ഥാപനകേന്ദ്രങ്ങളിൽ നിന്ന് സാധാരണ ജനങ്ങൾ പ്രാന്തവൽക്കരിക്കപ്പെട്ടു. ഭരണവർഗങ്ങൾ സമൂഹത്തിന്റെ അടിത്തട്ടിലുള്ള ജനങ്ങളുടെ പ്രശ്നങ്ങളെ പരിഹരിക്കുന്നതിൽ പരാജയപ്പെടുന്ന ഘട്ടമാണ് അമിതാഭ് ബച്ചന്റെ രോഷാകുലനായ യുവാവ് എന്ന കഥാപാത്രം ജനപ്രിയമായി മാറുന്നത് എന്ന് ഫറീദുദ്ദീൻ കസ്മി അഭിപ്രായപ്പെടുന്നുണ്ട്. (*How angry is the angry young man? Rebellion in conventional Hindi films, Ed. Ashis Nandy*), അമിതാഭ് ബച്ചൻ ഏതാണ്ട് പതിനാറുവർഷത്തോളം ക്ഷുഭിതനായ യുവാവ് എന്ന കഥാപാത്രസ്വഭാവത്തെ അഭിനയിച്ചുപോന്നു. *ഷാൻ*/1980/രമേഷ് സിപ്പി, *കലാപത്തർ* (1979) യാഷ്ചോപ്ര, *ദീവാർ* (1975) യാഷ്ചോപ്ര, *അമർ അക്ബർ ആന്റണി* (1977) മൻമോഹൻ ദേശായി, *ഡോൺ* (1976) *കൂലി* (1983) *അഗ്നിപഥ്* (1990) മുകുൽ എസ് ആനന്ദ്, *ഖുദാഗവാ* (1992) മുകുൽ എസ് ആനന്ദ് എന്നീ സിനിമകളിലെ ക്രോധാകുലനായ യുവാവ് എന്ന അമിതാഭ്കഥാപാത്രം മധ്യവർഗ സമൂഹത്തെ പ്രതിനിധാനം ചെയ്യുന്നവനും സമൂഹത്തിലെ തെറ്റുകൾക്കെതിരെ പോരാടുന്നവനുമാണ്.

എഴുപതുകൾക്കുശേഷമുള്ള സമാന്തര സിനിമാ പ്രസ്ഥാനം/ന്യൂവേവ് സിനിമാതരംഗം പല ഇന്ത്യൻ ഭാഷകളിലും പ്രബലമാവു

മ്പോൾതന്നെയാണ് അമിതാഭ് ബച്ചന്റെ ജനപ്രിയ സിനിമകളുടെ സാമ്പത്തിക വിജയം ഇവിടെ കാണുന്നത്. ബുദ്ധിജീവി പ്രശ്നപരിസരങ്ങളെ ഉൾക്കൊള്ളുന്ന ഒരു ദൃശ്യ സംസ്കാരം നിലനിൽക്കുമ്പോൾതന്നെ സാമൂഹിക പ്രശ്നങ്ങളെ ഒറ്റയാന്റെ തന്റേടത്തോടെ നേരിടുന്ന ബച്ചൻ സിനിമകൾ ഹിന്ദിയിൽ തകർത്തോടി. എഴുപതുകളിലെ പ്രക്ഷുബ്ധമായ, അസ്വസ്ഥമായ കാലഘട്ടത്തിന്റെ സാമൂഹിക രംഗ സിനിമകൾ. എന്നാൽ ഇത്തരം പ്രശ്നങ്ങളെ വളരെ അനായാസമായി അമിതാഭ് ബച്ചൻ കഥാപാത്രങ്ങൾ പരിഹരിക്കുമ്പോൾ പ്രേക്ഷകർ ഒരു തരത്തിൽ യാഥാർത്ഥ്യങ്ങൾ മറന്ന് വിജയലഹരിയിൽ മുഴുകുന്നു. എഴുപതുകൾക്കു ശേഷമുള്ള ഇന്ത്യൻ യുവത്വത്തിന്റെ സ്വപ്നസാക്ഷാത്കാരമാണ് അമിതാഭ് ബച്ചനിലൂടെ നിറവേറ്റപ്പെട്ടത്.

അമിതാഭ് ബച്ചന്റെ ജനപ്രിയതയ്ക്ക് സവർണവൽക്കരിക്കപ്പെട്ട ബൗദ്ധികത മുറ്റി നിൽക്കുന്ന പാരമ്പര്യവും ഒരു കാരണമാണ്. ഹിന്ദിയിലെ പ്രശസ്ത കവിയായ ഹരിവംശറായ് ബച്ചനാണ് അദ്ദേഹത്തിന്റെ പിതാവ് എന്നതും അമിതാഭ് ബച്ചന്റെ കുട്ടിക്കാലസുഹൃത്താണ് ഇന്ത്യൻ പ്രധാനമന്ത്രിയായിരുന്ന രാജീവ്ഗാന്ധി എന്നതും ജനശ്രദ്ധയാകർഷിക്കുന്നു. ആറടിയിൽ കൂടുതൽ പൊക്കവും മുഴക്കമുള്ള ശബ്ദവും തീക്ഷ്ണമായ കണ്ണുകളുമുള്ള ബച്ചൻ ഇന്ത്യൻ സിനിമാലോകം അതേവരെ കാണാത്ത ഒരു നായകസങ്കൽപ്പത്തെ നിർമിച്ചു. അമിതാഭിന്റെ ചടുലമായ ശരീരചലനവും സംഘട്ടനരംഗങ്ങളും തമാശയും നൃത്തവും സ്വന്തമായ ഗാനാലാപനവും ജനഹൃദയങ്ങളെ ആകർഷിച്ച ഘടകങ്ങളാണ്. നിയമത്തിനും നീതിക്കും വേണ്ടിയുള്ള പോരാട്ടങ്ങളാണ് ബച്ചൻ ചിത്രങ്ങൾ. *സഞ്ജീറി*ലെ പൊലീസുകാരനായ വിജയ് വില്ലൻമാരെ തന്റെ പൊലീസ് അധികാരമുപയോഗിച്ച് എതിർക്കുന്നു. 'ഷോലെ'യിൽ ടാകുർ ബൽദേവ് സിംഗ് എന്ന പോലീസുകാരൻ തന്റെ കുടുംബം നശിപ്പിച്ച ഗബ്ബർസിംഗിനെ നേരിടാൻ പൊലീസ് സേനയെ ഉപയോഗിക്കാതെ രണ്ട് പണംതട്ടിപ്പുകാരെ (വീരു, ജയ്) സഹായത്തിന് എടുക്കുന്നു. *ദീവാറിൽ* അധോലോകനായകനായ വിജയ് വില്ലന്മാരെ തുരത്തുന്നു. ഇതെല്ലാം മുന്നോട്ടു വെക്കുന്നത് സാമ്പ്രദായിക ഹിന്ദി സിനിമകളുടെ ഘടനയും വ്യവഹാരവും, 'നിയമവും വിധിയും' തമ്മിലുള്ള പ്രശ്നത്തെ സംബോധന ചെയ്യുന്നു എന്നതാണ്. ഇപ്രകാരത്തിൽ മധ്യവർഗത്തെ പ്രതിനിധാനം ചെയ്ത് പൊലീസായാലും കള്ളനായാലും സമൂഹത്തിൽ വിധി നടപ്പാക്കുന്ന രക്ഷകനിൽ നിന്നുള്ള മാറ്റമാണ് ഒരു തരത്തിൽ ഷാരൂഖ്ഖാൻ പ്രതിനിധാനം ചെയ്യുന്ന ഹിന്ദി സിനിമ.

ജനപ്രിയ ഹിന്ദി സിനിമകളിൽ അമിതാഭ് നിലനിൽക്കുമ്പോൾതന്നെ പ്രണയ സിനിമകളും സെക്സ്, വയലൻസ് ചിത്രങ്ങളും കാണുന്നുണ്ട്. എന്നാൽ ഹിന്ദി സിനിമയിൽ ഒരു പൊതുവ്യവഹാരമായി മാറാവുന്ന തരത്തിൽ അമിതാഭ് ബച്ചൻ ചിത്രങ്ങൾ സ്വീകരിക്കപ്പെട്ടു എന്നതാണ് ഇതിന്റെ ചരിത്രപ്രാധാന്യം. അതിന് ഒരു തരത്തിൽ ബ്രേക്ക് വരുന്നത്

ഷാരൂഖ്ഖാൻ ചിത്രങ്ങളുടെ വരവോടെയാണ്. 1990 കൾക്ക് തൊട്ടുമുമ്പാണ് ഷാരൂഖ്ഖാൻ, അമീർഖാൻ, സൽമാൻ ഖാൻ എന്നിവർ ഹിന്ദി സിനിമാലോകത്ത് പ്രവേശിക്കുന്നത്. അമീർഖാന്റെ ആദ്യചിത്രമായ *ഖയാമത് സേ ഖയാമക് തക്* വലിയ വിജയം കണ്ട പ്രണയചിത്രമായിരുന്നു. സൽമാൻഖാന്റെ ആദ്യചിത്രമായ *മേനേ പ്യാർ കിയായും* പഴയ സമ്പന്ന/ദരിദ്ര പ്രണയ ഫോർമുലയുടെ ആവിഷ്കാരങ്ങളാണ്. ഇവയ്ക്ക് മുമ്പ് ഇറങ്ങി വിജയം കണ്ട പ്രണയചിത്രങ്ങളാണ് *ബേതാബ്, ലൗ സ്റ്റോറി, ഏക് ദുജേ കേ ലിയേ* തുടങ്ങിയവ. 90 കളെ വരവേൽക്കാൻ പുതുമുഖങ്ങളുടെ ഒരു നിരതന്നെ ഇക്കാലത്തുണ്ടായി. അതായത് അമിതാഭിന്റെ ക്ഷുഭിത യൗവനത്തിനെ മറികടന്നുള്ള ചോക്ലേറ്റ് ഉപഭോഗ സംസ്കാരത്തിന്റെ പ്രാതിനിധ്യം അവകാശപ്പെടാവുന്ന ഒരു തലമുറയാണ് തൊണ്ണൂറുകൾക്കു മുമ്പേ ഹിന്ദി സിനിമയിൽ പ്രവേശിച്ചത്. അവർ തന്നെയാണ് ഇന്നും ഹിന്ദി സിനിമയുടെ മുൻനിര നായകർ. ആർഭാടകരമായ സ്വകാര്യ, കുടുംബ ജീവിതവും എപ്പോഴും നൃത്തവും പാട്ടും ഒളിഞ്ഞിരിക്കുന്ന രതിഭാവങ്ങളും കൊട്ടാരദൃശമായ അവരുടെ ലോകത്ത് കടന്നുവരുന്നു. തൊണ്ണൂറുകളിൽ കാണപ്പെടുന്ന ആഗോളീകരണ സാമൂഹിക രാഷ്ട്രീയ അവസ്ഥകളുമായി കൂട്ടിവായിക്കുമ്പോഴാണ് ഈ സിനിമകൾക്ക് പുതിയൊരു അർഥം കാണപ്പെടുന്നത്. തൊണ്ണൂറുകളിൽ ഹിന്ദി സിനിമയിൽ ശ്രദ്ധിക്കപ്പെട്ടുകഴിഞ്ഞ സുനിൽ ഷെട്ടി, സഞ്ജയ് ദത്ത്, സണ്ണി ഡിയോൾ, അക്ഷയ്കുമാർ, അജയ് ദേവ്ഗൺ എന്നിവർ ആക്ഷൻ സിനിമകളിലെ നായകരാവുകയും പാട്ടും ഡാൻസും പ്രമേയവും ചേരുവകളുമുള്ള സിനിമകളിലെ നായകരാവുകയും ചെയ്തു. എന്നാൽ ഇവരിൽ നിന്നൊക്കെ വ്യത്യസ്തമായി ഷാരൂഖ് ചിത്രങ്ങൾ എന്തുകൊണ്ടാണ് കൂടുതൽ ജനപ്രിയങ്ങളായി മാറിയത്? സാമൂഹിക ഇടപെടലിൽ നിന്ന് വ്യത്യസ്തമായ കുടുംബകേന്ദ്രിത സ്വകാര്യ ജീവിതത്തിലേക്ക് ഷാരൂഖ് ഖാൻ ചിത്രങ്ങൾ മാറിയതിന്റെ സാംസ്കാരിക പരിസരമെന്ത്? ആദിത്യചോപ്രയുടെ *ദിൽവാലേ ദുൽഹാനിയ ലേ ജായേംഗേ* ഈ വിധത്തിൽ വിശകലനം ചെയ്യാവുന്നതാണ്.

അമിതാഭ് ബച്ചൻ യുഗം കഴിഞ്ഞ് ഷാരൂഖ് ഖാന്റെ മാനസിക വിഭ്രാന്തി (Psychotic) നിറഞ്ഞ വ്യക്തിത്വതലങ്ങളിലേക്ക് ഹിന്ദി സിനിമ മാറിയത് ഒരു തലത്തിൽ ഒരു തരത്തിൽ സാമൂഹിക ചുറ്റുപാടിൽ നിന്ന് വ്യക്തികൾ കുടുംബസ്വകാര്യ ജീവിതത്തിലേക്ക് മാറുന്നതിന്റെ മതിഭ്രമമായി വ്യാഖ്യാനിക്കാവുന്നതാണ്. തന്നെക്കുറിച്ചും കുടുംബത്തെക്കുറിച്ചുമുള്ള ചിന്തകൾ വ്യക്തിത്വത്തിന്റെ ഭാവനാപരിസരത്തെ തന്നിലേക്ക് ചുരുക്കി തന്നത്തന്നെ തകിടം മറിക്കുന്നതുമാകുന്നു. അബ്ബാസ് മസ്താൻ സംവിധാനം ചെയ്ത *ബാസിഗർ* (1994), യാഷ് ചോപ്രയുടെ *ഡർ* (1994) എന്നീ സിനിമകൾ പ്രണയത്തിന്റെയും പ്രതികാരത്തിന്റെയും തലങ്ങൾ ഒരുവനിൽ മാനസിക ഭ്രമമുണ്ടാക്കുന്നതായി ചിത്രീകരിക്കുന്നു. "*The emergence of Shah Rukh Khan's Psychotic image*" (From subjectification to schizopherenia: The *'Angryman's and the 'Psychotic' hero of Bombay Cinema* - Rajani Mazumdar). രജനി മസുംദാറിന്റെ ഈ അഭിപ്രായം അമിതാഭ് ബച്ചൻ യുഗത്തിന്റെ സാമ്പ്രദായിക വീരത്വമുള്ള, നന്മകൾ മാത്രം ചെയ്യുന്ന, എപ്പോഴും രക്ഷകനെപ്പോലെ വരുന്ന നായകസങ്കൽപ്പത്തിൽ നിന്നുള്ള മാറ്റത്തെക്കൂടി അടയാളപ്പെടുത്തുന്നു. പ്രതിനായക പ്രതിനിധാനത്തിലേക്ക് നായകസങ്കൽപ്പങ്ങൾ മാറുന്നതിന്റെ സൂചനയാണ് സുബാഷ് ഗായ് സംവിധാനം ചെയ്ത *ഖൽനായക്* എന്ന ചിത്രം. പറഞ്ഞുവന്നത് നായക സങ്കൽപ്പത്തിന്റെ മാറ്റം അവിടെ നടന്നു എന്ന് സൂചിപ്പിക്കാനാണ്. എന്നാൽ സമൂഹത്തിൽ സമ്മതി നേടുന്ന, സ്വകാര്യ കുടുംബ ജീവിതത്തിൽ സ്വീകരിക്കപ്പെടുന്ന നായകത്വത്തിനാണ് ഷാരൂഖ്ഖാൻ ചിത്രങ്ങൾ *ദിൽവാലേ ദുൽഹാനിയ ലേ ജായേംഗേ* വന്നതിനു ശേഷം മാറിക്കൊണ്ടിരുന്നത്.

ഷാരൂഖ്ഖാൻ: ആഗോളീകരണകാല പ്രതീകം

വർഷങ്ങളായി ലണ്ടനിൽ താമസിക്കുന്ന നായികയായ സിമ്രാന്റെ പിതാവ് പ്രാവുകൾക്ക് തീറ്റകൊടുക്കുന്ന രംഗത്തോടെയാണ് സിനിമ തുടങ്ങുന്നത്. തന്റെ ജന്മനാടായ പഞ്ചാബിനെ അയാൾ ഓർക്കുകയും ചെയ്യുന്ന ആദ്യഗാനം ഇതോടൊപ്പം ആരംഭിക്കുന്നു. ജതിൻ ലലിത് സംഗീതസംവിധാനം ചെയ്ത ഏഴ് ഹിറ്റ് ഗാനങ്ങൾ ഈ സിനിമയുടെ വിജയത്തെ സഹായിച്ചിട്ടുണ്ട്. സന്ദർഭവുമായി യോജിക്കുന്ന ആനന്ദ് ബക്ഷിയുടെ ഗാനരചന വൈകാരിക തീവ്രത ജനിപ്പിക്കുന്നതിനും കാരണമാകുന്നു. തന്റെ വളരെ നാളത്തെ യൂറോപ്പ് പര്യടനമെന്ന സ്വപ്നസാക്ഷാത്കാരത്തിന് സിമ്രാന് അവസരം കിട്ടുകയും യാത്രയിൽ അവൾ രാജ് എന്ന നായകനെ കണ്ട് പരിചയപ്പെടുകയും ഇഷ്ടപ്പെടുകയും ചെയ്യുന്നു. രാജ് ഇന്ത്യക്കാരനാണെങ്കിലും വളരെ നാളായി അയാളും അച്ഛനും ലണ്ടനിൽതന്നെയാണ്. വിനോദയാത്രകഴിഞ്ഞ് തിരിച്ചെത്തി, രാജ് തന്റെ പിതാവിനോട് പ്രണയകാര്യം പറയുന്നു. പിതാവിന്റെ കൂടി സമ്മതപ്രകാരം അയാൾ സിമ്രാന്റെ വീട്ടിൽ ചെല്ലുമ്പോൾ അവർ പഞ്ചാബിലേക്ക് അവളുടെ വിവാഹം നടത്താനായി പോയിരിക്കയാണെന്നറിയുന്നു. സിമ്രാന്റെ പിതാവിന്റെ ബാല്യകാല സുഹൃത്തിന്റെ മകനാണ് വരൻ. രാജ് പഞ്ചാബിലെത്തി സിമ്രാന്റെ വരനുമായി ചങ്ങാത്തത്തിലാകുന്നു. സിമ്രാനെ, അവളുടെ മാതാപിതാക്കളുടെ ഇഷ്ടപ്രകാരം ലണ്ടനിലേക്ക് കൊണ്ടുപോകാനാണ് രാജിന് താൽപ്പര്യം. രാജ് തന്റെ പിതാവിനെ പഞ്ചാബിലേക്ക് വരുത്തുന്നു. രാജ് – സിമ്രാൻ ജോടികളുടെ ഫോട്ടോ സിമ്രാന്റെ പിതാവ് കാണുന്നു. രാജിനെ അവിടെനിന്ന് പുറത്താക്കുന്നു. റെയിൽവേ സ്റ്റേഷനിൽ രാജും പിതാവും സിമ്രാനെ പ്രതീക്ഷിച്ച് നിൽക്കുന്നു. സിമ്രാന്റെ വരൻ വന്ന് രാജുമായി സംഘട്ടനത്തിലേർപ്പെടുന്നു. സിമ്രാന്റെ പിതാവ് വന്ന് സംഘട്ടനം നിറുത്തുന്നു. ട്രെയിൻ പുറപ്പെടാറാവുന്നു. പിതാവിന്റെ കൈപ്പിടിയിലകപ്പെട്ട സിമ്രാൻ സങ്കടത്തോടെ നിൽക്കുന്നു. ഓടി

ക്കൊണ്ടിരിക്കുന്ന ട്രെയിനിൽ പിതാവിന്റെ സമ്മതത്തോടെ, സന്തോഷ പൂർവം സിമ്രാൻ ഓടിക്കയറുന്നു. അങ്ങനെ മനസ്സിനിണങ്ങിയവളെ അവൻ ലണ്ടനിലേക്ക് കൊണ്ടുപോവുന്നു.

ആഗോള വ്യക്തിത്വമുള്ള നായകനാണെങ്കിലും ഭാരതീയ സദാചാ രമൂല്യ സങ്കൽപ്പത്തിൽ ജീവിച്ചവനും ഭക്തിബഹുമാനമുള്ളവനുമാണ്. ഒരു രാത്രി മുഴുവൻ ഒപ്പം മദ്യപിച്ച് ലക്കുകെട്ട നായികയുടെ ചാരിത്ര്യ ത്തെ സ്പർശിക്കാതെ ഭാരതീയ മര്യാദകൾ പ്രദർശിപ്പിക്കുന്നു. "ബഡേ ബഡേ ദേശോമേം ഐസി ഛോട്ടി ഛോട്ടി ബാത്തേം ഹോത്തി രഹ്ത്തി ഹേം" എന്ന നായകന്റെ വാക്കുകൾ പ്രണയവാചകത്തിനപ്പുറം മുതലാ ളിത്ത രാജ്യത്തിന്റെ അധികാരമേൽക്കോയ്മയെയും ധ്വനിപ്പിക്കുന്നു. തട്ടി യെടുത്ത് കിട്ടുന്ന സന്തോഷത്തേക്കാൾ എല്ലാവരുടെയും അനുഗ്രഹാ ശംസകളോടെ ലഭിക്കുന്ന സിമ്രാനെയാണ് നായകൻ പ്രതീക്ഷിക്കുന്ന ത്. തന്റെ അമ്മയുടെ കുട്ടിക്കാലത്തെ ഈ ഉപദേശത്തെ പിന്തുടരുന്ന രാജ് പഞ്ചാബിലെത്തുന്നത് ബിസിനസിനായി സ്ഥലം വാങ്ങിക്കാനെന്ന വ്യജേനയാണ്. ഇങ്ങനെ വ്യാജമായ പ്രകടനത്തിലൂടെ വന്ന നായകൻ ഏവരുടെയും സമ്മതത്തോടെ നായികയെ കൊണ്ടുപോകുമ്പോൾ പ്രണയം വിജയിക്കുന്നതോടൊപ്പം നായകന്റെ ലക്ഷ്യമാർഗവും സമ്മ തിക്കപ്പെടുന്നു. അണു കുടുംബത്തിലേക്ക് മാറിക്കഴിഞ്ഞ ആഡംബര ലോകത്തിലെ താരതമ്യേന ലളിതമായ വിഷയമാണ് ഇതിലെ പ്രമേയം. പാരമ്പര്യ രീതികൾ പാലിക്കുന്നതോടൊപ്പം ആഗോളരാഷ്ട്രീയത്തിലെ പൗരനുമാണയാൾ. നായകൻ ഉൽപ്പാദിപ്പിക്കുന്ന ശരീരസംസ്കാരം അന്താരാഷ്ട്ര സാംസ്കാരിക വ്യവഹാരകമാണ്. പുരുഷ വീക്ഷണ കേന്ദ്രീകൃതമായ സ്ത്രീസ്വത്വനിർമിതിയുടെ ഭാഗമായ നായിക അച്ഛന്റെ വിലക്കുകൾ, നായകന്റെ ലളിതമായ കളിതമാശകൾ എന്നിവയ്ക്കുചുറ്റും കറങ്ങുന്ന പാവയാണ്. സിനിമയിലെ ആൺ നോട്ടത്തെയും ദൃശ്യാഹ്ലാദ ത്തെയും അതിലൂടെ സ്ഥാപിക്കപ്പെടുന്ന ആൺകോയ്മയുടെ പ്രത്യയ ശാസ്ത്രത്തെയും സംബന്ധിച്ച് ലോറാ മക്വി, ജെയ്ൻ ലോഡർ തുട ങ്ങിയ ഫെമിനിസ്റ്റ് നിരൂപകർ ഇത്തരം നിരീക്ഷണങ്ങൾ മുമ്പേ നടത്തി യിട്ടുണ്ട്.

ദേശരാഷ്ട്രത്തിന്റെ അതിർത്തികൾ മായ്ക്കപ്പെടുന്ന സാങ്കേതിക സാംസ്കാരിക അവസ്ഥ സംജാതമായ ആധുനികോത്തര കാലഘട്ട ത്തിലും ദേശം, അതിർത്തി, സുരക്ഷ എന്നിവയെ സംബന്ധിച്ച ആകുല തകൾ ചിത്രീകരിക്കുന്ന സിനിമകളും ബോളിവുഡിൽ ഇറങ്ങുന്നുണ്ട്. ആഗോളീകരണ ഫലമായുണ്ടായ സാംസ്കാരിക കൈമാറ്റം വരുത്തി ത്തീർത്ത ഒന്നാണ് ശരീര പ്രദർശന മത്സരങ്ങൾ. ഹിന്ദി സിനിമയിലെ ബോഡിബിൽഡർ സൽമാൻഖാൻ സിനിമയിലൂടെയും പരസ്യങ്ങളിലൂ ടെയും പ്രദർശിപ്പിക്കുന്ന ശരീരം ഉപഭോഗാവസ്ഥയുടെ കമ്പോളവൽക്ക രണത്തെ ലക്ഷ്യമാക്കിയുള്ളതാണ്. സൽമാൻ ഖാന്റെ ചിത്രങ്ങളായ *ഖാമോഷി, പ്യാർ കിയാ തോ ഡർ നാ ക്യാ, ജബ് പ്യാർ കിസി സേ*

ഹോ താ ഹേ, തേരാ നാം എന്നീ സിനിമകളിലും ഈ ചിത്രീകരണം കാണാം. നായികമാരുടെ ശരീരപ്രദർശനം ഇന്ന് വളരെ കൂടുതലാണ്. ബിപാഷ ബസു, സെലീന ജറ്റ്ലി, ലാറാ ദത്ത, പ്രിയങ്കാ ചോപ്ര, മല്ലിക ഷെരാവത്ത്, നേഹ ദുപിയാ, അമൃതാ അറോറ, ഇഷാ ഗോപിദ്കർ തുടങ്ങി അനേകം നായികമാർ ഇന്നത്തെ ബോളിവുഡിൽ ശരീരസൗന്ദര്യം പ്രദർശിപ്പിക്കുന്നവരാണ്. ആഗോള വ്യാപകമായി ഹോളിവുഡ് മാധ്യമ കുത്തകകൾ ദൃശ്യമാധ്യമരംഗം കീഴടക്കിക്കൊണ്ടിരിക്കുന്നതിന്റെ പരിണതഫലമാണ് ബോളിവുഡിൽ ഇന്ന് റിലീസാകുന്ന ചില സിനിമകൾ. 2004 ൽ റിലീസായ ചില ചിത്രങ്ങളിൽ കുടുംബലൈംഗിക ജീവിതവും കുടുംബേതര ജീവിതവും സ്വവർഗരതിയും പ്രണയതീവ്രതയും ചിത്രീകരിക്കുന്നുണ്ട്. സാമ്പ്രദായിക സ്ത്രീസ്വത്വത്തെ പ്രശ്നവൽക്കരിക്കുമ്പോഴും പൊതുബോധം/പാരമ്പര്യം പിന്തുടരാനും ഇത്തരം സിനിമകൾ ശ്രമിക്കുന്നുണ്ട്. 'അബ്.... ബസ്', 'ഗേൾഫ്രണ്ട്', 'ജിസം', 'ഹവാസ്', 'ഹോശ്', 'ജൂലി', 'മദ്ഹോശി', 'മർഡർ', 'പാപ്', 'തോബാ തോബാ' എന്നീ സിനിമകൾ ഇത്തരത്തിൽ സെക്സിന് പ്രാധാന്യം കൊടുത്ത് നിർമിച്ചവയാണ്. രാഷ്ട്രത്തെയും കുടുംബഘടനയെയും ഒരേ യുക്തിയിൽ ഒന്നിപ്പിച്ച് നിറുത്തുന്ന ആധുനികതയോടുള്ള പ്രതിഷേധംകൂടിയായി ഈ ചിത്രങ്ങളെ വിലയിരുത്താം. ആഗോളീകരണ അധീശസംസ്കാരം വന്നുകൊണ്ടിരിക്കുന്ന ഇക്കാലത്ത് ദേശത്തിന്റെ സുരക്ഷയെ സംബന്ധിച്ച് ആകുലപ്പെടുന്ന ചിത്രങ്ങൾ വന്നുകൊണ്ടിരിക്കുന്നു. *ബോർഡർ* (1997) ജെ പി ദത്ത, *സർഫറോഷ്* (1999) *മിഷൻ കാശ്മീർ* (2000) വിന്ദു വിനോദ് ചോപ്ര, *റഫ്യൂജി* (2000) ജെ പി ദത്ത, *ഗദ്ദർ* (2001) എന്നീ സിനിമകൾ ഇത്തരം ദേശസ്നേഹത്തെ വാഴ്ത്തുന്നവയുമാണ്.

ദിൽവാലേ ദുൽഹാനിയ ലേ ജായേംഗേ എന്ന സിനിമയിൽ ദേശസ്നേഹത്തിന്റെയും പാരമ്പര്യമൂല്യങ്ങളുടെയും ആചാരത്തിന്റെയും കൂട്ടുപിടിക്കുമ്പോൾ തന്നെ ആഗോള മുതലാളിത്ത തന്ത്രങ്ങൾക്കനുസൃതമായ പൗരനെ സൃഷ്ടിക്കുന്ന അബോധരാഷ്ട്രീയവും കാണുന്നുണ്ട്. ഭാരതീയനാണെങ്കിലും വിദേശത്ത് താമസിച്ച് വികസനത്തിലേക്ക് പടിപടിയായി സഞ്ചരിക്കുന്ന നായകനിലേക്കാണ് നായികാത്വം ആഗമിക്കപ്പെടുന്നത്. ഷാരൂഖ്ഖാന്റെ തന്നെ മറ്റു ചിത്രങ്ങളായ *പർദേശ്* (1997) സുഭാഷ് ഘായ്, *ദിൽ തോ പാഗൽ ഹേ* (1997) യാഷ് ചോപ്ര, *കുച് കുച് ഹോ താ ഹെ* (1998) കരൺജോഹർ, *മൊഹബത്തേൻ* (2000) യാഷ്ചോപ്ര, *കൽ ഹോ ന ഹോ* (2003) കരൺ ജോഹർ, *സ്വദേശ്* (2004) അശുതോഷ് ഗോവർക്കർ എന്നിവരുടെ ചിത്രങ്ങളിലെല്ലാം ഷാരൂഖ്ഖാന്റെ ഹിറ്റ് ചിത്രമായ *ദിൽവാലേ ദുൽഹാനിയ ലേ ജായേംഗേ* എന്ന ഹിറ്റ് സിനിമയുടെ ഫോർമുല കാണാവുന്നതാണ്. ഏവരാലും ബഹുമാനിക്കപ്പെടുന്ന വ്യക്തിത്വമുള്ളവനും കാമുകി/ഭാര്യ/അമ്മയ്ക്ക് വാൽസല്യവും കുസൃതിയും തോന്നുന്നതുമായ വ്യക്തിത്വമാണ് ഷാരൂഖ് കഥാപാത്രങ്ങൾ. അദ്ദേഹത്തിന്റെ വളരെ അനായാസേനയുള്ള ശരീര ചലനങ്ങൾ, വേഗം,

താളം എന്നിവയെല്ലാം പുതിയൊരു ശരീരഭാഷ തന്നെ ബോളിവുഡിൽ സൃഷ്ടിച്ചു. വളരെ വേഗത്തിൽ കുസൃതികളും, തമാശകളും കാണിക്കാനും ദേഷ്യപ്പെടാനും സങ്കടപ്പെടാനുമുള്ള ഷാരൂഖ്ഖാന്റെ അഭിനയം ഏതാണ്ട് പത്തുവർഷം കഴിഞ്ഞും ഇന്നും തുടരുകയാണ്.

ഏകദേശം 1995 ന് ശേഷമാണ് ബോളിവുഡ് നായകന്മാർ കൂടുതലായി പരസ്യങ്ങളിൽ അഭിനയിച്ചുതുടങ്ങുന്നത്. ആഗോള വിപണിയിലുള്ള ഉൽപ്പന്നങ്ങൾക്ക് ഷാരൂഖ്ഖാനാണ് പരസ്യമോഡൽ. എയർടെൽ, ആഡംബര കാറുകൾ, പെപ്സി തുടങ്ങി ഒട്ടേറെ ഉൽപ്പന്നങ്ങളുടെ വിപണിയെ നിയന്ത്രിക്കുന്നതിൽ ഈ താരത്തിന്റെ ജനപ്രിയത സഹായിക്കുന്നുണ്ട്. ഷാരൂഖ് അഭിനയിക്കുന്ന കഥാപാത്രങ്ങളുടെ വ്യക്തിത്വവും ഇത്തരം പരസ്യ/ഉൽപ്പന്നങ്ങളേയും പരോക്ഷമായി സഹായിക്കുന്നുണ്ട്. ഹിന്ദി സിനിമാതാരങ്ങളായ അമിതാഭ് ബച്ചൻ, സണ്ണി ഡിയോൾ, അമീർഖാൻ, സൽമാൻഖാൻ, ഋത്വിക്റോഷൻ, പ്രീതിസിന്റ, റാണി മുഖർജി, ഐശ്വര്യറായ്, മാധുരി ദീക്ഷിത് എന്നിവരും പരസ്യചിത്രങ്ങളിലെ മോഡലുകളായതും ഇവരുടെ സിനിമാരംഗത്തെ ജനപ്രിയത മുൻനിറുത്തിയാണ്. ഇതെല്ലാം സൂചിപ്പിക്കുന്നത് സിനിമ, കച്ചവടവൽക്കരണം, പരസ്യം എന്നിവ തമ്മിലുള്ള പരസ്പര ബന്ധത്തെയാണ്. സിനിമകൾ തന്നെ പരസ്യങ്ങളായി മാറുന്ന അവസ്ഥയും ഇന്ന് സമൂഹത്തിൽ കാണുന്നുണ്ട്. സിനിമയിലൂടെയും സിനിമാ പോസ്റ്ററുകളിലൂടെയും പരസ്യങ്ങൾ ജനസമക്ഷത്തിലെത്തുന്നുണ്ട്. ഇവയെല്ലാം സൂചിപ്പിക്കുന്നത് ഉദാരവൽക്കരണത്തിന്റെയും സ്വകാര്യവൽക്കരണത്തിന്റെയും ഫലമായി മാറിയ സാംസ്കാരിക സവിശേഷതയെയാണ്. നവ ലിബറൽ മൂല്യങ്ങളുടെ ഫലമായി മാറിയ സ്വതന്ത്രവ്യക്തിത്വത്തെയാണ് ഷാരൂഖ്ഖാൻ വ്യക്തിത്വം അടയാളപ്പെടുത്തുന്നത്. നവമുതലാളിത്തത്തിന്റെ വളർച്ച ചിത്രീകരിക്കുന്ന ഇത്തരം സിനിമകളിൽ അതുകൊണ്ടുതന്നെ മുഖ്യമായ ചരിത്രത്തിന്റെ ഫ്രെയ്മുകളിൽനിന്ന് അകറ്റി നിറുത്തപ്പെട്ട ദലിത് ജനങ്ങൾ കാണപ്പെടുന്നില്ല. ഇന്ത്യയുടെ സാംസ്കാരിക രാഷ്ട്രീയത്തിലേക്കുള്ള ഒരു ചുഴിഞ്ഞുനോട്ടമാണ് ഹിന്ദി സിനിമയെ മുൻനിറുത്തി കാഴ്ചയുടെ വ്യവഹാരങ്ങളെ അപഗ്രഥിക്കുമ്പോൾ നമുക്ക് മുന്നിൽ തെളിഞ്ഞുവരുന്നത്. ദിൽവാലേ ദുൽഹാനിയ ലേ ജായേംഗേ ഒരു ഹിറ്റായി ഓടിക്കൊണ്ടിരിക്കുമ്പോഴും ബോളിവുഡിൽ മറ്റു നായകന്മാരുടെ സിനിമകളും ഹിറ്റായിട്ടുണ്ട്. അമീർഖാന്റെ ചിത്രങ്ങളായ *രംഗീല, ബാസി, അകേലേ ഹം അകേലേ തും* (1995,) *രാജാ ഹിന്ദുസ്ഥാനി* (1996,) *ഗുലാം* (1997,) *സർഫറോഷ്* (1999,) *ലഗാൻ, ദിൽ ചാഹ്ത്താ ഹേ* (2000) എന്നിവയും സൽമാൻഖാന്റെ *ഖാമോഷി* (1996,) *ഹം ദിൽ ദേ ചുകേ സനം* (1999) തുടങ്ങിയവയും മറ്റു നടന്മാരുടെ ചിത്രങ്ങളായ *രാജ, ബോർഡർ, റഫ്യൂജി, കമ്പനി, കോയി മിൽ ഗയാ, ഭൂത്, ദും, കാക്കി* തുടങ്ങിയവയും ഹിന്ദിയിൽ വളരെ ശ്രദ്ധിക്കപ്പെട്ടിട്ടുണ്ട്. അജയ്ദേവ്ഗൺ, അക്ഷയ്ഖന്ന, അക്ഷയ്കുമാർ എന്നീ നടന്മാരുടെ ആന്റീഹീറോ നായകവേഷങ്ങളും

പുതുമ പുലർത്തുന്നവയാണ്. കാജലിനുശേഷം റാണി മുഖർജി, പ്രീതി സിന്റ എന്നിവരാണ് നായികമാരെന്ന നിലയിൽ തിളങ്ങിക്കൊണ്ടിരിക്കുന്നത്.

'സ്വദേശ്' എന്ന സിനിമയിൽ അമേരിക്കൻ ബാബു (ഷാരൂഖ്ഖാൻ) തന്റെ ഗ്രാമത്തിലേക്ക് വരുമ്പോൾ ഇന്ത്യയുടെ സാംസ്കാരിക മൂല്യങ്ങൾ ഹൃദയസ്പർശിയായ ഒട്ടേറെ രംഗങ്ങളിലൂടെ സംവിധായകൻ ചിത്രീകരിക്കുന്നുണ്ട്. പാരമ്പര്യത്തെ, ദേശത്തെ സ്നേഹിക്കുമ്പോഴും ആഗോളീകരണവും നവ ലിബറൽ ആശയങ്ങളും സ്വീകരിക്കപ്പെടാവുന്ന ഒരു സംസ്കാരത്തിന്റെ സ്വത്വപ്രതിനിധാനമാണ് *ദിൽവാലേ ദുൽഹാനിയ ലേ ജായേംഗേ* തൊട്ടുള്ള മറ്റ് ഷാരൂഖ്ഖാൻ ചിത്രങ്ങൾ മുന്നോട്ടുവെക്കുന്ന ആശയമണ്ഡലം. അമിതാഭ് ബച്ചൻ സിനിമാ ഭാവുകത്വത്തിൽ നിന്ന് ഷാരൂഖ്ഖാൻ സിനിമകൾ വ്യത്യസ്തമാകുന്നതും ഈ സാംസ്കാരിക പരിസരത്തിലാണ്. ഇതിന് പിന്തുണ നൽകുന്നതാണ് ഇന്ന് ബോളിവുഡിൽ ഇറങ്ങുന്നവയിൽ ചില വയലൻസ്, സെക്സ്, റൊമാന്റിക് സിനിമകളെന്ന് മനസിലാക്കാം.

ദേശീയവികാരം എന്ന വയലൻസ്

ആഗോളീകരണ കാലത്ത് രാഷ്ട്രം, ദേശീയത എന്നിവയെക്കുറിച്ചുള്ള ചിന്തകൾ ദൃശ്യാഖ്യാനങ്ങളായി ഹിന്ദി സിനിമാലോകത്ത് പ്രത്യക്ഷപ്പെട്ടുകൊണ്ടിരിക്കുന്നത് പുതുചിന്തകൾക്ക് വഴിതെളിയിക്കുന്നുണ്ട്. ക്രിക്കറ്റ് എന്ന കളിയുടെ ജനപ്രിയതയെ, അതുണർത്തുന്ന ദേശീയ വികാരത്തെ സമർഥമായി ചൂഷണം ചെയ്യുന്ന സിനിമയായ *ലഗാൻ* മധ്യവർഗ ലിബറൽ പ്രത്യയശാസ്ത്രത്തിന്റെ വിചാരധാരയെയാണ് അടിസ്ഥാന ആശയതലത്തിൽ നിയന്ത്രിക്കുന്നതെങ്കിലും അവർണരെ ഒഴിവാക്കിക്കൊണ്ടുള്ള ഒരു ദേശീയത സാധ്യമല്ലായെന്ന ചിന്തയും മുന്നോട്ടുവെച്ചിരുന്നു. ബ്രിട്ടീഷ് വിരുദ്ധ സമരത്തിന്റെ പുതിയ ദൃശ്യപാഠങ്ങളുമായി പുറത്തുവന്ന കേതൻ മേത്തയുടെ *മംഗൾ പാണ്ഡെ - ദ റൈസിംഗ്* എന്ന ബോളിവുഡ് സിനിമ പുതിയ വിവാദങ്ങൾക്ക് തിരികൊളുത്തുകയുണ്ടായി. ശിപായി ലഹളയെന്ന് ബ്രിട്ടീഷുകാർ പേരിട്ട് വിളിക്കുന്ന 1857 ലെ ഒന്നാം സ്വാതന്ത്ര്യസമരത്തിൽ മംഗൾ പാണ്ഡെ വഹിച്ച പങ്കാണ് സിനിമ ചിത്രീകരിച്ചത്. ദേശരാഷ്ട്രത്തിന്റെയും രാജ്യസ്നേഹത്തിന്റെയും ഇത്തരം ദൃശ്യനിർമിതികളുടെ സാംസ്കാരിക പരിസരത്തിലാണ് രാകേഷ് ഓംപ്രകാശ് മെഹ്റ സംവിധാനം ചെയ്ത *രംഗ് ദേ ബസന്തി* പുറത്തുവന്നിരിക്കുന്നത്. യുവാക്കളുടെ തലയ്ക്ക് രാജ്യസ്നേഹത്തിന്റെ 'വിപ്ലവബോധം' ലഹരിയായി മാറുന്ന ഈ ചിത്രം ബോളിവുഡിൽ തകർത്തോടുന്നു.

"ഇതുവരെയും ഒരുവന്റെ രക്തം ദേശത്തിനുവേണ്ടി ചിന്തിയില്ലെങ്കിൽ, അത് രക്തമല്ല; വെള്ളമാണ്. ഒരുവൻ ദേശത്തിനുവേണ്ടി പ്രവർത്തിച്ചില്ലെങ്കിൽ അവന്റെ ജന്മം പാഴ്ജീവിതമാണ്" എന്ന ടൈറ്റിലിലൂടെ ആരംഭിക്കുന്ന സിനിമ യുവാക്കളിൽ ദേശീയവികാരം ഒരു വയലൻസായി മാ

റുന്ന തരത്തിലാണ് ചിത്രീകരിച്ചിരിക്കുന്നത്. വിപ്ലവകാരികളായ ഭഗത്സിംഗ്, ചന്ദ്രശേഖർ ആസാദ്, രാജ്ഗുരു, സുഖ്ദേവ് എന്നിവരുടെ സ്വാതന്ത്ര്യസമര പ്രവർത്തനങ്ങൾ ഡോക്യുമെന്ററി ഫിലിമാക്കാൻ ഒരു ഇംഗ്ലീഷ് യുവതി ഇന്ത്യയിലെ ഒരു യൂണിവേഴ്സിറ്റി കോളേജിലെത്തുകയും സ്വാതന്ത്ര്യസമര ചരിത്രത്തോട് താൽപ്പര്യമില്ലാത്ത ഒരു ആറംഗ സംഘത്തെ വെച്ച് സിനിമ ചിത്രീകരിച്ചുതുടങ്ങുകയും ചെയ്യുന്നു. ഷൂട്ടിംഗ് തീരുന്നതോടെ ഇവർ 'വിപ്ലവകാരികളായി' മാറുന്നതാണ് കഥാചുരുക്കം. സ്യൂ എന്ന ഈ ഇംഗ്ലീഷ് വനിതയുടെ മുതുമുത്തച്ഛൻ പണ്ട് ഇന്ത്യയിലെ ജയിലർ ആയിരുന്നു. ഇന്ത്യൻ സ്വാതന്ത്ര്യസമര ചരിത്രത്തിന്റെ ഈ വിപ്ലവ നിമിഷങ്ങൾ ചിത്രീകരിക്കാൻ തക്ക രാജ്യസ്നേഹമോ കച്ചവട മനോഭാവമോ ഇവരിൽ കാണുന്നില്ല. ബ്രിട്ടീഷുകാരുടെ ചരിത്രമാണോ ഇവരുടെ ചിത്രീകരണ ഉദ്ദേശ്യം? സിനിമ ഈ ചോദ്യങ്ങൾക്കുത്തരം തരുന്നില്ലെങ്കിലും വിദേശി വഴി ഭാരതീയ യുവാക്കളിൽ പൊങ്ങിവരുന്ന, സ്വദേശസ്നേഹം എന്നുമെല്ലാം കേൾക്കുമ്പോൾ പൊട്ടിച്ചിരിക്കുന്ന, ഇതെല്ലാം മണ്ടത്തരമായ ആശയങ്ങളായി കരുതുന്ന ഒരു യുവതലമുറയാണിന്ന് കാണുന്നതെന്ന് സിനിമ തുടക്കം മുതലേ കാണിക്കുന്നു. അത്തരം ആശയത്തിന്റെ പ്രതിനിധികളുമാണ് ഇതിലെ നായകന്മാരായ സി ജെ, കരൺ, അസ്ലാം, സുഖി (ആമിർ ഖാൻ, സിദ്ധാർത്ഥ്, കുനാൽ കപൂർ, ഷർമാൻ ജോഷി) എന്നിവർ. ആഗോളീകരണത്തിലെ ഉപഭോഗ സംസ്കാരത്തെ പിന്തുടരുന്ന ഇവർ ദേശീയ ഗാനത്തെ റാപ്പിന്റെ സംഗീതത്താൽ പാശ്ചാത്യമാക്കുന്നവരാണ്. കൊക്കകോളയിൽ ജീവിതം ആറാടുന്നവരാണ്. വാശിക്ക് മദ്യം കുടിച്ച് മുകളിൽ നിന്ന് സ്വിമ്മിംഗ് പൂളിലേക്ക് വീഴുന്ന രംഗം നോക്കുക. ഇത്തരത്തിൽ ജീവിക്കുന്ന ഇവർക്ക് ഇംഗ്ലീഷ് വനിതയുടെ പ്രവർത്തനത്തെ ശുദ്ധമനസോടെ/വിധേയത്വത്തോടെ കാണുവാനായിരിക്കും താൽപ്പര്യം. ഇവർ സമൂഹത്തിന്റെ സമരരംഗങ്ങളിൽ പ്രത്യക്ഷപ്പെടാത്ത യുവതലമുറയുടെ പ്രതീകമാണ്. ഇവരിൽ ലക്ഷ്മൺ പാണ്ഡെ എന്നൊരാളെ ഹിന്ദുതീവ്രവാദിയായി ചിത്രീകരിക്കുന്നുണ്ട്. പുരോഗമനവാദിയും ആദർശവാദിയും ഹൃദയവിശാലതയുള്ളവനുമായി ഇയാൾ ചിത്രീകരിക്കപ്പെടുമ്പോൾ ദേശസ്നേഹത്തിന്റെ മതമേധാവിത്വം സംശയിക്കപ്പെടുന്നു. അഞ്ചംഗങ്ങളിലൊരാളായ മുസ്ലിം കുടുംബത്തിൽപെട്ട അസ്ലം എന്നയാളെ 'പാകിസ്ഥാനി' എന്നു വിളിച്ച് ലക്ഷ്മൺ പാണ്ഡെ അപമാനിക്കുന്നുണ്ട്. പിന്നീട് ഇയാൾ അസ്ലമിന്റെ വീട്ടിൽ ചെന്ന് മാപ്പുപറയുന്നത് മുഖ്യധാരാ സിനിമാലോകത്ത് പുതുമ ജനിപ്പിക്കുന്നു.

ഗാനം, പ്രണയം, ഹാസ്യം, വയലൻസ്, ദേശസ്നേഹം എന്നിങ്ങനെ നിരവധി ജനപ്രിയ ചേരുവകൾ ഉള്ള *രംഗ് ദേ ബസന്തി* യുവാക്കളെ ആകർഷിക്കുമ്പോൾ തന്നെ ദേശസ്നേഹത്തിന്റെയു അഴിമതിയുടെയും പ്രശ്നപരിഹാര സാധ്യതകൾ വയലൻസിലൂടെ തീർക്കേണ്ടതാണെന്ന സന്ദേശം ചിത്രത്തിന്റെ അടിസ്ഥാനമൂല്യത്തെതന്നെ പരാജയപ്പെടുത്തു

ന്നു. ഗാന്ധിയൻ മൂല്യങ്ങളിൽ അടിയുറച്ച് സമരം ചെയ്ത ഇന്ത്യൻജനതയുടെ മുന്നിൽ വയലൻസിന്റെ സമരമുഖം ദേശസ്നേഹമായി വിലയിരുത്തുകയില്ല.

സ്വന്തം പിതാവിനെ വെടിവെച്ചുകൊന്ന കരൺ യുവതലമുറയ്ക്ക് വിപ്ലവത്തിന്റെ വീര്യം കൂട്ടുവാനുള്ള വീരനായകനാകുന്നില്ല. വഴിതെറ്റിയ, ലക്ഷ്യബോധമില്ലാത്ത ഒരു തലമുറയുടെ അംഗമാണയാൾ എന്ന ചിന്തയേ കരണിന്റെ പ്രവർത്തനം കൊണ്ട് അർഥമാക്കുന്നുള്ളൂ. ആഗോളീകരണ ഫലമായി ഇന്ത്യ എങ്ങനെയാണ് അനുദിനം മാറിക്കൊണ്ടിരിക്കുന്നതെന്നും ദാരിദ്ര്യം, തൊഴിലില്ലായ്മ എന്നിവയിൽ നിന്ന് എങ്ങനെയാണ് ജനങ്ങളെ മോചിപ്പിക്കേണ്ടത് എന്നിങ്ങനെയുമുള്ള ചിന്താ പദ്ധതികളാണ് ഇവർ നടത്തേണ്ടിയിരുന്നത്. എന്നാൽ ഒരു വൈകാരികസംഭവമാണ് ഇവരുടെ വിപ്ലവ പ്രവർത്തനത്തെ ഉണർത്തുന്നത്.

ഇന്ത്യയിലെ യുവതലമുറയിൽ വിപ്ലവത്തിന്റെ വിത്തുകൾ പാകുവാൻ ഇംഗ്ലീഷ് വനിത വേണ്ടിവന്നു എന്നത് കോളനീകരണ വിധേയത്വഭാവമാണ്. രാഷ്ട്രത്തിന്റെ ചരിത്രം നഷ്ടപ്പെട്ട ഒരു തലമുറയ്ക്ക് വൈദേശിക സംസ്കാരത്തെ, അധീശത്വത്തെ രണ്ട് കൈയും നീട്ടി സ്വീകരിക്കാൻ കഴിഞ്ഞേക്കും. നമ്മുടെ കൺമുന്നിലെ അഴിമതികളെ യുക്തിവിചാരത്തോടെ ജനകീയമായിട്ടാണ് പരിഹരിക്കേണ്ടത്, അതാണ് ഭഗത് സിംഗിന്റെയും ആസാദിന്റെയും ജീവിതം അർഥമാക്കുന്നത്.

ചരിത്രസംഭവങ്ങളും വർത്തമാനകാലവും കൂടിക്കലർന്ന ആഖ്യാനരീതി ഈ ചിത്രത്തിൽ സ്വീകരിക്കുന്നു. ചന്ദ്രശേഖർ ആസാദ് ബ്രിട്ടീഷ് പൊലീസ് മേധാവിയെ വെടിവെച്ച് കൊല്ലുന്ന രീതിയിൽ ഇവർ പ്രതിരോധമന്ത്രിയെ കൊല്ലുന്നു. തങ്ങളുടെ ദേശസ്നേഹം പൊതുജനത്തെ അറിയിക്കാനും തങ്ങൾ തീവ്രവാദികളല്ല എന്നു പറയാനും ആകാശവാണി നിലയം കൈയടക്കുന്ന ഇവർ റാപ്പിഡ് ആക്ഷൻ ഫോഴ്സിനാൽ വധിക്കപ്പെടുന്നു. അങ്ങനെ അന്ത്യത്തിൽ നായകർ ജീവത്യാഗത്തിലൂടെ, നഗരകേന്ദ്രീകൃതമായ മധ്യവർഗത്തിന്റെ ആഗ്രഹങ്ങളെ ആഖ്യാനകേന്ദ്രത്തിൽ പ്രതിഷ്ഠിക്കുന്നു. വിദ്യാസമ്പന്നരും നാഗരികരും മതേതരത്വം പുലർത്തുന്നവരുമായ നായകൻമാർ ദേശത്തിനുവേണ്ടി രക്തസാക്ഷിയാവുന്നതിലൂടെ യുവതലമുറയ്ക്ക് ഭരണകൂടത്തോടുള്ള പ്രതിഷേധം ശക്തമാവുകയും ചെയ്യുന്നു. “രാഷ്ട്രീയവും രാഷ്ട്രീയക്കാരും അഴിമതിക്കാരാണ്” എന്ന അരാഷ്ട്രീയ സന്ദേശം സ്വീകരിക്കപ്പെടുന്ന വിദ്യാർഥി സമൂഹം സെൽഫ്ഫിനാൻസ് വിദ്യാഭ്യാസ സ്ഥാപനങ്ങളിൽ കൂടിവരുകയാണ്. ഭഗത്സിങ്ങിന്റെയും ആസാദിന്റെയും സ്വാതന്ത്ര്യസമര പ്രവർത്തനം പോലുള്ള ഒന്നായി ഇവരുടെ പ്രവർത്തനത്തെയും സിനിമ ആഖ്യാനം ചെയ്യുമ്പോൾ ചരിത്രം കീഴ്മേൽ മറിയുകയാണ്. ബ്രിട്ടീഷ് സാമ്രാജ്യത്തിനെതിരെയുള്ള വലിയ വിഭാഗം ജനതയുടെ ആദർശങ്ങളെയാണ് തീവ്രവാദ രാഷ്ട്രീയത്തിലൂടെയായാലും ആസാദും ഭഗത്സിങ്ങും നേരിട്ടത്.

വിദ്യാസമ്പന്നനായ മധ്യവർഗ യുവാവ് ജനങ്ങളെ സംഘടിപ്പിച്ച് അഴിമതി രാഷ്ട്രീയത്തിനെതിരെയുള്ള ബദൽ രാഷ്ട്രീയം കെട്ടിപ്പടുക്കുവാൻ ശ്രമിക്കുന്നതാണ് മണിരത്നം സംവിധാനം ചെയ്ത *യുവ.* വിദ്യാഭ്യാസം സ്വകാര്യ കുത്തക മുതലാളിമാർക്കും മതസ്ഥാപനങ്ങൾക്കും വിദേശ സർവകലാശാലകൾക്കും തീറെഴുതിക്കൊടുക്കുമ്പോൾ അതിനെതിരെ നടക്കുന്ന സമരങ്ങൾ ആവിഷ്കരിക്കാൻ ഇനിയും നമ്മുടെ മുഖ്യധാരാ സിനിമാ പ്രസ്ഥാനം വളർന്നിട്ടില്ല.

ഇവിടെ ഇവരുടെ സുഹൃത്തിന്റെ മരണമാണ് വിപ്ലവകാരണം. വിപ്ലവം പൊട്ടിപ്പുറപ്പെടുവാൻ സാധ്യതയുള്ള മേഖലയായി ഭരണകൂടം ക്യാമ്പസുകളെ കാണുന്നുണ്ട്. ഇംഗ്ലീഷ് വനിതയുടെ 'ദേശസ്നേഹ' ത്തിന്റെ പ്രവർത്തനങ്ങളെ ഇവർ കളങ്കമില്ലാതെ സ്വീകരിക്കുന്നു. ആഗോളപൗരത്വവും വിദേശ ജീവിതവും സ്വപ്നം കാണുന്ന ഇന്നത്തെ തലമുറയ്ക്ക് രാഷ്ട്രം അഴിമതി രാഷ്ട്രീയത്തിന്റെ പിന്നാലെയാണെന്ന് തോന്നുക സ്വാഭാവികം മാത്രമാണ്. ആരാണ് നമ്മളെ അകലെയിരുന്ന് നിയന്ത്രിക്കുന്നത് എന്നും നമ്മുടെ മുഖ്യശത്രുക്കൾ ആരെല്ലാമാണ് എന്നെല്ലാമുള്ള ചിന്ത ഈ വിദ്യാർഥിസമൂഹത്തിനില്ല. അതിനാൽ ഇംഗ്ലീഷ് വനിത വഴി രൂപപ്പെടുന്ന ദേശസ്നേഹം നമ്മുടെ ചരിത്രത്തിന്റെ പരിഹാസ്യപുനർനിർമിതിയായി മാറുന്നു. അതിനാൽ ദിശാബോധം നഷ്ടപ്പെട്ട യുവതലമുറയുടെ എടുത്തുചാട്ടമായി *രംഗ് ദേ ബസന്തി* മാറുന്നു. മെട്രോ നാഗരിക വിദ്യാർഥികളുടെ രാഷ്ട്രത്തിനുവേണ്ടിയുള്ള ജീവത്യാഗം പരിഹരിക്കപ്പെടാത്തതും വളർച്ച മുരടിച്ചതുമായ രാഷ്ട്രസങ്കൽപ്പമായി അവസാനം പരിണമിക്കുന്നതും അതുകൊണ്ടാണെന്ന് കാണാം.

സിനിമയിൽ കുടുംബം ചിതറുന്നു

കരൺ ജോഹറിന്റെ *കഭി അൽവിദാനാ കഹ്ന* എന്ന ബോളിവുഡ് ചിത്രം ആയിരം പ്രിന്റുകളോടെ ലോകവ്യാപകമായി പ്രദർശിപ്പിക്കപ്പെടുന്നു. ഒരു കരൺ ജോഹർ ചിത്രത്തിന്റെ എല്ലാ ചേരുവകളോടെയും നിർമിക്കപ്പെട്ട ചിത്രം അതുകൊണ്ടുതന്നെ പ്രേക്ഷകരെ ആകർഷിച്ചു തുടങ്ങിയതായും കളക്ഷൻ റെക്കോർഡിലേക്ക് നീങ്ങുന്നതായും ബോളിവുഡ് വാർത്തകൾ പറയുന്നു. ഇന്ത്യയിൽ മാത്രം എണ്ണൂറു പ്രിന്റുകൾ വിതരണം ചെയ്തിട്ടുണ്ട്. കരൺ ജോഹറിന്റെ ഭാഗ്യതാരമായ ഷാരൂഖ് ഖാനും റാണി മുഖർജിയും ഈ ചിത്രത്തിലും പ്രധാന വേഷമണിയുന്നു. കൂടാതെ അമിതാഭ് ബച്ചൻ, അഭിഷേക് ബച്ചൻ, പ്രീതിസിന്റ എന്നിവരും ഈ ചിത്രത്തിലെ താരങ്ങളാണ്.

കരൺ ജോഹറിന്റെ ആദ്യചിത്രമായ *കുഛ് കുഛ് ഹോത്താ ഹെ* (1998) നാഗരിക യുവത്വത്തിന്റെ പ്രണയവും കുടുംബവും ഒത്തുചേരുന്ന സംഘർഷത്തിന്റെ പ്രമേയമാണ് ആവിഷ്കരിക്കുന്നത്. സിനിമയുടെ ആദ്യപകുതിയിൽ ക്യാമ്പസ് യുവത്വത്തിന്റെ പ്രണയവും സൗഹൃദവും മോഹഭംഗങ്ങളും ചിത്രീകരിക്കുന്നു. സ്ത്രീകളുമായി പ്രണയലീലകളിൽ ഏർപ്പെടുന്നവനും അതേസമയം സ്ത്രീസൗഹൃദം വിശ്വസ്തതയോടെ കൊണ്ടു നടക്കുന്നവനുമായ നായകൻ ആത്മാർഥ പ്രണയത്തിന് മറ്റൊരാളെ കണ്ടെത്തുകയും ചെയ്യുന്നുണ്ട്.

സാമൂഹ്യ രാഷ്ട്രീയ പ്രശ്നങ്ങളിൽനിന്ന് അകന്നുനിൽക്കുന്ന സ്വാശ്രയ വിദ്യാഭ്യാസ വ്യവസ്ഥയുടെ നിർമിതികളാണ് ഇതിലെ യുവത്വങ്ങൾ. അതുകൊണ്ടുതന്നെ വിദ്യാഭ്യാസം, പാട്ടും, പ്രണയവുമായി വളരെ സുഗമമായി നടക്കുന്നു, അതുകഴിഞ്ഞ് ബിസിനസിലേക്കും കുടും

ബജീവിതത്തിലേക്കും കടക്കാൻ ഇവർക്ക് സാധിക്കുന്നു. സമ്പന്നരുടെ മക്കൾ മാത്രം പഠിക്കുന്ന ക്യാമ്പസ്, സമരങ്ങളില്ലാത്ത തന്റെ ഉയർച്ച മാത്രം ലക്ഷ്യമാക്കുന്ന ഇന്നത്തെ യുവതലമുറയുടെ സ്വഭാവമാണ് കാണിക്കുന്നത്. ക്യാമ്പസിന്റെ വിഷയങ്ങൾ പ്രണയവും ആഡംബരജീവിതവുമായി ചുരുങ്ങുന്നത് പാവപ്പെട്ടവർക്ക് പ്രവേശനം നിഷേധിക്കപ്പെട്ട ഇടമായതുകൊണ്ടും കൂടിയാണ്.

കരൺ ജോഹറിന്റെ രണ്ടാമത്തെ സിനിമയായ *കഭി ഖുശി കഭി ഗം* പ്രണയസാക്ഷാത്കാരത്തിനുവേണ്ടി മാതാപിതാക്കന്മാരെപ്പോലും ഉപേക്ഷിക്കാൻ തയ്യാറായ യുവത്വത്തിന്റെ കഥയാണ്. വിദേശത്തു താമസമാക്കിയ ഇന്ത്യൻ കുടുംബത്തിന്റെ ജീവിതം തൊണ്ണൂറുകൾക്കുശേഷം വ്യാപകമായി ഹിന്ദി സിനിമയിൽ പ്രത്യക്ഷപ്പെട്ടു കണ്ടുവരുന്നുണ്ട്. വിദേശത്തു പോയി പഠിക്കാനും ജോലി ചെയ്യാനും അവിടത്തെ പൗരത്വം സ്വീകരിച്ച് താമസിക്കാനുമുള്ള സൗകര്യം ഇന്നുണ്ട്. അന്യദേശവാസം വളരെ എളുപ്പം സാധിക്കാവുന്ന ഒന്നായി മാറിയിരിക്കുന്നു. യൂറോപ്പിലെ യൂണിവേഴ്സിറ്റികളിൽ പഠനത്തോടൊപ്പം പുറംജോലികളും ചെയ്ത് ജീവിക്കുന്ന ഒരു എൻ ആർ ഐ വിഭാഗം, അതായത് ഇന്ത്യയിൽ ജനിച്ചവരും എന്നാൽ വിദേശത്തു താമസിക്കുന്നവരുമായ ഇന്ത്യക്കാർ രൂപപ്പെട്ടിരിക്കുന്നു. ഇന്ത്യൻ പാരമ്പര്യമൂല്യങ്ങളെയും മതവിശ്വാസങ്ങളെയും വളരെ ഗൃഹാതുരത്വത്തോടെ ഇവർ കാത്തുസംരക്ഷിക്കുകയും ചെയ്യുന്നു. യൂറോപ്യൻ നാഗരികജീവിതം നയിക്കുമ്പോൾത്തന്നെ ഭാരതീയ ആചാരാനുഷ്ഠാനങ്ങൾ പാലിക്കുന്നവരായി നായികയുടെ കുടുംബം ഈ സിനിമയിൽ മാറുന്നുണ്ട്. ഇത്തരത്തിൽ യൂറോപ്യനും ഭാരതീയവുമായ സാംസ്കാരിക യുക്തികളുടെ സംഘർഷമാണ് ഈ സിനിമയിലെ പ്രശ്നമണ്ഡലം.

രണ്ടായിരത്തിനുശേഷം പുറത്തുവന്ന ബോളിവുഡ് സിനിമകൾ രാഷ്ട്രീയത്തെയും കുടുംബത്തെയും കുറിച്ചുള്ള സാമ്പ്രദായിക ധാരണകളിൽ മാറ്റങ്ങൾ വരുത്തിക്കൊണ്ടിരിക്കുകയാണ്. അന്തർദേശീയമായ പശ്ചാത്തലത്തിൽ നാഗരികയുവത്വം സദാചാരത്തിന്റെയും സഭ്യതയുടെയും അതിർത്തികൾ ലംഘിക്കുന്ന കാഴ്ചകളാണ് വർത്തമാന ഹിന്ദി സിനിമകളിൽ കാണുന്നത്. പാശ്ചാത്യ സംസ്കാരത്തിൽ സുഹൃത്തുക്കൾ തമ്മിൽ തങ്ങളുടെ ഭാര്യമാരെ പരസ്പരം പങ്കുവയ്ക്കുന്ന രീതി കാണുന്നുണ്ട്. മൂന്നു സുഹൃത്തുക്കളും അവരുടെ ഭാര്യമാരും ഇത്തരമൊരു സാഹചര്യത്തിൽ ഏർപ്പെട്ടാൽ സംഭവിക്കുന്ന പ്രശ്നങ്ങളാണ് *നോ എൻട്രി* (അനീസ് ബസ്മി, 2005) എന്ന സിനിമ. വിദേശ ചാനലുകളായ എച്ച് ബി ഒ, സ്റ്റാർ പ്ലസ് തുടങ്ങിയ നിരവധി ചാനലുകൾ ഇത്തരം വിഷയങ്ങൾ ടെലി സീരിയലുകളായി കൈകാര്യം ചെയ്തിട്ടുണ്ട്. ബേ വാച്ച് എന്ന ടെലിവിഷൻ പരമ്പര ഒരു ദ്വീപിൽ അകപ്പെട്ട യുവതീയുവാക്കളുടെ ലൈംഗികമായ പ്രവൃത്തികളുടെ ആവിഷ്കാരമാണു നടത്തുന്നത്. നിര

വധി ചാനലുകൾ വഴി പ്രക്ഷേപണം ചെയ്യുന്ന ഇത്തരം സീരിയലുകൾ ഭാരതീയ സംസ്കാരത്തിൽ പരിവർത്തനമുണ്ടാക്കുന്നതായി മനസിലാക്കാം. ഫാഷൻ ടെക്നോളജിയുടെയും മാധ്യമലോകത്തിന്റെയും വളർച്ചയുടെ ഫലമായി നഗരകേന്ദ്രിതമായി ഇത്തരത്തിലുള്ള സംസ്കാരം വളർന്നുവരുന്നുണ്ട്. കേന്ദ്രസർക്കാർ സംസ്ഥാന വ്യാപകമായി ടൂറിസം മേഖലയുടെ വളർച്ചയ്ക്കായി വലിയ തുകകൾ നീക്കിവയ്ക്കുന്നു. ടൂറിസം മേഖലയുടെ വികസനത്തോടൊപ്പം നാട്ടിലെ പാവപ്പെട്ട പെൺകുട്ടികളുടെ ശരീരവിൽപ്പനയും നടത്തപ്പെടുന്നു. നഗരങ്ങൾ തോറും സെക്സ് റാക്കറ്റുകൾ സൃഷ്ടിക്കപ്പെടുന്നു. രാഷ്ട്രത്തിൽ നടക്കുന്ന ഇത്തരം മാറ്റങ്ങൾ പലവിധത്തിൽ മാധ്യമങ്ങളിലൂടെ രേഖപ്പെടുത്തുന്നുണ്ട്. രജത്കപൂർ സംവിധാനം ചെയ്ത *മിക്സഡ് ഡബിൾസ്* എന്ന ചിത്രവും ഭാര്യമാരെ പങ്കുവയ്ക്കുന്നതിനെ തമാശയോടെ അവതരിപ്പിക്കുന്ന പ്രമേയമാണ് ആവിഷ്കരിക്കുന്നത്.

കുടുംബം, ലൈംഗികത: മാറുന്ന ധാരണകൾ

മധുർ ഭണ്ഡാർക്കറിന്റെ *ചാന്ദ്നി ബാർ* ഇന്ത്യയിലെ ഏതാണ്ട് ഒരു ലക്ഷത്തോളം വരുന്ന ബാർ നർത്തകിമാരുടെ ജീവിതപ്രശ്നങ്ങളിലേക്ക് ശ്രദ്ധ തിരിച്ചു. ഇന്ത്യയിൽ ഡാൻസ് ബാർ നിരോധിച്ചുകൊണ്ട് ആഗസ്ത് 2005ന് നിലവിൽ വന്ന നിയമം ഇങ്ങനെയാണ്. "ഡാൻസ് ബാർ പ്രവർത്തിപ്പിക്കുന്നത് ജാമ്യമില്ലാക്കുറ്റമാണ്. മൂന്നുവർഷം തടവോ അല്ലെങ്കിൽ മൂന്നുലക്ഷം രൂപ പിഴയോ ചുമത്തപ്പെടും. ചിലപ്പോൾ ഒന്നിച്ചും അനുഭവിക്കേണ്ടിവരും. ടൂറിസത്തിന്റെയും സാംസ്കാരിക പരിപാടികളുടെയും ഭാഗമായി പഞ്ചനക്ഷത്ര ഹോട്ടലുകളിലും തീയറ്ററുകളിലും മറ്റുമുള്ള നൃത്തപരിപാടികൾക്ക് നിയമം ബാധകമല്ല." കുടുംബം പുലർത്തുന്നവരും വിവാഹജീവിതം നയിക്കുന്നവരുമായ കുറെവിഭാഗം ബാർ നർത്തകിമാരായുണ്ട്. കുടുംബത്തെയും ലൈംഗിക ജീവിതത്തെയും സംബന്ധിച്ച സാമ്പ്രദായിക ധാരണകളെ ഇവരുടെ പ്രവൃത്തികൾ ചോദ്യംചെയ്യുന്നുണ്ട്. വിദേശികൾ വരുന്നിടത്തും, സമൂഹത്തിലെ സമ്പന്നവിഭാഗം കയറുന്നിടത്തും നൃത്തം നിരോധിച്ചിട്ടില്ലെന്നത് ഭരണകൂടത്തിന്റെ പ്രത്യേക താൽപ്പര്യംകൊണ്ടാണ്. രാഷ്ട്രത്തിന്റെ ഇത്തരം നിയമങ്ങൾ മുതലാളിത്തവുമായി സന്ധിചെയ്യുന്നതിന്റെ ലക്ഷണമാണ്. ശരീരഭാഗങ്ങൾ ഇളക്കിയാട്ടി കാമലഹരിയിലും മദ്യലഹരിയിലും ആറാടുന്ന യുവതങ്ങൾ ഹിന്ദിസിനിമയിലെ സ്ഥിരം ചേരുവയാണ്. വരേണ്യവർഗങ്ങൾക്കനുസൃതമായിട്ടാണ് രാഷ്ട്രത്തിന്റെ നീതിന്യായ വ്യവസ്ഥ രൂപപ്പെട്ടിരിക്കുന്നത്.

നാഗരിക മധ്യവർഗത്തിന്റെ ആർഭാടകരമായ ക്ലബ് ജീവിതവും സിനിമാക്കാരുടെയും ബിസിനസുകാരുടെയും പുറംലോകമറിയാത്ത

സ്വഭാവങ്ങളും ചിത്രീകരിക്കുന്ന മധുർ ഭണ്ഡാർക്കറിന്റെ *പേജ് ത്രീ* മാധ്യമരാഷ്ട്രീയത്തിന്റെ ഉള്ളുകള്ളികളെക്കുറിച്ചും സൂചന നൽകുന്നുണ്ട്. നൃത്തവും മദ്യവും വിഭവസമൃദ്ധമായ ഭക്ഷണവും മയക്കുമരുന്നും സുലഭമായി ലഭിക്കുന്ന ഇത്തരം ഉന്നത സങ്കേതങ്ങൾ ദൃശ്യമാധ്യമങ്ങളുടെ സ്ഥിരം വാർത്താകേന്ദ്രമാണ്. പൊതുമേഖലാസ്ഥാപനങ്ങൾ അടച്ചുപൂട്ടുന്നതും വിദ്യാഭ്യാസ മേഖലയിൽനിന്ന് ദലിതർ കുടിയൊഴിയുന്നതും കർഷകർ ആത്മഹത്യ ചെയ്യുന്നതും പേജ് ത്രീ വാർത്തകളെക്കാൾ ഏറ്റവും താഴെയാണ് സ്ഥാനം പിടിക്കുന്നത്. ബഹുരാഷ്ട്ര മാധ്യമഭീമന്മാർ മാധ്യമസാമ്രാജ്യം വാഴുമ്പോൾ ലോകസുന്ദരി മത്സരം നടക്കുന്ന സ്ഥലങ്ങളിൽ നൂറുകണക്കിന് റിപ്പോർട്ടർമാർ ചെന്ന വാർത്തകൾ ഏവർക്കുമറിയാവുന്നതാണ്. ഓരോ ഉൽപ്പന്നത്തിന്റെയും വിപണനത്തിനായി നിർമിക്കപ്പെടുന്ന പരസ്യങ്ങൾ വഴി പുറത്തുവരുന്ന ആശയങ്ങൾ യുവജനതയുടെ സ്വത്വരൂപീകരണത്തിൽ വലിയ മാറ്റങ്ങൾ ഉണ്ടാക്കുന്നുണ്ട്. ബോളിവുഡ് താരങ്ങൾ സിനിമയ്ക്കു പുറത്ത് പരസ്യങ്ങളിൽ അഭിനയിക്കുന്നതുവഴി അവർ കുടുംബം, മതം, പാരമ്പര്യം, സ്ത്രീപരുഷസ്വത്വം എന്നിവയിൽ പൊളിച്ചെഴുത്തുകൾ നടത്തുന്നുണ്ട്. വിവരസാങ്കേതികവിദ്യയുടെ വളർച്ചയുടെ ഫലമായി ദേശീയവും അന്തർദേശീയവുമായ സംഭവങ്ങൾ രാഷ്ട്രത്തിന്റെ അതിർത്തികൾ ഭേദിച്ചുകൊണ്ട് നമ്മുടെ മുന്നിലെത്തുന്നു. പുതിയ ലോകക്രമത്തിൽ രാഷ്ട്രത്തിന്റെ അതിരുകളെ വിഗണിച്ചുകൊണ്ട് വരുന്ന ബഹുസാംസ്കാരികതയും ബഹുദേശീയതയും സൂക്ഷ്മമായ വിശകല്നങ്ങൾ ആവശ്യപ്പെടുന്നതാണ്.

ശരീരം ആഘോഷിക്കപ്പെടുമ്പോൾ

ബഹുരാഷ്ട്ര കോർപ്പറേഷനുകൾ നിയന്ത്രിക്കുന്ന ഒരു പുത്തൻ ആഗോളവ്യവസ്ഥ നിലവിൽ വരുന്നതിന്റെ ഫലമായി ആധുനിക കാലഘട്ടത്തിലെ സ്ഥലഘടനയിലെ പ്രധാന ഘടകങ്ങളായിരുന്ന ഭരണകൂടങ്ങളും നഗരങ്ങളും അപ്രസക്തമായിരിക്കുകയാണ്. വികേന്ദ്രീകൃതവും ദിശാരഹിതവുമായ ഈ സ്ഥലഘടന വ്യക്തികളെന്ന നിലയിൽ നമ്മുടെ സ്വത്വങ്ങളെ അനേക മാനങ്ങളുള്ള അവസ്ഥയിലേക്കു മാറ്റുന്നു. യൂറോസ്വാധീനവും പാരമ്പര്യവും ഇത്തരം സ്വത്വങ്ങളിൽ കാണാം. സ്വവർഗരതിയും വിവാഹപൂർവ ലൈംഗികതയും ഉൾക്കൊള്ളുന്ന യുവതലമുറ വർത്തമാന ഇന്ത്യൻ സംസ്കാരത്തിൽ കണ്ടുവരുന്നുണ്ട്. ശരീരത്തിന്റെ തുറന്ന ആഘോഷം സകല കപട സദാചാരങ്ങളെയും ലംഘിക്കുന്നവയാണ്. അതുകൊണ്ട് കഥാപാത്രത്തിനുവേണ്ടി സെക്സിയാവാൻ മടിയില്ലെന്ന് നടിമാർ തുറന്നുപറയുന്നു. നയൻതാര, ഗോപിക, രേണുകാ മേനോൻ എന്നിവർ തമിഴിലും തെലുങ്കിലും ശരീരം പ്രദർശിപ്പിക്കുമ്പോൾ

രോഷംകൊള്ളുന്നത് ഒരുപക്ഷേ മലയാളികൾ മാത്രമാവാം. ബോളിവുഡിൽ ഇമ്രാൻ ഹാഷ്മി നായകനായുള്ള ചിത്രങ്ങൾ സദാചാരത്തിന്റെയും ശരീര നിർമിതിയുടെയും മാറുന്ന സമവാക്യങ്ങളാണ്. പുതിയ തൊഴിലിടങ്ങളും മുതലാളിത്ത ഉൽപ്പന്നങ്ങളും യുവത്വത്തിന്റെ മാറ്റത്തിനു കാരണമാകുന്നുണ്ട്.

ചൈനീസ് സംവിധായകനായ ആങ് ലീ സംവിധാനം ചെയ്ത *കൗച്ചിങ് ടൈഗർ ഹിഡൻ ഡ്രാഗൺ* എന്ന സിനിമ ദൃശ്യാവിഷ്കാരത്തിലും സാങ്കേതികതയിലും വലിയൊരു വിപ്ലവമാണ് ഉണ്ടാക്കിയത്. അതിന്റെ സാങ്കേതികത പിന്തുടർന്ന് രാകേഷ് റോഷന്റെ *കൃഷ്* പുറത്തിറങ്ങിയിട്ടുണ്ട്. അദ്ദേഹത്തിന്റെ തൊട്ടുമുൻപത്തെ ചിത്രമായ *കോയി മിൽ ഗയാ*യുടെ തുടർക്കഥയാണിത്. ഹോളിവുഡിലെ സൂപ്പർമാൻ ചിത്രങ്ങളെപ്പോലെയുള്ള ഒരു ദൃശ്യാനുഭവം ഇവ നൽകുന്നുണ്ടെങ്കിലും നായികാനായകന്മാരുടെ പ്രതിനിധാനം ശ്രദ്ധിക്കേണ്ടതാണ്. ജീവിതം അടിച്ചുപൊളിച്ചു കഴിയാൻവേണ്ടി വലിയ കൊള്ളകൾ നടത്തുന്ന *ധൂ*മിലെ നായകന്മാരെ യുവാക്കൾ സന്തോഷത്തോടെ സ്വീകരിച്ചുകഴിഞ്ഞു. വീട്ടിൽനിന്നുള്ള പോക്കറ്റ് മണി തികയാഞ്ഞിട്ട് വിദ്യാർഥികൾ സ്വന്തം സ്ഥാപനത്തിലെ കമ്പ്യൂട്ടറുകൾ മോഷ്ടിച്ച സംഭവം കേരളത്തിലാണു നടന്നത്. ഭക്ഷണത്തിനും മൊബൈലിനും പെട്രോളിനും പണം തികയാത്ത യുവാക്കളുടെ മുന്നിൽ ഇത്തരം വഴികളാണ് ആലോചനയിൽ വരുന്നത്. ഉപഭോഗസംസ്കാരത്തിന് അനുയോജ്യമായ സ്വത്വങ്ങളെയാണ് ഇത്തരം ഹിന്ദി സിനിമകളിൽ കാണുന്നത്.

വിദേശ ഇന്ത്യക്കാരുടെ കഥകൾ

കരൺ ജോഹറിന്റെ സിനിമകളിലുള്ള കുടുംബവും സ്നേഹബന്ധങ്ങളും പ്രണയ സാക്ഷാൽക്കാരവുമെല്ലാം *കഭി അൽവിദ നാകഹനാ*യിലും കാണുന്നുണ്ട്. വിദേശ ഇന്ത്യക്കാരുടെ പ്രണയവും പാട്ടുകളും നല്ല വസ്ത്രങ്ങളും ന്യൂയോർക്ക് ഉൾപ്പെടെ നല്ല ലൊക്കേഷനുകളും എല്ലാമുള്ള ഒരു എന്റർടെയ്ൻമെന്റാണ് ഈ സിനിമയെന്ന് സംവിധായകൻ അഭിമുഖത്തിൽ വെളിപ്പെടുത്തുകയുണ്ടായി. വിദേശ ഇന്ത്യക്കാരുടെ വിവാഹത്തിനുശേഷമുള്ള പ്രണയവും അതിനെത്തുടർന്നുണ്ടാകുന്ന കുടുംബപ്രശ്നങ്ങളും അവസാനം പ്രണയിതാക്കളുടെ കൂടിച്ചേരലുമാണ് കഥാസാരം. പരസ്പരം സ്നേഹമില്ലാതെ കുടുംബജീവിതം നയിക്കുന്നതിനെക്കാൾ സ്നേഹമുള്ളവർ തമ്മിൽ ചേരുന്നതാണ് അനുയോജ്യമെന്ന് സിനിമയുടെ ലക്ഷ്യമായിതോന്നാം. കുടുംബം എന്ന വ്യവസ്ഥയുടെ ചോദ്യം ചെയ്യലാണ് ഇത്തരം പ്രണയസാക്ഷാൽക്കാരംകൊണ്ട് അർഥമാക്കുന്നത്. (ഫലത്തിൽ അവസാനം ഈ പ്രണയവും കുടുംബമെന്ന ഘടനയിലേക്ക് മാറുമെന്നും വ്യാഖ്യാനിക്കാവുന്നതാണ്). ഇന്ത്യൻ രാഷ്ട്ര

ത്തിന്റെ പുറത്താണ് ഇതിലെ കുടുംബമെന്നതുകൊണ്ട് രാഷ്ട്രത്തിന്റെ വിമർശനമായും കാണാവുന്നതാണ്. വിദേശ ഇന്ത്യൻ ജനതയ്ക്ക് അവരുടെ ദേശം എന്നത് ഭൂതകാല കാൽപ്പനികരതിയുടെ കാഴ്ചവട്ടത്തിലാണ് നിലകൊള്ളുന്നത്. അതേസമയം വ്യവസ്ഥയുടെയും മാമൂലുകളുടെയും അപ്പുറത്തുള്ള സ്വതന്ത്രവ്യക്തിത്വങ്ങളാണ് അവർ കാംക്ഷിക്കുന്നത്.

വിവാഹശേഷമായിരിക്കുമോ തനിക്ക് യഥാർഥ സുഹൃത്തിനെയും പ്രണയത്തെയും ലഭിക്കുക എന്ന് മായ (റാണി മുഖർജി) വിവാഹത്തിനു തൊട്ടുമുൻപ് പരിചയപ്പടുന്ന ദേവിനോട് (ഷാരൂഖ് ഖാൻ) ചോദിക്കുന്നുണ്ട്. വിവാഹിതനായ ഈ ദേവിനെയാണ് പിന്നീട് ഇവർ സ്നേഹിക്കുന്നതും അവസാനം ഒന്നിക്കുന്നതും. ദേവിന്റെ ഭാര്യ റിയ (പ്രീതി സിന്റ) ഫാഷൻ കമ്പനിയിൽ ജോലിചെയ്യുകയാണ്. കുട്ടിയുടെ കാര്യത്തിൽ കാര്യമായ സമയം കണ്ടെത്താത്ത റിയ, എന്നാൽ ദേവിനെ അതിയായി സ്നേഹിക്കുന്നുവെന്ന് അഭിപ്രായപ്പെടുന്നു. തന്നെ സ്നേഹിക്കുന്നില്ലായെന്ന തോന്നൽ എന്നാൽ ദേവിലുണ്ട്. മാറുന്ന കാലത്തിന്റെ പ്രധാന മുഖമാണ് ഫാഷൻ മേഖല. (ഫാഷൻ മേഖല ഉർത്തിക്കൊണ്ടുവരുന്ന സ്വത്വം കുടുംബ സങ്കൽപ്പത്തിൽ മാറ്റങ്ങൾ ഉണ്ടാക്കുന്നുണ്ട്. ന്യൂയോർക്ക് കേന്ദ്രമായി നിർമിക്കപ്പെടുന്ന ഇന്ത്യൻ സിനിമകൾ ഭാരതീയ പാരമ്പര്യത്തിന്റെയും സംസ്കാരത്തിന്റെയും സങ്കൽപ്പത്തിൽ പൊളിച്ചെഴുത്തു നടത്തുന്നത് വ്യക്തമാണ്. മായയുടെ ഭർത്താവായ ഋഷി (അഭിഷേക് ബച്ചൻ) ബിസിനസുകാരനും പാർട്ടി സംസ്കാരത്തിന്റെ സ്വഭാവക്കാരനുമാണ്. ഇന്ത്യയിലെ പ്രധാന നഗരങ്ങളെ കേന്ദ്രമാക്കിയും ആട്ടവും പാട്ടുമായി ക്ലബ് സംസ്കാരം രൂപപ്പെട്ടിട്ടുണ്ട്. മദ്യത്തിന്റെ ലഹരിയിൽ ഇണയോടൊപ്പം ഇരുണ്ട മുറിയിലെ കണ്ണഞ്ചിപ്പിക്കുന്ന ലൈറ്റുകളിൽ നൃത്തമാടാൻ സ്റ്റാർ ഹോട്ടലുകളിലേക്ക് പുതുതലമുറ ഓടിയെത്തുന്നു. ഐ ടി മേഖലയുടെയും മാധ്യമ മേഖലയുടെയും ടൂറിസത്തിന്റെയും വളർച്ചയുടെ ഫലമായി ജീവിതം ആടിത്തിമിർക്കുവാൻ ഒരു പുതിയ യുവത്വം രൂപപ്പെട്ടിരിക്കുന്നു.) ഋഷിയുമായി പൊരുത്തപ്പെടാനാവാത്ത മായ, ദേവുമായി അടുക്കുന്നു. പക്ഷേ തങ്ങളുടെ മോഹം സഫലമാകാത്ത ഒന്നാണെന്നു തോന്നി അവർ കുടുംബത്തോട് തുറന്നുപറയാൻ തീരുമാനിക്കുന്നുണ്ട്. ഇവിടെ പാരമ്പര്യം, കുടുംബം എന്നീ മൂല്യങ്ങളിൽ ഇവരുടെ വ്യക്തിത്വങ്ങൾ നേരിടുന്ന സംഘർഷമാണ് തെളിഞ്ഞുകാണുന്നത്. വിദേശ ഇന്ത്യക്കാരനായി ജീവിക്കുമ്പോൾ യൂറോപ്യനും ഭാരതീയവുമായ യുക്തിബോധങ്ങളിൽ അന്യോന്യം കൂടിച്ചേരലുകൾ വരുകയും സ്വത്വങ്ങൾ അനേകം മാനങ്ങളുള്ള ഒരുകൂട്ടം ഭംഗുര യാഥാർഥ്യങ്ങളിലേക്കു നിവേശിപ്പിക്കേണ്ടതായും വരുന്നു. സ്വത്വത്തിന്റെ വികേന്ദ്രീകരണം ഇവിടെ സംഭവിക്കുന്നുണ്ട്.

ഇന്ത്യൻ സിനിമകൾക്ക് ലോക മാർക്കറ്റിൽ കിട്ടുന്ന ലാഭം ഇത്തരം

വിദേശ പശ്ചാത്തലമുള്ള സിനിമകൾ നിർമിക്കാൻ പ്രേരണയായിട്ടുണ്ട്. ലോകമെമ്പാടുമുള്ള ഇന്ത്യക്കാരായ പ്രവാസികളുടെ ജീവിതം യൂറോ കേന്ദ്രിതമായ വികസന സങ്കൽപ്പത്തിലേക്ക് പോയിക്കൊണ്ടിരിക്കുന്ന ഇന്ത്യൻ സമൂഹത്തിനും താൽപ്പര്യമുള്ള വിഷയങ്ങളാണ്. ഇന്ത്യൻ കോൾസെന്ററുകളിലിരുന്ന് വിദേശ കമ്പനികളുടെയും വ്യക്തികളുടെയും ആവശ്യങ്ങൾക്കുവേണ്ടി ജോലിചെയ്യുന്ന ഒരു സമൂഹവും ഇവിടെ വളർന്നുവരുന്നുണ്ട്. സ്വത്വനിർമിതിയിൽ ഇവ ചെലുത്തുന്ന സ്വാധീനവും വിശകലനം ആവശ്യപ്പെടുന്നുണ്ട്.

പുതിയ ജീവിത മൂല്യങ്ങൾ

ഇന്ത്യൻ സിനിമയിലെ നായികമാർക്ക് നമ്മുടെ പുരാണങ്ങളിലെ ദ്രൗപദിയും സീതയും പ്രകടിപ്പിക്കുന്ന സ്വഭാവവുമായി ബന്ധമുണ്ട്. സർവംസഹയായ, തന്റെ ചാരിത്ര്യം തെളിയിക്കാൻ അഗ്നിപ്രവേശം നടത്തുന്നവളായും ഇന്ത്യൻ നായികമാർ മാറുന്നുണ്ട്. ബോളിവുഡിൽ വൻ ഹിറ്റായ *ഹം ദിൽ ദേ ചുകേ സനം* വിവാഹത്തിനുശേഷം ഭാര്യയ്ക്ക് തന്നോടു സ്നേഹമില്ലെന്നു തോന്നിയ ഭർത്താവ്, കാരണം മനസിലാക്കി അവളെ കാമുകനുമായി ചേർക്കുവാൻ ഇറ്റലിയിലേക്കു കൊണ്ടുപോകുന്നു. എന്നാൽ ഭർത്താവിന്റെ സ്നേഹം തിരിച്ചറിഞ്ഞ നായിക കാമുകനുമായി കൂടിച്ചേരാൻ വിസമ്മതിച്ച് ഭർത്താവിലേക്കുതന്നെ, കുടുംബത്തിലേക്കു തന്നെ ചേരുന്നു. ആദർശാത്മകവും മാതൃകാപരവുമായ ഗാർഹിക ജീവിതത്തിലേക്കുതന്നെ ഇവിടെ നായിക എത്തിച്ചേരുന്നു.

റിച്ചാർഡ് ലിങ്ക്‌ലെറ്റേഴ്സിന്റെ *ബിഫോർ സൺസെറ്റ്* എന്ന സിനിമയാണ് ഇത്തരം ഒരു പ്രമേയത്തിന് പ്രചോദനമായതെന്ന് കരൺ ജോഹർ പറയുന്നുണ്ട്. സാമ്പ്രദായികമായ കുടംബബന്ധത്തെയും വ്യവസ്ഥയെയും ധിക്കരിക്കുന്ന *കഭി അൽവിദ നാകാഹ്നാ* സാന്മാർഗികമായ ഒരു നിലപാടും മുന്നോട്ടു വയ്ക്കുന്നില്ല. പുതിയ ജീവിത മൂല്യങ്ങളും തൊഴിലിടങ്ങളും സ്ത്രീപുരുഷബന്ധങ്ങളിൽ, സാമൂഹ്യക്രമത്തിൽ മാറ്റങ്ങൾ വരുത്തിക്കൊണ്ടിരിക്കുകയാണ്. കുട്ടികളില്ലാത്ത മായ ഭർത്താവിൽ നിന്ന് പിരിഞ്ഞു ജീവിക്കുമ്പോൾ ടീച്ചറുടെ ജോലി നോക്കുന്നുണ്ട്. ദേവ് മായയെ സ്നേഹിക്കുമ്പോൾത്തന്നെ തന്റെ മകനെയും സ്നേഹിക്കുന്നുണ്ട്. കുടുംബത്തിലെ പ്രധാന ഘടകമായ മക്കൾ ഇവിടെ വിഷയമായി ഉയർന്നുവരുന്നില്ലെന്നു കാണാവുന്നതാണ്. വിവാഹാനന്തരപ്രണയം എന്ന വിഷയത്തിൽ ന്യൂയോർക്ക് ഇതിനു പാകമായ പശ്ചാത്തലമായി സിനിമയിൽ ഉപയോഗിക്കുന്നത് ദേശരാഷ്ട്രത്തിന്റെ വിമർശനമായി വിശകലനം ചെയ്യാവുന്നതാണ്. അതിനാൽ സിനിമയുൽപ്പാദിപ്പിക്കുന്ന വ്യവഹാരങ്ങൾ ഇന്ത്യൻ സാംസ്കാരിക രാഷ്ട്രീയത്തിന്റെ മാറുന്ന കാഴ്ചകളാണെന്നു മനസിലാക്കാം.

കുറിപ്പുകൾ

1. മുഹമ്മദ് ഹാഷിം: 'ബാർ ഗേൾസ്: ജീവിതത്തിനു മുകളിൽ മരണ നൃത്തം' ദേശാഭിമാനി, 2005, ഒക്ടോബർ 2 പേജ് 73.
2. സൂപ്പർതാരങ്ങളുടെ താരപദവി ഉപയോഗിച്ച് പരസ്യലോകം നിർമിച്ചെടുക്കുന്ന വ്യവഹാരങ്ങൾ ഇന്ന് പഠിപ്പിക്കപ്പെടുന്നുണ്ട്. താരപദവിയെ നിർവചിക്കുന്നതിൽ ഇക്കാലത്ത് പരസ്യങ്ങൾക്ക് വലിയ പങ്കുണ്ട്.
3. ചുംബന നടൻ എന്ന പേരുകേട്ട ഇമ്രാൻ ഹഷ്മിയുടെ ചിത്രങ്ങളാണ് 'മർഡർ', ജവാനി ദിവാനി, കില്ലർ, ഗാങ്സ്റ്റർ എന്നിവ.
4. Filmfare August 2000.
5. കൽഹോനഹോ, അജ്നബി, ഹം കോ ദിവാനാ കർഗയാ തുടങ്ങിയ നിരവധി എൻ ആർ ഐ പ്രമേയചിത്രങ്ങൾ ഹിന്ദിയിലുണ്ട്.
6. Bhavana Sommaya Shifting Equations Combat, Feb 2005 Page 18.

ബോളിവുഡ് അതിർത്തി കടക്കുമ്പോൾ

ബോളിവുഡ് സിനിമ ആഗോള വ്യാപകമായി നേടിയെടുത്ത അതിന്റെ വിപണനമേഖല സിനിമയുടെതന്നെ പലവിധ മാറ്റങ്ങൾക്കും വഴിതെളിയിക്കുന്നുണ്ട്. ഹിന്ദി സിനിമകളെ ബോളിവുഡ് എന്നു നാമകരണം ചെയ്യുന്നതുതന്നെ അതിന്റെ ആഗോളവ്യാപനത്തെ സൂചിപ്പിക്കുന്നുണ്ട്. ബോളിവുഡ് എന്ന പേരിനെച്ചൊല്ലിയുള്ള തർക്കങ്ങളും ഹിന്ദി സിനിമാലോകത്ത് ഇപ്പോഴും തുടരുന്നുണ്ട്. വൈവിധ്യമുള്ള പ്രമേയങ്ങളിലേക്കും ആഖ്യാനരീതികളിലേക്കും ബോളിവുഡ് സിനിമ ഇന്നു വഴിമാറുന്നുണ്ട്. ബഹുരാഷ്ട്ര മുതലാളിത്തം സൃഷ്ടിച്ച സൗന്ദര്യസങ്കൽപ്പവും വിപണനതന്ത്രവും കൂടിക്കലർന്ന ഒരു സാംസ്കാരിക പരിസരത്തിൽ മുഖ്യധാരാസിനിമകൾ തന്നെ സാമ്പ്രദായികമായ പ്രമേയസ്വീകരണത്തിൽനിന്നു മാറിത്തുടങ്ങി.

യൂറോപ്പ്, ആഫ്രിക്ക, ഏഷ്യ, ലാറ്റിനമേരിക്ക എന്നിങ്ങനെ നിരവധി രാജ്യങ്ങളിൽ ബോളിവുഡ് സിനിമകൾ പ്രദർശിപ്പിക്കുന്നുണ്ട്. ഹിന്ദിസിനിമകളിൽ തൊണ്ണൂറുകൾക്കുശേഷം പാട്ടുരംഗങ്ങളിൽ വിദേശ ലൊക്കേഷനുകൾ വ്യാപകമായി പശ്ചാത്തലമാകുന്നത് ആഗോള മൂലധനത്തിന്റെ കടന്നുവരവോടെയാണ്. ഇന്ത്യൻ സിനിമകളുടെ പണംവാരലിനും സ്വീകാര്യതയ്ക്കും ഇത്തരം പാട്ടുരംഗങ്ങൾ സഹായകമാകുന്നുണ്ട്. ആഗോളവിപണി കണ്ടെത്തിയിരിക്കുന്ന കാര്യത്തിൽ ഹിന്ദി സിനിമകളെപ്പോലെ തമിഴ്സിനിമയും മാറിക്കഴിഞ്ഞിരിക്കുന്നു. ആഗോളവ്യാപകമായി ഇന്ത്യൻ വംശജരും തദ്ദേശവാസികളും ഇത്തരം സിനിമകളുടെ പ്രേക്ഷകരായി മാറിക്കൊണ്ടിരിക്കുന്നുണ്ട്.

ഡിജിറ്റൽ സാങ്കേതികവിദ്യയുടെ വളർച്ചയുടെ ഫലമായി കഴിവും ചിന്താശേഷിയുമുള്ള നിരവധി ചെറുപ്പക്കാർ സിനിമയുടെ ലോകത്തേക്ക്

കടന്നുവന്നിരിക്കുന്നത് മാറ്റങ്ങൾക്കു കാരണമാണ്. ഡിജിറ്റൽ സിനിമാ നിർമാണം ചെലവുകുറഞ്ഞതായിരിക്കുന്നതിനാൽ പുതുമയുള്ള പ്രമേയങ്ങളും അവതരണരീതികളും പുതിയ സംവിധായകരിൽ നിന്നുണ്ടാകുന്നു. നിരവധി ഹിന്ദിസിനിമകൾ ഇപ്പോൾ സാറ്റലൈറ്റ് വഴിയാണ് സംപ്രേഷണം ചെയ്യുന്നത്. ഇന്റർനെറ്റ് വഴിയുള്ള സിനിമയുടെ പ്രദർശനവും ഡി വി ഡി വിൽപ്പനയും ഹിന്ദി സിനിമകൾക്ക് സാമ്പത്തികനേട്ടം ഉണ്ടാക്കിക്കൊടുക്കുന്ന വഴികളാണ്. ചാനൽരംഗത്തുനിന്നു വരുന്ന നിരവധി ചെറുപ്പക്കാർ പുതിയ പ്രമേയങ്ങളും അവതരണരീതികളും പരീക്ഷിക്കുന്നുണ്ട്. തീയറ്ററിൽ വന്ന് സിനിമ കാണുന്നത് കൂടുതലും യുവത്വമായിരിക്കുന്നതിനാൽ അവരെ ആകർഷിക്കുന്ന തരത്തിലുള്ള സിനിമകളാണ് കൂടുതലായും നിർമിക്കപ്പെടുന്നത്. രാംഗോപാൽ വർമ്മയുടെ 'ഫാക്ടറി'യിൽനിന്ന് പുറത്തിറങ്ങുന്ന സിനിമകൾ ഇത്തരത്തിൽ യുവത്വത്തിന്റെ ജീവിതങ്ങളാണ് ആവിഷ്കരിക്കുന്നത്.

ശിവ (1990) എന്ന തെലുങ്കുചിത്രമാണ് രാംഗോപാൽ വർമ്മ ആദ്യമായി സംവിധാനം ചെയ്തത്. എന്നാൽ ബോളിവുഡിലാണ് രാമു തന്റെ സ്ഥാനം ഉറപ്പിച്ചത്. *സത്യ, ശൂൽ, ജംഗിൾ, മസ്ത്, റോഡ്, ദൗഡ്, ഭൂത്, നാച്ച്, കമ്പനി, ഡി, വാസ്തുശാസ്ത്ര, ഗായബ്, ഡർനാ മനാ ഹെ, രാത്, പ്യാർ തൂനെ ക്യാ കിയാ, ആഗ്, ഡാർലിങ്, ഗോ* എന്നിങ്ങനെ നിരവധി ചിത്രങ്ങൾ രാംഗോപാൽ വർമ്മയുടെ ഫാക്ടറിയിൽനിന്ന് പുറത്തുവന്നു. അതിവൈകാരികതയുടെ അഭിനയരീതിയെ കുറച്ചുകൊണ്ടുവന്ന് റിയലിസ്റ്റിക്കായ വേഗതയേറിയ നാഗരികജീവിതം ഫാക്ടറി സിനിമകളുടെ പ്രത്യേകതയാണ്. ശരീരത്തിന്റെ തുറന്ന ആഘോഷം ഈ സിനിമകളിലെ സ്ത്രീത്വത്തിന്റെ പാരമ്പര്യഘടകങ്ങളെ കുറച്ചൊക്കെ ഇളക്കിമറിച്ചു. മുംബൈ അധോലോകത്തിന്റെ ഇരുണ്ട ജീവിതത്തെ അതിഭാവുകത്വമില്ലാതെ 'നാച്ചുറലാ'യി അവർ അവതരിപ്പിച്ചു. ഒരേസമയം നിരവധി സിനിമകളുടെ ആലോചനയും നിർമാണവുമായി ഫാക്ടറി ബോളിവുഡിന്റെ മെലോഡ്രാമയും റിയലിസവും കലർന്ന അവതരണരീതിയെ മാറ്റിമറിക്കുന്ന സിനിമകൾ പുറത്തുവിട്ടുകൊണ്ടിരുന്നു. രാംഗോപാൽ വർമ്മയുടെ ഫാക്ടറിയിലെ ടെക്നീഷ്യന്മാരും അസിസ്റ്റന്റുകളുമായ ഇ നിവാസ്, രാജാ മുഖർജി, ചന്ദ്രൻ അറോറ, പ്രവാൽ രമൺ തുടങ്ങിയവർ പ്രമേയത്തിലും അവതരണത്തിലും ടെക്നിക്കൽ മേഖലയിലും പ്രാവീണ്യമുള്ള സിനിമകൾ നിർമിക്കുകയുണ്ടായി. ശൂൽ, ജെയിംസ് എന്നീ സിനിമകൾ ഇത്തരത്തിൽ യുവജനങ്ങളെ മാത്രം ലക്ഷ്യമാക്കിക്കൊണ്ടു നിർമിക്കുന്ന കൊമേഴ്സ്യൽ സിനിമകളായിരുന്നു. ബോംബെയിലോ ബീഹാറിലോ കാണുന്ന നഗരജീവിതവും അധോലോക ഭരണകൂട അഴിമതിയും ദുർനടപ്പും ഇത്തരം സിനിമകളിലെ പ്രമേയങ്ങളിൽ കടന്നുവന്നിരുന്നു. ഇന്ത്യൻ നഗരങ്ങളിലെ സകലമാന ദുഷ്ചെയ്തികളെയും നിർമാർജനം ചെയ്യുന്ന രാഷ്ട്രതാൽപ്പര്യങ്ങൾ തന്നെയാണ് ഇത്തരം സിനിമകളുടെ അന്തർധാരയാകുന്നത്.

മാച്ചിസ്, മക്ഡി, ദ ബ്ലൂ അംബ്രല്ലാ എന്നീ ശ്രദ്ധേയമായ സിനിമകളുടെ സംവിധായകനാണ് വിശാൽ ഭരദ്വാജ്. ഷേക്സ്പിയറുടെ *മാക്ബത്ത്* എന്ന നാടകത്തെ ആധാരമാക്കി നിർമിച്ചിരിക്കുന്ന സിനിമയാണ് *മക്ബൂൽ.* മുംബൈയിലെ ഒരു അധോലോക രാജാവായ അബ്ബാജിയുടെ വലംകൈയായിരുന്നു മക്ബൂൽ. പക്ഷേ അബ്ബാജിയുടെ വെപ്പാട്ടിയായ നിമ്മി മക്ബൂലിന്റെ പ്രൗഢിയിൽ ആകൃഷ്ടയായിരുന്നു. നിമ്മിയുമായി പ്രണയത്തിലാകുന്നതോടെ മക്ബൂലിന് അബ്ബാജിയെ ചതിക്കേണ്ടിവരുന്നു. മാക്ബത്ത് നാടകത്തിലെ പല കഥാപാത്രങ്ങളും തന്മയത്വത്തോടെ ഈ ചിത്രത്തിൽ പ്രത്യക്ഷപ്പെടുന്നു. ഉത്തർപ്രദേശിലെ രാഷ്ട്രീയ സംഘർഷങ്ങളുടെ പശ്ചാത്തലത്തിൽ *ഒഥല്ലോ*യെ പുനഃസൃഷ്ടിച്ചിരിക്കുകയാണ് *ഓംകാര* എന്ന സിനിമയിലൂടെ വിശാൽ ഭരദ്വാജ്. സമകാലിക ഇന്ത്യൻ സാമൂഹ്യപശ്ചാത്തലത്തിലേക്ക് അനുവർത്തനം ചെയ്യപ്പെടുകയാണ് ഈ ഷേക്സ്പിയർ നാടകങ്ങൾ. വിദേശ ഫെസ്റ്റിവലിലും ആഗോളവ്യാപകമായ തീയറ്ററുകളിലും ഇത്തരം സിനിമകൾക്ക് വലിയ പ്രാധാന്യമാണ് ലഭിച്ചിരിക്കുന്നത്.

പ്രവാസി ഗൃഹാതുരതയും സ്വത്വപ്രതിസന്ധിയും

ബോളിവുഡ് ലോകത്ത് ഉണ്ടായിക്കൊണ്ടിരിക്കുന്ന മറ്റൊരു പ്രവണത ഹിന്ദി സിനിമ സംവിധാനം ചെയ്യുന്നവർ തന്നെ ഇംഗ്ലീഷിലും ഇന്ത്യൻ വംശജരുടെ ജീവിതം പ്രമേയമാക്കി സിനിമ ചെയ്യുന്നുവെന്നതാണ്. ജഗ്മോഹൻ മുന്ദ്ര സ്ത്രീസ്വത്വത്തിന്റെ വൈവിധ്യങ്ങളും സാമൂഹിക വിഷയങ്ങളും ആവിഷ്കരിക്കാൻ ശ്രമിക്കുന്ന സംവിധായകനാണ്. *ബവാന്ദർ* (2000), *മൺസൂൺ* (2001), *പ്രൈവറ്റ് മൂമെന്റ്സ്* (2005), *നടാഷ* (2006), *പ്രൊവോക്ക്ഡ്* (2006) എന്നിവ അദ്ദേഹത്തിന്റെ സിനിമകളാണ്. മീരാനായരുടെ *ദ നെയിം സേക്ക്* (2006) അമേരിക്കയിൽ താമസിക്കുന്ന ഇന്ത്യൻ യുവത്വത്തിന്റെ സ്വത്വപ്രശ്നത്തെയാണ് സംവാദമാക്കുന്നത്. അമേരിക്കയിൽ ജനിച്ചുവളർന്നു ജീവിക്കുന്ന ഗോഗോളിന്റെ ചോദ്യം നിസാരമായി തള്ളിക്കളയാനാവില്ല. "I am an American, born in this country, but people always ask me, "Where are you from?" because the colour of my skin stands out." ലോകത്തിന്റെ വിവിധ ഭാഗങ്ങളിൽ താമസിക്കുന്ന ഇന്ത്യൻ ജനതയുടെ നേർക്കു വന്നുകൊണ്ടിരിക്കുന്ന ഒരു ചോദ്യംകൂടിയാണിത്. എൻ ആർ ഐക്കാരുടെ സാംസ്കാരികമായ സ്വത്വപ്രതിസന്ധിയും ഭാരതത്തോടു തോന്നുന്ന ഫ്യൂഡൽ ഗൃഹാതുരത്വവും ഇത്തരം സിനിമകളുടെ അന്തർധാരയാകുന്നുണ്ട്. തൊണ്ണൂറുകൾക്കു ശേഷം ജനപ്രിയ സിനിമകളിൽ ഇത്തരം എൻ ആർ ഐ പ്രമേയങ്ങൾ കടന്നുവന്നിട്ടുണ്ട്. ത്രികോണപ്രമേയങ്ങളുടെ പിരിമുറുക്കവും ഇന്ത്യൻ പാരമ്പര്യവും യൂറോപ്യൻ മൂല്യങ്ങളും തമ്മിലുള്ള സംഘർഷവും *ലമ്ഹേ* (യാഷ് ചോപ്ര), *ദിൽവാലേ ദുൽഹനിയാ ലേജായേം ഗേ* (ആദിത്യ ചോപ്ര), *പർദേശ്* (സുഭാഷ് ഘായ്) എന്നീ സിനിമകളിൽ ആവി

ഷ്കരിച്ചിരുന്നു. ഇന്ത്യൻ ദേശീയതയെ പലവിധത്തിൽ പ്രമേയമാക്കിയിരുന്ന ഹിന്ദി സിനിമകൾ ഇന്ന് അതിർത്തികൾ കടന്നുകൊണ്ടുള്ള ഇന്ത്യൻ അവസ്ഥയെക്കുറിച്ചും സംസാരിച്ചു തുടങ്ങിയിരിക്കുന്നു. ഇത് ആഗോള പൗരനെന്ന മൂല്യസങ്കൽപ്പത്തിലേക്കും ദേശീയതാ വ്യവഹാരങ്ങളിൽ വന്ന പിളർപ്പുകളിലേക്കും വിരൽ ചൂണ്ടുന്നതാണ്. എന്നാൽ ഇന്ത്യൻ സംസ്കാരത്തിന്റെ അരികു ജനതയുടെ നേരെ ക്യാമറയുമായി പുതിയൊരു സംവിധായകനിര തിരിഞ്ഞുതുടങ്ങിയിട്ടുണ്ട്.

രാംഗോപാൽ വർമയുടെ ഫാക്ടറിയുടെ പരിചയസമ്പത്തുമായി സംവിധാനരംഗത്തേക്കു വന്ന മധുർ ഭണ്ഡാർക്കറുടെ ആദ്യ സിനിമയാണ് *ത്രി ശക്തി* (1999). ആദ്യസിനിമ വളരെ പരാജയമേറ്റുവാങ്ങേണ്ടിവന്നെങ്കിലും രണ്ടാമത്തെ ചിത്രമായ *ചാന്ദ്നിബാർ* (2001) ബോക്സോഫീസ് ഹിറ്റാവുകയും നിരവധി അവാർഡുകൾ വാങ്ങിക്കൂട്ടുകയും ചെയ്തു. അതിനുശേഷം *സത്താ* (2003) *ആൻ: മെൻ അറ്റ് വർക്ക്* (2004), *പേജ് 3* (2005), *കോർപറേറ്റ്* (2006) എന്നിവ സംവിധാനം ചെയ്തു. *ട്രാഫിക് സിഗ്നൽ* എന്ന സിനിമ ട്രാഫിക് സിഗ്നൽ സ്ഥലവുമായി ബന്ധപ്പെട്ട് ഉപജീവനം നടത്തുന്ന നിരവധി കഥാപാത്രങ്ങളിലൂടെ സമകാലിക ഇന്ത്യൻ നഗരങ്ങളിലെ അരികുകളിലേക്ക് തള്ളപ്പെട്ടവരുടെ ജനങ്ങളുടെ ജീവിതാവസ്ഥകളെ ആവിഷ്കരിക്കുന്നു. വേശ്യകളും ഭിക്ഷക്കാരും തട്ടിപ്പുകാരും റിപ്പോർട്ടർമാരും നിറഞ്ഞ പുതിയൊരു ഇന്ത്യൻ അവസ്ഥയെ ഡോക്യുമെന്ററി – റിയലിസ്റ്റിക് ആഖ്യാനത്തിലൂടെ അവതരിപ്പിക്കുകയാണ് മധുർ ഭണ്ഡാർകർ സിനിമകൾ. ഇന്ത്യൻ ഹൈടെക് സിറ്റികളിലെ ഓരങ്ങളിൽ കഴിയുന്നവരും പത്ര–ചാനൽ മീഡിയകളിൽ സ്ഥാനം പിടിക്കാത്തവരുമായ നിരവധി ജീവിതങ്ങൾ ജനപ്രിയ ശൈലിയുടെ അവതരണഭംഗിയോടെ ഈ ചിത്രങ്ങളിൽ കടന്നുവരുന്നു.

നാഗേഷ് കുക്കുന്നൂർ *ഹൈദ്രാബാദ് ബ്ലൂസ്* (1998) എന്ന സിനിമയിലൂടെ ബോളിവുഡിൽ തുടക്കം കുറിച്ച സംവിധായകനാണ്. *റോക്ക് ഫോർഡ്* (1999), *ബോളിവുഡ് കാളിങ്* (2001), *തീൻ ദീ വാരേം* (2003), *ഹൈദ്രബാദ് ബ്ലൂസ് 2* (2004), *ഇക്ബാൽ* (2005) എന്നിവ നാഗേഷിന്റെ വ്യത്യസ്ത പ്രമേയങ്ങൾ കൈകാര്യം ചെയ്ത സിനിമകളാണ്. ഏറ്റവും പുതിയ ചിത്രമായ *ദോർ* (2006) ഹിന്ദു–മുസ്ലീം സാമൂഹിക പ്രശ്നങ്ങളെയും സ്ത്രീയുടെ സ്വത്വത്തെയും സ്വാതന്ത്ര്യത്തെയും കുറിച്ചുള്ള ചിന്തകളെയും പ്രമേയമാക്കുന്നു. ഇന്ത്യയിൽ ഹിന്ദുസ്ത്രീകൾ അഭിമുഖീകരിക്കുന്ന അടഞ്ഞ ജീവിതത്തിൽനിന്നുള്ള മോചനത്തെയും സിനിമ സംവാദമാക്കുന്നുണ്ട്. ബോളിവുഡിന്റെയും ക്രിക്കറ്റിന്റെയും മാസ്മരികതയെ ആവിഷ്കരിക്കുന്ന നാഗേഷിന്റെ ഇത്തരം സിനിമകളിൽ ഇന്ത്യൻ ദേശീയതയുടെ ചിഹ്നങ്ങളും കടന്നുവരുന്നുണ്ട്. ഇന്ത്യൻ ദേശീയതയുടെ ഐക്യത്തിന്റെ അപ്രമാദിതമായ ഒരു മാതൃകയായി ഹിന്ദി സിനിമകൾ മാറിയിരിക്കുന്നുവെന്ന് ആഷിഷ് രാജാധ്യക്ഷ നിരീക്ഷിക്കുന്നുണ്ട്. ആദ്യകാലത്ത് ഫാൽക്കെ സിനിമകൾ ഇന്ത്യൻ സമൂഹത്തിൽ പ്രബലമായി

രുന്ന ഹൈന്ദവബിംബങ്ങളായിരുന്നു തിരശ്ശീലയിലേക്ക് പകർത്തിയിരുന്നത്. മറ്റു മതവിഭാഗങ്ങളുടെ ഒട്ടൊക്കെ ഒളിഞ്ഞും തെളിഞ്ഞുമുള്ള പ്രാതിനിധ്യം കാണാമെങ്കിലും ദേശീയതയുടെ സിനിമകളിൽ അധീശത്വം പുലർത്തിയിരുന്നത് ഹൈന്ദവരാഷ്ട്രീയമായിരുന്നു. ഇന്ത്യൻ ദേശീയതയിൽ അടങ്ങിയിരിക്കുന്ന ഇടർച്ചകളെ വിശകലനം ചെയ്യാനുള്ള ശ്രമങ്ങൾ പുതിയ ഹിന്ദി സിനിമകളിൽ കുറച്ചൊക്കെ ദൃശ്യമാകുന്നുണ്ട്.

രാഷ്ട്രീയം, ആഗോളവൽക്കരണം, സാങ്കേതികവിദ്യ

ഇന്ത്യൻ രാഷ്ട്രീയത്തിലെ തീപിടിച്ച യാഥാർഥ്യങ്ങൾക്കുമേലെ ക്യാമറ ചലിപ്പിക്കുന്ന ഒരുകൂട്ടം യുവ സംവിധായകരെ ബോളിവുഡിൽ ഇന്നു കാണാവുന്നതാണ്. ഗോധ്രയിലെ തീവണ്ടി തീപിടുത്തവുമായി ബന്ധപ്പെട്ടുകൊണ്ട് അഹമ്മദാബാദിലുണ്ടായ കലാപത്തിൽ നൂറുകണക്കിന് മുസ്ലീങ്ങളാണ് കൊലചെയ്യപ്പെട്ടത്. ഈ വംശഹത്യയെ അടിസ്ഥാനമാക്കിയുള്ള സിനിമയാണ് രാഹുൽ ദോലാകിയയുടെ *പർസാനിയ* (2005). ഒരു പാർസി കുടുംബത്തിലെ പർസാൻ എന്ന പത്തുവയസുകാരൻ കലാപത്തിനിടയിൽ കാണാതാവുകയും അവനെ അന്വേഷിച്ചു നടക്കുന്ന രക്ഷിതാക്കൾ ലക്ഷ്യം നഷ്ടപ്പെട്ടവരായി മാറുകയും ചെയ്യുന്ന ദുരിതങ്ങളെ സിനിമ ആവിഷ്കരിക്കുന്നു. കലാപത്തിനുശേഷം നടക്കുന്ന അന്വേഷണ കമീഷന്റെ മുന്നിലെ തെളിവെടുപ്പു ദൃശ്യങ്ങൾ സിനിമയുടെ രാഷ്ട്രീയപരമായ പ്രാധാന്യത്തെ ശക്തിപ്പെടുത്തുന്നു. ബോംബെ കലാപത്തിന്റെ പശ്ചാത്തലത്തിൽ നടക്കുന്ന കഥയാണ് അനുരാഗ് കശ്യപ് സംവിധാനം ചെയ്ത *ബ്ലാക്ക് ഫ്രൈഡേ* (2007). സിനിമ നിർമിച്ച് വർഷങ്ങൾ കഴിഞ്ഞാണ് സെൻസറിങ് നൂലാമാലകളിൽ നിന്നു രക്ഷപ്പെട്ട് *ബ്ലാക്ക് ഫ്രൈഡേ* പ്രദർശനത്തിനെത്തിയിരിക്കുന്നത്. രൂക്ഷവിമർശനമാണ് സംവിധായകനെന്ന നിലയിൽ ഈ സിനിമയിലൂടെ അനുരാഗ് കശ്യപ് നിർവഹിച്ചിരിക്കുന്നത്. അനുരാഗ് കശ്യപിന്റെ *നോ സ്മോക്കിങ്* (2007) 'K' എന്ന നായകന്റെ ചെയിൻ സ്മോക്കിങ്ങിലൂടെ നാർസിസിസ്റ്റ് സ്വഭാവത്തിന്റെ വ്യത്യസ്ത തലങ്ങളിലേക്ക് സിനിമ പോകുന്നു. ഭാര്യയിൽനിന്ന് തെറ്റുകയും ഈ പുകവലിശീലം ഒഴിവാക്കാൻ പ്രയോഗശാല എന്ന സ്ഥാപനത്തിൽ ചെന്നെത്തുകയും ചെയ്യുന്ന നായകൻ മരുന്നുകളില്ലാത്ത ചികിത്സയിലൂടെ സ്വയം ഈ ദുഃശീലത്തിൽനിന്ന് മാറാൻ ശ്രമിക്കുന്നു. അവതരണത്തിൽ പുതുമ കാണിക്കുന്ന ഈ സിനിമ വിവിധ വായനകൾക്ക് വഴിമാറുന്നുണ്ട്.

തൊണ്ണൂറുകൾക്കുശേഷം ആഗോളവൽക്കരണത്തിന്റെയും ഉദാരവൽക്കരണത്തിന്റെയും ഫലമായി ഇന്ത്യയിൽ മധ്യവർഗസമൂഹം ശക്തിപ്പെട്ടു. മാധ്യമങ്ങളുടെയും വിവരസാങ്കേതികവിദ്യയുടെയും വളർച്ചയ്ക്കും ഇത് വഴിതുറന്നത് സിനിമയെയും സ്വാധീനിച്ചു. സിനിമയിലും പുതിയ സാമ്പത്തിക നയങ്ങളുടെ ഫലമായി മൾട്ടിപ്ലക്സ് തീയറ്ററുകൾ ഇന്ത്യയിൽ 1997 ൽ നിലവിൽ വരികയുണ്ടായി. ഈ നവീകര

ണവും ഊർജസ്വലതയുള്ള ചെറുപ്പക്കാരുടെ ഭാവനകളും മാധ്യമരംഗത്ത് അഭൂതപൂർവമായ മാറ്റങ്ങളുണ്ടാക്കി. ഇന്ന് ബോളിവുഡിൽ മെയിൻസ്ട്രീം, ഓഫ് ബീറ്റ് എന്ന പേരിൽ സിനിമകളെ വർഗീകരിക്കുന്നുണ്ട്. താരപദവിയെ ചൂഷണംചെയ്ത് സാമ്പ്രദായിക ബോളിവുഡിന്റെ വ്യാകരണം പിന്തുടരുന്ന മെയിൻസ്ട്രീം സിനിമകളും പ്രമേയത്തിൽ പുതുമ പുലർത്തുമ്പോൾത്തന്നെ സൂപ്പർതാരങ്ങളെ ഉപയോഗിച്ച് അവരെ വ്യത്യസ്ത പരീക്ഷണങ്ങൾക്കു ശ്രമിക്കുന്ന നോൺ മെയിൻ സ്ട്രീം സിനിമകളും ഇന്ന് ബോളിവുഡിൽ കാണാം. സംവിധായകരുടെ വ്യത്യസ്തമായ അവതരണരീതികൊണ്ടും പ്രമേയംകൊണ്ടും ശ്രദ്ധേയമാകുന്ന സൂപ്പർ താരങ്ങളില്ലാത്ത സിനിമകളായി ഓഫ് ബീറ്റ് സിനിമകളും അറിയപ്പെട്ടു. എന്നാൽ ഇത്തരം വേർതിരിവുകൾ സാങ്കൽപ്പികവുമാണെന്ന് മനസിലാക്കാവുന്നതാണ്. ബോളിവുഡിന്റെ (കുറെയൊക്കെ ഇന്ത്യൻ പ്രാദേശിക സിനിമയിലും കാണാം) ആഗോളമായ വിപണി ഇന്ന് കോ-പ്രൊഡക്ഷനിലേക്ക് നയിച്ചിരിക്കുകയാണ്. ഏതാണ്ട് നൂറോളം രാജ്യങ്ങളിൽ ഹിന്ദി സിനിമകൾ പ്രദർശിപ്പിക്കുന്നുണ്ട്. എൻ ആർ ഐ സംവിധായകർ ബോളിവുഡിൽ മികച്ച സിനിമകളെടുക്കുന്നു. ഡയസ്പോറിക് സ്ത്രീസംവിധായകരുടെ (ദീപ മേത്ത, മീര നയ്യാർ, ഗുരിന്ദർ ഛദ്ദ) സിനിമകൾ ഫിലിം ഫെസ്റ്റിവലുകളിൽ അവാർഡുകൾ നേടുന്നു. ദീപാ മേത്തയുടെ *ബോളിവുഡ് ഹോളിവുഡ്* (2002) എന്നിവപോലെ സിനിമയെപ്പറ്റിയുള്ള നിരവധി സിനിമകൾ പുറത്തുവരുന്നു. *ലഗാൻ* (2001) എന്ന സിനിമയ്ക്ക് ഓസ്കാർ നോമിനേഷൻ (ബെസ്റ്റ് ഫിലിം) ലഭിക്കുന്നു. കാൻ ഫിലിം ഫെസ്റ്റിവലിൽ *ദേവദാസ്* (2002) പ്രദർശിപ്പിക്കാൻ അവസരം ലഭിക്കുന്നു. ഇതെല്ലാം സൂചിപ്പിക്കുന്നത് ഹിന്ദി സിനിമകളുടെ അതിർത്തികൾ കടന്നുള്ള വിതരണത്തെയും സ്വീകാര്യതയെയുമാണ്. ഇംഗ്ലണ്ട്, അമേരിക്ക, കാനഡ, ആസ്ട്രേലിയ എന്നീ രാജ്യങ്ങളിൽനിന്ന് മാത്രമായി വലിയ കളക്ഷനാണ് ബോളിവുഡിനു ലഭിച്ചുകൊണ്ടിരിക്കുന്നത്. അമേരിക്കയിൽ ടോപ് ടെൻ ലിസ്റ്റിൽ ബോളിവുഡ് സിനിമകൾ സ്ഥാനംപിടിക്കുന്നു. *ബീയിങ് സൈറസ്* (2006), *ഹോമി അദ്ജാനിയ*, *കാബൂൾ എക്സ്പ്രസ്* (2006, കബീർ ഖാൻ) *ഗോൾ* (2007, വിവേക് അഗ്നിഹോത്രി) *മെട്രോ* (2006, അനുരാഗ് ബസു) എന്നീ നിരവധി പുതുമുഖ സംവിധായകർ ബോളിവുഡിന്റെ സംസ്കാരത്തെ പുതുക്കുന്നു. പ്രവാസി നിക്ഷേപവും യു ടി വി, ട്വന്റിയത്ത് സെഞ്ചുറി ഫോക്സ് തുടങ്ങിയ നിരവധി വിദേശ കമ്പനികൾ ബോളിവുഡിൽ പണമിറക്കുന്നതും സിനിമയുടെയും ഇന്ത്യൻ കാഴ്ചാ സംസ്കാരത്തിന്റെയും ഗതിയെ മാറ്റിമറിക്കുകയാണ്.

തൊണ്ണൂറുകൾക്കു മുമ്പുള്ള ഹിന്ദി സിനിമയിലെ മെലോഡ്രാമയും റിയലിസവും കലർന്നുള്ള അവതരണരീതി ഇന്ത്യൻ നാഗരികതയുടെ സുവർണ കാലഘട്ടത്തെയാണ് ഓർമിപ്പിച്ചിരുന്നത്. എന്നാൽ വർത്തമാന ബോളിവുഡ് സിനിമകൾ പാശ്ചാത്യ സംസ്കാരത്തെ പുൽകാൻ

വെമ്പുന്ന മധ്യവർഗസമൂഹത്തിന്റെ മനോഭാവനകളെയാണ് ആവിഷ്കരിക്കുന്നത്. പ്രാദേശികവും ദേശീയവും ആഗോളീയവുമായ നിരവധി പ്രമേയങ്ങൾക്ക് ബോളിവുഡ് സാക്ഷ്യം വഹിക്കുന്നുണ്ട്.

ആഗോളവൽക്കരണ അധിനിവേശ പ്രത്യയശാസ്ത്രം ഇംഗ്ലീഷ് സിനിമകൾ വഴിഇന്ത്യൻ മണ്ണിൽ ഉറപ്പിക്കുന്നതുപോലെയുള്ള സമാനമായ രീതി ബോളിവുഡ് സിനിമകളും പിന്തുടരുന്നുണ്ട്. രാഷ്ട്രത്തിന്റെയും ആഗോളവൽക്കരണത്തിന്റെയും അധിനിവേശത്തിന് സമ്മതമൊരുക്കുന്ന പൗരസമൂഹത്തെ സൃഷ്ടിക്കാനും ഇത്തരം സിനിമകൾക്ക് സാധിക്കുന്നു. മുഖ്യമായും ഇന്ത്യൻ മധ്യവർഗത്തിനും എൻ ആർ ഐ സമൂഹത്തിനും സ്വീകാര്യമാകുന്ന വിഷയങ്ങളും അവതരണവുമാണ് ബോളിവുഡ് സിനിമകൾ കൈകാര്യം ചെയ്യുന്നത്. അതുകൊണ്ടുതന്നെ ഇന്ത്യൻ കീഴാള ജനതയുടെ ജീവിതവും സംസ്കാരവും എത്രമാത്രം 'യാഥാർഥ്യ' ത്തോടെ ഈ സിനിമകൾ ആവിഷ്കരിക്കുമെന്നുള്ളത് ചോദ്യമായി തുടരുന്നു.

www.ingramcontent.com/pod-product-compliance
Lightning Source LLC
LaVergne TN
LVHW100834051026
849519LV00006B/2298
* 9 7 8 9 3 8 2 1 6 7 6 4 8 *